THẾ GIỚI CỦA
"GIÁO HẠNH TÍN CHỨNG Kyo Gyo Shin Sho"
Những trước tác chủ yếu của Thân Loan Thánh Nhân

Nguyên tác Nhật ngữ:
TOMOMICHI NOBUTSUKA
Sưu khảo và Việt dịch:
THÍCH NHƯ ĐIỂN

THẾ GIỚI CỦA "GIÁO HẠNH TÍN CHỨNG Kyo Gyo Shin Sho"

Những trước tác chủ yếu của Thân Loan Thánh Nhân

Viên Giác Tùng Thư
2025

Đây là tác phẩm thứ 74 của toàn bộ sáng tác hay phiên dịch của Hòa Thượng Thích Như Điển. Sách này được dịch từ tiếng Nhật sang Việt ngữ .
Bắt đầu dịch vào sáng ngày 3 tháng 6 năm 2025; nhằm ngày mồng 8 tháng 5 năm Ất Tỵ, trong mùa An Cư Kiết Hạ tại Phương Trượng Đường Tổ Đình Viên Giác Hannover, Đức Quốc.
Dịch xong vào lúc 11:30 ngày 4.8.2025, nhằm ngày 11 tháng 6 nhuần năm Ất Tỵ

THẾ GIỚI CỦA
"GIÁO HẠNH TÍN CHỨNG - KYO GYO SHIN SHO"
Những trước tác chủ yếu của Thân Loan Thánh Nhân

Nguyên tác Nhật ngữ: TOMOMICHI NOBUTSUKA (Duyên Trủng Tri Đạo)
Sưu khảo và Phiên dịch: Thích Như Điển

Viên Giác Tùng Thư ấn hành lần thứ nhất, quý IV/2025
Trách nhiệm xuất bản: Nguyên Đạo
Sửa bản in: Thanh Phi, Nguyên Đạo
Kỹ thuật: Quảng Hạnh Tuệ
Bìa: Đình Khải

Viên Giác Tùng Thư
2025

MỤC LỤC

NÓI VỀ QUYỂN SÁCH

Quyển sách nầy chính là nguồn tài liệu chính yếu về "Thế giới của (Giáo Hạnh Tín Chứng) của ông Duyên Trủng Tri Đạo (Tomomichi Nobutsuka) đã được đăng tải trên Nguyệt San Chí "Đồng Bằng", gồm tất cả là 24 kỳ (kể từ số tháng 7 của năm 2016 đến số của tháng 6 năm 2018)".

Tuy nhiên những thư tịch nầy được viết bằng chữ Hán trong 6 quyển, đối với chúng tôi không biết làm sao để hiểu rõ về nội dung tài liệu nầy một cách dễ dàng, mà đa phần thuộc về Kinh điển được viết bởi vị Tổ thứ bảy cùng với các vị Sư được trích dẫn, hình thành về thủ pháp có tính cách đặc biệt được viết ra bởi tác phẩm nầy.

Trong sách nầy cố gắng đọc kỹ thì thấy ông Duyên Trủng (Nobutsuka) là Giáo thọ của Đại Học Otani (Đại Cốc) đã viết và giải thích về hoàn cảnh phát sinh ra (Giáo Hạnh Tín Chứng) cũng như mục đích với phương pháp luận, mà Thân Loan Thánh Nhơn đã làm hiển lộ rõ ràng là: "Tại sao? Thế nào? Giống như thế nào?". Đồng thời với những việc nầy với chúng tôi cũng tự hỏi là sự liên hệ như thế nào, mà vị nầy chính bản thân ông ta đã tiếp xúc, gặp gỡ thể nghiệm để đem ra dạy, nên đã tìm đặt ra những nghi vấn nầy.

Với quyển sách nầy dẫu cho một người hay nhiều người biết qua (Giáo Hạnh Tín Chứng) thì cũng xin nguyện cho ảnh hưởng bắt đầu vào sự sinh hoạt về Bổn Nguyện Niệm Phật, mà Ngài Thân Loan Thánh Nhơn đã chỉ ra một cách rõ ràng.

Cuối cùng xin thâm tạ ông Duyên Trủng Tri Đạo rất nhiều về sự tận lực xem lại nội dung, sửa đổi cũng như thêm bớt cho đúng và nhanh lẹ chấp nhận một cách dễ dàng về những bài vở đã được đăng tải, nên xin vô cùng biết ơn và trân quý sâu xa vậy.

Nhà xuất bản Đông Bổn Nguyện tự
(Higashi Honganji, Kyoto, Japan)

LỜI NGỎ

Bắt đầu từ đây trở đi là những biên khảo chính yếu của Thân Loan Thánh Nhơn. Từ "Hiển Tịnh Độ chơn thật giáo hạnh chứng văn loại" trở đi, theo tôi (tác giả) nghĩ rằng mọi người cùng nhau cung kính đọc là: "Giáo hạnh tín chứng".

"Giáo hạnh tín chứng" là sách học thuật được viết ra dựa trên lịch sử học vấn bắt đầu của Phật Giáo nơi Đức Thích Tôn (Đức Thích Ca). Hầu như tất cả đều được viết (dịch) bằng chữ Hán. Đó là ba kinh như: "Phật thuyết Vô Lượng Thọ kinh" (còn gọi là: "Đại Vô Lượng Thọ kinh"; "Phật thuyết Quán Vô Lượng Thọ kinh" và "Phật thuyết A Di Đà kinh". Bảy vị Tổ (Thất cao Tăng) đã trích dẫn từ những bộ kinh nầy, để viết nên những tài liệu về Phật giáo bắt đầu có tính cách sâu rộng hơn (Dẫn dụng văn); và Ngài Thân Loan Thánh Nhơn đã tự chính mình chấp bút viết thành "Ngự tự thích". Đây chính là sách học thuật giải thích để đọc có tính cách cao rộng xa hơn. Ngài Thân Loan Thánh Nhơn đối với hạng phàm phu vì không đủ lòng tự tin, mà truyền đạt cho họ một thế giới rộng rãi hơn của tín tâm; nhưng với "giáo hạnh tín chứng", dẫu cho đến bao giờ hay ở bất cứ nơi đâu và đối với bất cứ ai đi nữa cũng có thể cứu giúp họ đến với con đường đạo một cách rõ ràng minh bạch. Với ý nghĩa nầy với tôi (Tác giả) đã trải qua nhiều năm tháng đảm trách nhiều học kỳ dạy về "Giáo hạnh tín chứng" ở Đại Học Otani (Đại Cốc). Chỉ với một ý niệm đơn giản với bản thân tôi, nên đã chấp bút viết nên quyển sách nầy. Từ "Giáo hạnh tín chứng" nầy nói như có thể được là làm sao cho dễ hiểu để ca ngợi tán thán và làm minh bạch về Ngài Thân Loan Thánh Nhơn đến với Tịnh Độ Chơn Tông.

Sách nầy có thể nói rằng đây là quyển sách được viết ra vì sự lập giáo khai tông với năng lực của bản thân một cách kín đáo cũng đã được lưu vào trong sách nầy. Tiếp đến quyển sách thứ 2 được viết về: "Tịnh Độ Hòa Tán" và "Cao Tăng Hòa Tán". Thật vậy, vừa viết "giáo hạnh tín chứng" những câu văn được trích dẫn từ 7 vị Tổ là những điều trọng yếu của Tịnh Độ Chơn Tông được giữ gìn để viết nên sách hòa tán để đối chiếu, không phải như vậy sao?

"Giáo Hạnh Tín Chứng" là chính Ngài Thân Loan giảng vào lúc Ngài 75 tuổi và do Đệ Tử Tôn Liêu (Sonren) ghi chép lại. Còn "Tịnh Độ Hòa Tán" và "Cao Tăng Hòa Tán" được công chúng biết đến là lúc Ngài 76 tuổi. Ngoài ra tất cả những sự biên khảo khác là được viết ra khi Ngài trên 80 tuổi. Cho nên có thể nghĩ biết rằng: "Giáo Hạnh Tín Chứng" và hai Hòa Tán ấy đã xuất hiện cùng một thời gian với những tiêu đề trên mà mọi người đều được biết đến công khai.

Nói khác đi thì "Giáo hạnh tín chứng" là một quyển sách về học thuật đã nêu ra cho thế giới, có tính cách học vấn. Đối lại với Hòa Tán thì có "Việt Thiên Nhạc", "Hắc Điều Tiết" và "Ánh trăng của thành hoang" v.v... chúng ta có thể thấy là những hình thức có tính cách gần gũi cho người bây giờ, là những bài ca (hát) cho người dân. Còn "Giáo hạnh tín chứng" là cho những người có học; Hòa Tán dẫn đến cho người bình dân và theo tôi nghĩ rằng một cách không sai là để truyền đạt cho những đối tượng khác nhau mà Ngài Thân Loan Thánh Nhơn đã chia thành những bài ca dễ hiểu làm tâm điểm của Tịnh Độ Chơn Tông. Những bối cảnh của những hòa tán ấy cũng hiện hữu nơi "Giáo hạnh tín chứng". Ở nơi ấy với "Giáo hạnh tín chứng" là một loại sách có tính cách học thuật khó hiểu, đồng thời cũng là quyển sách của việc lập giáo khai tông, cho nên có thể nói rằng điều nầy thật là có ý nghĩa sâu xa vậy.

CHƯƠNG THỨ NHẤT: VỀ ĐỀ HIỆU

1.- LUẬN THƠ CỦA "ĐẠI VÔ LƯỢNG THỌ KINH"

Tên chính thức của quyển sách nầy gọi là: "Hiển Tịnh Độ Chơn Tông Giáo Hạnh Chứng Văn Loại".

"Giáo Hạnh Tín Chứng" được tạo thành bởi tất cả gồm 6 quyển như sau: Giáo quyển, Hạnh quyển, Tín quyển, Chứng quyển, Chơn thật độ quyển và Phương tiện hóa thân độ quyển; mỗi quyển như vậy đều nêu rõ mục tiêu, mà mục tiêu chính yếu của mỗi quyển là "thấy ra được hoặc giả cũng có thể nói rằng tương ưng với các "hạng mục" (xin xem biểu đồ phía dưới).

"Giáo quyển" ngoài việc nêu rõ mục tiêu của "Kinh Đại Vô Lượng Thọ về giáo của sự chơn thật của Tịnh Độ Chơn Tông" ra như "Kinh Đại Vô Lượng Thọ" như phía dưới trang "Đại Kinh" nói về 48 lời nguyện, mà lời nguyện thứ 7, ở mỗi quyển đều trích ra những điểm chính yếu ấy.

Sự cấu thành của "Giáo Hạnh Tín Chứng" (Phần nầy được trích dẫn từ lời tựa của Hiển Tịnh Độ Chơn Thật giáo hạnh chứng văn loại - Phần Tổng quát của lời tựa căn bản).

Giáo quyển

Hiển Tịnh Độ Chơn Thật giáo văn loại nhứt – giáo quyển

bổn văn.

Mục tiêu chính

Đại Vô Lượng Thọ Kinh – Giáo của sự chơn thật về Tịnh Độ Chơn Tông gồm:

1.Hiển Chơn Thật Giáo

2.Hiển Chơn Thật Hạnh

3.Hiển Chơn Thật Tín

4.Hiển Chơn Thật Chứng

5.Hiển Chơn Phật Độ

6.Hiển Hóa Thân Độ

Hạnh quyển thuộc lời nguyện thứ 17, là lời nguyện xưng danh chư Phật; Tín quyển thuộc về lời nguyện thứ 18, là lời nguyện của chí tâm tín nhạo; Chứng quyển là lời nguyện thứ 11, lời nguyện của tất chí diệt độ; Chơn Phật độ quyển là lời nguyện thứ 12, lời nguyện của quang minh vô lượng; lời nguyện thứ 13, là lời nguyện của Thọ mệnh vô lượng; lời nguyện thứ 19 là lời nguyện của chí tâm phát nguyện và lời nguyện thứ 20 là lời nguyện của chí tâm hồi hướng. Gồm 7 lời nguyện như vậy. Lại nữa ở Chứng quyển như trước đã nói rõ về Hoàn Tướng hồi hướng, mà ở lời nguyện thứ 22 (lời nguyện của Hoàn Tướng hồi hướng) đã đơn cử ra tên của lời nguyện nầy rồi.

Cho đến Chơn Phật Độ quyển được gọi là 6 lời nguyện của sự Chơn Thật; nhưng đến Hóa Thân độ quyển là hai nguyện của những nguyện thuộc về Phương Tiện. Những nguyện nầy hợp chung lại được gọi là: Chơn giả tám nguyện. Ngài Thân Loan Thánh Nhơn dùng 48 lời nguyện từ "Đại Kinh" đã nói để tạo ra sự biểu hiện chơn giả 8 nguyện được tuyển chọn cho Tịnh Độ Chơn Tông. Về việc tại sao chỉ tuyển ra chỉ có 8 lời nguyện, chúng ta tuần tự có thể tìm hiểu ở phía sau một cách rõ ràng hơn. Phía dưới là các biểu đồ cần nên thâu thập vào đầu óc mỗi người vậy.

Hạnh quyển

Hiển Tịnh Độ Chơn Thật văn loại nhị
Hạnh quyển Bổn Văn
Tiêu đề chính được nêu ra là:

Lời nguyện của việc xưng danh hiệu của chư Phật gồm:
- Hạnh của Tịnh Độ Chơn Thật
- Hạnh của Tuyển Trạch bổn nguyện

Tín quyển

Hiển Tịnh Độ Chơn Thật Tín văn loại tự
Biệt tự bổn văn
Hiển Tịnh Độ Chơn Thật Tín văn loại tam
Tiêu đề chính được nêu ra là:

Nguyện của Chí Tâm Tín nhạo.
Cơ duyên của Chánh Định Tụ.

Chứng quyển

Hiển Tịnh Độ Chơn Thật chứng văn loại tứ
Chứng quyển bổn văn
Tiêu đề chính được nêu ra là:

Nguyện của việc tất chí diệt độ
Nan tư nghì vãng sanh

Chơn Thật độ quyển

Hiển Tịnh Độ Chơn Phật Độ văn loại ngũ
Chơn Phật độ bổn văn.
Tiêu đề chính được nêu ra là:

Lời nguyện của quang minh vô lượng
Lời nguyện của Thọ mệnh vô lượng.

Hóa Thân độ quyển

Hiển Tịnh Độ Phương Tiện Hóa Thân Độ văn loại lục
Hóa Thân Độ quyển Bổn văn (phần sau cùng)
Tiêu đề chính được nêu ra là:

Ý nghĩa của Vô Lượng Thọ Phật Quán Kinh
Lời nguyện của chí tâm phát nguyện
Tà định tụ cơ
Song thọ lâm hạ vãng sanh
Trở thành ý của A Di Đà kinh.
Lời nguyện của chí tâm hồi hướng
Bất định tụ cơ
Nan tư vãng sanh

Như vậy tổng cộng 6 quyển đã được nêu ra về giáo quyển là: 1) Hiển Chơn thật giáo. 2) Hiển Chơn thật hạnh. 3) Hiển Chơn thật tín. 4) Hiển Chơn thật chứng. 5) Hiển Chơn thật độ và 6) Hiển Hóa thân độ. Đây là: "Chơn Tông Thánh Điển từ trang 150 – 151". Sau đây bắt đầu từ Giáo quyển. Đồng thời như trước đã đề cập đến những tiêu đề chính của "Đại Vô Lượng Thọ Kinh; Giáo của sự Chơn Thật thuộc về Tịnh Độ Chơn Tông" gọi là tiêu đề chính "Giáo của sự chơn thật" là điều trước mắt có thể nói là tiêu đề chính của Giáo quyển; nhưng từ phương diện đó cũng có thể nói là "Tịnh Độ Chơn Tông" toàn thể gọi chung là "Giáo hạnh tín chứng" làm tiêu đề căn bản. Bởi lẽ tất cả các nguyện chính đều được thành lập từ "Đại Kinh"; nên "Giáo hạnh tín chứng" là luận để phân biệt từ "Đại Kinh" nầy.

Những lời dạy của Đức Phật là những kinh điển được nói ra gọi là Kinh và khi cảm nhận được lời kinh ấy và viết sách dựa theo cơ sở ấy, gọi là "luận". Đồng thời việc chú thích của luận đối với kinh ấy, gọi là "thích". Nguyên thủy những luận ấy đều do những vị Bồ Tát người Ấn Độ biên soạn; nhưng Ngài Thân Loan Thánh Nhơn là vị đệ tử Phật ở đời sau (mạt thế); là người đầu tiên biên tập luận về "Đại Kinh" nầy.

"Đại Kinh" được chia ra làm hai do nghe việc thuyết pháp của Đức Thích Tôn cho đại chúng. Thứ nhất là Ngài A Nan, người đệ tử trực tiếp nghe từ Thế Tôn và điều nầy cũng bao gồm vào nhóm người phàm phu. Một nhóm khác chính là các vị Quan Âm, Thế Chí, Phổ Hiền thuộc về nhóm các vị Bồ Tát Đại Thừa. Ngài Long Thọ và Thế Thân (Thiên Thân) của Ấn Độ khi giải thích để viết luận về "Đại Kinh" là những vị Bồ Tát Đại Thừa. "Đại Kinh" chính vì các đệ tử Phật đời mạt thế; nên Ngài Thân Loan Thánh Nhơn, có thể nghĩ rằng Ngài đã vì kẻ quần manh (*) (ngu dại) mà luận giải về "Đại Kinh" để viết thành sách.

Như vậy "Hiển Tịnh Độ chơn thật giáo hạnh chứng văn loại" gọi là đề hiệu. Thật tế thì cung cách tỉ mỉ là những đề mục rất cao. Như trước đã cho biết việc học hỏi Phật Giáo Đại Thừa từ các Ngài như "Giáo Hạnh Tín Chứng", "Nhiếp Đại Thừa luận" và "Đại Trí Độ luận" và "Đại Thừa Khởi Tín luận" tại sao không phải là những đề mục của luận có tính cách đại chúng của Đại Thừa? Sự sai biệt như thế nào? Tại sao Thân Loan Thánh Nhơn lại đưa ra luận đề khó khăn như vậy? Đây là những câu hỏi được đặt ra. Việc nầy thuộc về tính cách cá tính chăng? Thế mà ở nơi "Giáo hạnh tín chứng" đã được biểu hiện tất cả những tư tưởng, nên có thể nghĩ rằng Ngài Thân Loan Thánh Nhơn rất lao tâm để giải thích cặn kẽ về những đề mục nầy. Thật là trân quý, nên sẽ tìm hiểu kỹ lưỡng về đề hiệu nầy.

(*) Chữ quần manh là những chúng sanh đang sinh sống, kể cả những mầm mống của cây cỏ nữa.

2.- TỊNH ĐỘ CHƠN THẬT

Chữ "Hiển" có nghĩa là; "Akirakani/arawasu" biểu hiện sự sáng tỏ. Như vậy thì chẳng có gì khó hết. Vấn đề ở đây là ngôn ngữ của "Tịnh Độ Chơn Thật". Như phía trước đã rõ đây là "Hiển Tịnh Độ" và với Tịnh Độ thì chắc rằng khi đọc sẽ hiểu rõ, nhưng ở đó không hoàn toàn với "Hiển Tịnh Độ Chơn Thật" và việc đọc ấy có thể suy nghĩ rằng đó là cách đọc của Thân Loan Thánh Nhơn đứng về truyền thống của "Đại Kinh". Tại sao ở phần tiêu đề chính được nêu ra của Hành quyển, bởi vì được tuyên dương là "Hành của Tịnh Độ Chơn Tông".

Về ngôn từ nầy với Ngài Thế Thân dùng để xưng tán "Đại Kinh" nên đã sáng tác ra phần tựa đề là "Nguyện sanh kệ" như:

Ngã tu đa la (ta đối với kinh) nương vào tướng của chơn thật công đức để nói một cách tổng trì là Nguyện kệ, tương ứng với lời Phật dạy.

(Chơn Tông Thánh Điển - trang 135)

Và để ngâm vịnh. Với "Chơn thật công đức" nầy thì sự biểu hiện để rõ "Đại Kinh" gọi là ý nghĩa đối với "Tịnh Độ Chơn Thật". "Tu Đà La" ở đây chính là "Đại Kinh". (Ta đã ngâm vịnh nương vào kệ nguyện sanh (tướng của Tịnh Độ) với năng lực của Tịnh Độ Chơn Thật của "Đại Kinh" và điều nầy tương ứng với sự giác ngộ của Đại Niết Bàn của Phật Giáo Đại Thừa) đã trở thành ý nghĩa. Ngoài ra ở nơi "bất hư tác trụ trì công đức" của "kệ nguyện sanh" có chỗ:

Hãy quan sát nơi bổn nguyện lực của ta thì khi gặp cái không cũng không có việc qua khỏi. Hãy mau mau đầy đủ công đức của đại bảo hải.

(Chơn Tông Thánh Điển - trang 137)

Và ngâm rằng: "Nếu trở về lại được với Bổn Nguyện niệm Phật, thì chắc chắn nhất định phải thành Phật. Điều nầy có nghĩa là không có cái chấm dứt. Từ Bổn Nguyện lực được đón nhận đầy đủ giống như viên ngọc to lớn của biển Đại Niết Bàn". Đây chính là ý nghĩa. Đối với điều nầy cũng là chơn thật công đức của Đức A Di Đà Như Lai, và sự ngâm vịnh ấy là sự thực hành việc cứu độ (thành Phật đạo) với chúng ta.

Việc biểu hiện của "năng, lệnh, tốc" theo tôi (Tác giả) suy nghĩ đó là Bổn Nguyện lực của Như Lai sinh ra và Ngài Thế Thân đã tỏ rõ sự cảm động ấy. Nếu trở về với danh hiệu của Bổn Nguyện thì hay xuất hiện phương cách giác ngộ của A Di Đà Như Lai và mau chóng bao phủ toàn thể thân hình của chúng ta. Nương vào Bổn Nguyện lực chắc chắn sẽ nhận lãnh được Phật quả. Đây gọi là đón nhận được từ Đức Phật về Bổn Nguyện lực. Con đường đến Phật quả của tha lực được biểu hiện một cách chơn thật rõ ràng. Việc trở thành Phật nếu khó hiểu thì chính ta, ta được sắc mệnh cho một cách đầy đủ tuyệt đối tốt đẹp và dẫu có hiểu được đi chăng nữa, thì cũng còn ngộ giải chăng? Đây chính là chơn thật công đức của Đức A Di Đà Như Lai. Đây cũng chính là tha lực vậy.

Thân Loan Thánh Nhơn theo "Chơn Thật công đức" (Tịnh Độ Chơn Thật) thì gọi đây là "Nhứt niệm đa niệm văn ý" như sau đây: cũng còn gọi Chơn Thật công đức, trở thành danh hiệu; trở thành nơi đại bảo hải về diệu lý của nhứt thật chơn như một cách viên mãn; trở thành Vô Thượng Đại Niết Bàn; trở thành biểu hiện pháp tánh của Niết Bàn; lại trở thành pháp tánh của Như Lai. Với bảo hải, không có chúng sanh nào là không ưa thích, không được tiếp cận, không thấp bé, trở thành người dẫn đường và trở thành chìm ngập vào trong biển nước của Đại Hải.

(Chơn Tông Thánh Điển – trang 543)

Nếu nói rộng ra về "Chơn Thật Công Đức" thì đó chính là nói về năng lực của "Đại Kinh" đối với Tịnh Độ và điều nầy là một danh hiệu bổn nguyện được thâu nạp vào. Đối với sự phân biệt tương đối với cái khổ của chúng ta, với lời thệ nguyện đại bảo hải là sự khai mở có tính cách tuyệt đối đầy đủ với thế giới nhất như của chư Phật. Có thể gọi đây là: Vô Thượng Đại Niết Bàn hay Pháp Tánh hoặc là Như Lai cũng được. Bảo Hải ấy đối với tất cả chúng sanh với thân phận phàm phu, không phân biệt mà là bao hàm một thế giới nhất như. Rồi từ đó chắc chắn trở thành Phật trên con đường đã được dựng nên. Đây là ý nghĩa vậy.

Còn một ý chính được viết ra qua câu văn sẽ được thấy nơi Nhứt niệm đa niệm văn ý rằng:

"Đại Bảo Hải" ấy không do ở nơi thiện căn công đức ấn định con đường, mà ở biển ấy được đón nhận vào. Đối với những người có tấm lòng hay tin vào công đức nầy, sẽ nhanh chóng đặc biệt mà chẳng hề hay biết. Tuy nhiên với người có Kim Cang tâm thì sẽ rõ để được đón nhận, công đức của Đại Bảo ấy chính là con đường được mở ra để trở thành là Đại Bảo Hải. (Chơn Tông Thánh Điển – trang 544).

Ở nơi "Đại Bảo Hải" ấy vì tất cả chư Phật đều đầy đủ giống nhau, thệ nguyện như biển cả. Với những người trở về với danh hiệu ở trong nội tâm họ, điều nầy mau chóng tràn đầy sung túc, có thể so sánh điều nầy vượt qua khỏi tự thể, đầy đủ an tâm. Do vậy người có tâm Kim Cang, dẫu cho không có tìm cầu và trong khi chẳng quan tâm gì đi nữa thì từ phía Đức Như Lai đã vượt qua khỏi thế giới phân biệt tương đối mà bao trùm khắp rồi; cho nên sự thệ nguyện ấy giống như biển lớn quý báu. Đây chính là ý nghĩa.

Dẫu cho là văn từ nào đi nữa thì Ngài Thân Loan Thánh Nhơn đã vì sự thật mà chỉ dạy một cách chính xác rất cảm động cho việc trở về với danh hiệu của bổn nguyện. Nghĩ rằng (chúng ta) phải cúi đầu xuống để đón nhận; chứ chẳng có gì khác hơn cả.

Ở đây là đối với danh hiệu của bổn nguyện, phá bỏ sự phân biệt tương đối của chúng ta; với thân phận phàm phu y nguyên được bảo bọc chắc chắn vào được thế giới nhất như của Đại Niết Bàn, hướng đến sự thành Phật, thay đổi bước đi của hành giả. Điều nầy có thể suy nghĩ rằng do năng lực của "Đại Kinh" mà "Chơn Thật công đức", "Tịnh Độ Chơn Thật" cùng sự rõ biết; nên được hiểu như vậy. Ngôn từ nầy đứng về "Đại Kinh" do Ngài Thân Loan Thánh Nhơn rõ biết tận tường, riêng bởi chính mình vậy.

3.- NIỆM PHẬT CỦA TUYỂN TRẠCH BỔN NGUYỆN

Ngài Thân Loan Thánh Nhơn vượt lên khỏi việc nầy; nên gọi việc niệm Phật là "Hạnh của Tịnh Độ chơn thật", ở nơi Hạnh quyển đã được tuyên dương mục tiêu chính yếu là: "Nguyện của chư Phật xưng danh; Hạnh của Tịnh Độ Chơn Thật, Hạnh của Tuyển Trạch Bổn Nguyện". "Nguyện của chư Phật xưng danh" nghĩa là từ lời nguyện thứ 17 trong 48 lời nguyện của "Đại Kinh", như lời nguyện sau đây:

Giả sử khi ta thành Phật, Vô lượng chư Phật trong 10 phương thế giới nếu không ca ngợi tán thán danh hiệu ta thì ta sẽ không ở ngôi chánh giác.

Ở đây có 2 ý nghĩa được đưa vào. Thứ nhất là khen tặng tất cả chư Phật qua sự thệ nguyện mà nói lời khen tặng các Đức Như Lai. Điều nầy với chúng ta không phải vì sự nổi danh để trở thành tự mãn, mà đây chính là sự thệ nguyện mong muốn trở thành Phật là căn nguyên của tất cả chư Phật.

Cùng chung với lời nguyện của tất cả chư Phật, chính là tứ hoằng thệ nguyện vậy. Ở đây chỉ có Đức A Di Đà Như Lai vì sự cứu giúp tất cả chúng sanh mà tạo lập nên 48 lời nguyện, là vị Phật đặc biệt cứu độ những kẻ phàm phu; ngoài Ngài ra thì ít có vị nào.

Ở quyển hạ của "Đại Kinh" phần "Đông Phương kệ" có thể gặp thấy được sự ưu thắng của Đức Phật; ở trong thế giới của chư Phật, chư vị Bồ Tát mà muốn sanh về cõi Tịnh Độ của Đức Phật A Di Đà thì phải biết thật rõ về Đức Phật A Di Đà Như Lai mà ta thích trở thành Phật; chính quốc độ Tịnh Độ của A Di Đà Phật ta cũng muốn đến đó để được nghe về sự giáo hóa chúng sanh qua câu Nam Mô A Di Đà Phật ở nơi các Bồ Tát hoàn tướng.

Lại nữa đối với "Kinh A Di Đà" cho biết rằng chư Phật được sanh về đó, từ nơi lưỡi của Đức A Di Đà Như Lai. Cũng giống như vậy đối với căn nguyên Phật của tất cả chư Phật được thành Phật là qua lời thệ nguyện nầy.

Một việc khác nữa là Phật Giáo của chúng ta được truyền qua từ Ấn Độ, nên có ý nghĩa rằng chư Phật truyền thống đều biểu hiện qua lời thệ nguyện. Vì gốc rễ của chư Phật là Đức A Di Đà Như Lai, ở nơi lời nguyện thứ 17 có sự biểu hiện về lời nguyện qua truyền thống của Nam Mô A Di Đà Phật. Cũng có thể nói rằng bắt đầu từ Đức Thích Tôn là vị giáo chủ chính thống cho đến 7 vị Tổ, lại nữa đối với mọi người thì cha mẹ, ông bà được dạy là nên xưng danh và kết quả có thể thấy một cách tốt đẹp, đó là niệm Phật truyền thống.

Đối với Ngài Thân Loan Thánh Nhơn việc dạy cho niệm Phật, có thể nói đó là "Hạnh của Tuyển Trạch Bổn Nguyện". Điều chính là do từ những biên chép của Sư Pháp Nhiên về "Tuyển Trạch Bổn Nguyện Niệm Phật tập" (từ đây trở đi viết tắt là: Tuyển Trạch Tập). Ở nơi Hành quyển đã làm sáng tỏ việc thực hành; cũng có thể nói việc niệm Phật nầy được truyền lại từ Ngài Pháp Nhiên Thượng Nhơn.

Tại sao lại là như vậy? Việc niệm Phật là cội rễ của Phật Giáo đã được truyền lại. Tuy nhiên việc xưng danh niệm Phật đối với Ngài Pháp Nhiên không những chỉ giống như những Tông Phái khác, khi chúng ta niệm Phật là một việc tu hành, mà là sự giác ngộ của chư Phật đã dùng tay để kéo chúng ta qua bên kia vậy; chính sự khổ lao của Đức A Di Đà Như Lai, tuyển chọn ra để thâu nhận vào, nên đây chính là niệm Phật của Tuyển Trạch Bổn Nguyện vậy.

Với sự mong đợi của chúng ta luôn muốn được sống, được cứu độ và chỉ nghĩ đến việc kéo dài sự ham muốn ấy và đầu óc chỉ trôi nổi ở những phạm trù như: sức khỏe để được sống lâu, thích được đầy đủ tiện nghi của sự giàu có. Thế nhưng dầu cho có mong đợi kéo dài sự ham muốn đi nữa thì với điều đó thật ra chẳng có thể cứu giúp được. Sự hư vọng trống không càng chồng chất lên nhau, điều nầy là một thực tế.

Do vậy Đức A Di Đà Như Lai đứng lên lập nguyện từ sự giác ngộ, chuẩn bị cứu độ chân thật cho tất cả chúng sanh. Với ý nghĩ nầy, với thân thể phàm phu nầy, Ngài Bồ Tát Pháp Tạng đã rời chỗ giác ngộ để đứng lên dùng chính bản thân Phật, để dạy bảo chúng sanh qua lời dạy nơi "Đại Kinh". Pháp Tạng Bồ Tát đã trải qua 5 kiếp tư duy, muốn đưa tất cả chúng sanh qua bờ giác ngộ, trải qua nhiều kiếp tu hành, nên đã được biểu hiện cõi Tịnh Độ bằng cách kiến lập cõi Tịnh Độ, để mong cho tất cả chúng ta đều được giác ngộ thành Phật. Đồng thời ở cõi Tịnh Độ kia thâu nhận cứu giúp tất cả chúng sanh, mà niệm Phật là một cách được tuyển chọn ra. Đây chính là việc thuyết giảng của Pháp Nhiên Thượng Nhơn về "Hành của Tuyển Trạch Bổn Nguyện".

* Tứ hoằng thệ nguyện: Tất cả chư Phật và chư vị Bồ Tát đã phát khởi 4 lời nguyện có nội dung vì sự tự lợi lợi tha. Đó là:

Chúng sanh vô biên thề nguyện độ
Phiền não vô số (tận) thề nguyện đoạn
Pháp môn vô tận thệ nguyện tri (học)
Phật đạo vô thượng thệ nguyện chứng (thành)

4.- HÀNH CỦA TỊNH ĐỘ CHƠN THẬT

Đối với việc nầy, phía "Hành của Tịnh Độ Chơn Thật" thì Thân Loan Thánh Nhơn tự chính mình đứng trên quan điểm của "Đại Kinh" để giải rõ. Tịnh Độ Chơn Thật nghĩa là đầu tiên phải đi tìm công đức chơn thật; gọi đó là ý nghĩa. Đồng thời "Hành của Tịnh Độ Chơn Thật" có nghĩa là nương theo Bổn Nguyện lực của sự giác ngộ từ "Đại Kinh" để thực hành việc khai mở Đại Niết Bàn và đó là ý nghĩa. Đối với việc niệm Phật, Ngài Thân Loan Thánh

Nhơn đã nói ra như thế. Như Lai không những chỉ tuyển chọn ra việc thực hành Tuyển trạch Bổn nguyện, mà ngoài ra còn có tính cách tích cực hơn là rời chỗ giác ngộ của Đại Niết Bàn để đứng lên và vì sự phàm phu của chúng ta, muốn thực hành kiến tạo con đường thành Phật. Đây chính là ý nghĩa của hành vậy. Bao gồm ý nghĩa như vậy, Ngài Thân Loan Thánh Nhơn đã biểu hiện qua ngôn ngữ về sự niệm Phật của Tịnh Độ Chơn Tông và tín tâm một cách độc lập là: đại hạnh, đại tín. Đại nầy có nghĩa là sự biểu thị cho Đức Như Lai. Do vậy từ Đức Như Lai đã mở ra sự giác ngộ của Niết Bàn là ý nghĩa của hành tín vậy.

Thông thường việc nầy là cách thường thức của Đại Thừa Phật Giáo, có thể nói hành tức là sự thực hiện hành vi đối với sự "Hướng đến con đường Niết Bàn". Đối với sự tu hành là hướng đến con đường giác ngộ Niết Bàn, tất nhiên từ chúng sanh mong hướng đến sự giác ngộ thành Phật. Đối với đại hạnh thì việc nầy hoàn toàn ngược lại. Điều nầy có nghĩa là từ Đức Phật hướng về phía chúng sanh. Ở "Đại Kinh" vì quần manh nên dạy cho tha lực tuyệt đối và Ngài Thân Loan đã đọc được, rồi với ngôn ngữ của riêng mình gọi là đại hạnh, thay đổi 180 độ về khái niệm của hành trang Phật Giáo Đại Thừa. Việc nầy "Đại Kinh" đứng trên truyền thống, đã đưa ra mục tiêu chính yếu "Hành của Tịnh Độ Chơn Thật".

Với con đường vãng sanh về Phật qua lối niệm Phật của Ngài Pháp Nhiên Thượng Nhơn, thì với Ngài Thân Loan Thánh Nhơn lại mở ra cho hành giả trở về với Đại Niết Bàn qua danh hiệu của Bổn Nguyện, biểu minh qua việc mang thân phàm phu có thể trở thành Phật qua con đường đã dựng lập nên. Nếu hỏi tại sao đó phải là điều cần thiết, thì căn cứ vào mục tiêu "sanh tử tức Niết Bàn" của tất cả Đại Thừa Phật Giáo, thì đây là mục tiêu giác ngộ của Niết Bàn vậy.

Đồng thời nơi Khóa Đề của "giáo hạnh tín chứng" thì Ngài Thân Loan Thánh Nhơn đối với sự niệm Phật vãng sanh của Tịnh

Độ giáo đã hoán chuyển con đường Phật đạo ấy trở thành cùng một mục tiêu của Đại Thừa Phật Giáo, trở thành con đường của Đại Bát Niết Bàn. Để chứng minh cho con đường Phật của Pháp Nhiên Thượng Nhơn là việc cao cả của Đại Thừa (Trong Đại Thừa Phật Đạo là chỗ tối ưu cao cả).

Do vậy "Giáo Hạnh Tín Chứng" không những chỉ để hiển bày Tịnh Độ, mà sự hiển "Tịnh Độ" ấy là một Khóa Đề, lại còn căn cứ vào "Đại Kinh" để chứng minh cho con đường Đại Bát Niết Bàn chính là Khóa Đề, cho nên "Hiển Tịnh Độ Chơn Thật" không phải là cắt rời Tịnh Độ, mà cùng với "Tịnh Độ Chơn Thật", phải đọc với một sự liên kết như thế.

5.- SỬ QUAN VỀ CHÁNH TƯỢNG MẠT

	500 năm Chánh pháp	1.000 năm Tượng pháp	10.000 năm Mạt pháp	Diệt pháp
Giáo	0	0	0	X
Hạnh	0	0	X	X
Chứng	0	X	X	X

Từ đây trở đi, đến nửa phần phía sau của Đề Hiệu chúng ta có thể nghiên cứu về "Giáo hạnh chứng văn loại". Đầu tiên gọi là "giáo" của "giáo hạnh chứng" nghĩa là biểu hiện lời dạy của sự chơn thật. "Hành" là biểu thị sự thực hành lời dạy ấy một cách thực tiễn. "Chứng" có nghĩa là biểu thị khai mở việc chứng ngộ qua việc thực hành chơn thật. Đồng thời, giáo hành chứng cũng có nghĩa là ngôn ngữ dùng để biểu thị năng lực phát ra khi thân nầy chúng ta theo con đường của Phật.

"Giáo Hạnh Chứng" nầy bởi vì trong chánh tượng mạt sử quan của Đức Thích Tôn đồng thời cũng đề cập đến. Chúng ta sẽ tìm hiểu việc nầy qua cách đơn thuần dễ hiểu.

Chánh Tượng Mạt Sử Quan nghĩa là lịch sử quan của Phật Giáo

khi phân biệt các thời kỳ "chánh pháp", "tượng pháp" và "mạt pháp" kể từ sau thời kỳ Đức Thế Tôn không còn nữa. Được gọi là "chánh pháp" nghĩa là thời gian sau khi Đức Thích Tôn nhập diệt 500 năm. (Hãy tham cứu hình bản đồ phía trên).

Đối với lúc Uy quang của Đức Thích Tôn khi còn sanh tiền (giáo) chư Tăng thực hiện lời dạy (hành) và ngộ được pháp ấy cũng như sống theo pháp ấy. Đây là thời kỳ có thể nói rằng giáo hạnh chứng tốt đẹp, cũng có thể nói là thời kỳ tốt đẹp của Tam Bảo Phật Pháp Tăng. Điều cần yếu là thời kỳ sống đúng với con đường theo Phật, nên gọi là Chánh Pháp.

Đến sau 500 năm ấy dẫu cho có chư Tăng thực hành một cách thực tiễn lời dạy của Đức Thích Tôn, nhưng người chứng ngộ đã không còn nữa. Kế đến là có hành theo lời dạy ấy đi nữa, nhưng thời kỳ ấy lại kéo dài tận 1.000 năm cũng không thể chứng ngộ được. Đối với ý nghĩa của thời kỳ nầy được gọi là "Tượng Pháp".

Sau thời kỳ Chánh Pháp và Tượng Pháp 1.500 năm trôi qua, dẫu cho lời dạy ấy vẫn còn thực hiện, nhưng chư Tăng không có người chứng đạo, nên điều nầy gọi là "Mạt Pháp".

Kinh điển của Đức Thích Tôn nằm trong chùa chiền và thư viện, nhưng nếu người xuất gia cũng không hành trì giới luật và cũng không chứng ngộ được đạo với thời gian kéo dài cả 10.000 năm. Hơn thế nữa về sau, giáo hạnh chứng hoàn toàn không còn nữa, trở thành thời kỳ của "diệt pháp" và đó là lời tiên đoán của Đức Thế Tôn. Đây chính là ba thời kỳ sử quan của Chánh Tượng và Mạt Pháp.

Thời Mạt Pháp hay Diệt Pháp, Phật Giáo không còn ảnh hưởng mạnh đối với thế tình; nên gọi là: "Ngũ trược (*) ác thế; thời kỳ không có Phật xuất hiện". "Ngũ trược ác thế" ấy là: kiếp trược, kiến trược, phiền não trược, chúng sanh trược và mạng trược; nghĩa là con người bị phiền não cáu bẩn trong cuộc đời phủ kín lên. Những sự kiện xảy ra không thể hiểu nổi lại được phát khởi. "Thời kỳ không có Phật" nghĩa là: cái gì cũng không thể hiểu được một cách chơn thật. Rồi từ đó kết cuộc là chỉ còn sót lại với chủ trương sống cho tự kỷ một cách cuồng nhiệt, chứ không có gì khác. Nếu những việc chỉ quan tâm đến vấn đề tự ngã, càng ngày càng lớn mạnh thì con người sẽ bị chìm ngấm sâu vào sự cô đơn, đối lập lại với việc kia; bên trong thì ngấm ngầm việc tự sát, bên ngoài sẽ dễ trở thành hướng đến việc giết người trong thế giới tuyệt vọng nầy.

Nếu con người chỉ phát triển một cách cực mạnh theo lối chứa nhóm về văn hóa và tri thức và lịch sử quan của Tây Âu lấy con người làm chủ nghĩa trung tâm, thì đây chính là điều ngược lại với lịch sử quan đối với Phật trí. Nếu quan tâm tìm hiểu về tình hình thế giới trong hiện tại thì có thể thấy rằng: Quả thật việc nghe và thực hành được lời dạy của Đức Thích Tôn và của Ngài Thân Loan thì khó trọn vẹn.

(*) Ngũ trược: Ở đời mạt pháp con người sống với 5 loại ô nhiễm.

1.- Kiếp trược: là thời đại toàn thể bị nhiễm ô. Đại biểu là thiên tai và chiến tranh làm cho xã hội xấu đi dần.

2.- Kiến trược: Có nghĩa là tư tưởng bị nhiễm ô. Tư tưởng lệch lạc và nghiêng về phía tà giáo.

3.- Phiền não trược: nghĩa là bị phiền não đốt cháy. Về lãnh vực tinh thần thì bị ác đức hoành hành bao phủ.

4.- Chúng sanh trược: nghĩa là cả thân lẫn tâm con người trở nên yếu kém. Tư chất bị thấp dần.

5.- Mạng trược: nghĩa là mạng sống của con người từ từ ngắn dần, cuối cùng chỉ còn sống đến 10 tuổi.

6.- VỀ GIÁO HẠNH CHỨNG

Như vậy đối với Phật giáo đã là con đường đạo thực tiễn rồi. Tại sao lại còn xuất hiện giáo hạnh chứng nữa? Điều nầy đối với thời đại của chúng ta đang sinh sống, bất cứ là người nào cũng cần đến hình thức đón nhận giáo hạnh chứng. Con người phải nên tin cái gì đó (giáo) và điều thực tiễn kia (hạnh) cũng như đưa đến kết quả (chứng) thọ nhận để sống. Như vậy cả đàn ông hay đàn bà, người trẻ hay già, chẳng ai có thể chạy khỏi điều nầy được.

Ví dụ với tôi (Tác giả) tin vào lời dạy của Ngài Thân Loan Thánh Nhơn và giảng dạy ở Đại Học. Với những việc nầy đối với học sinh (sinh viên) chẳng rõ là điều tốt hay xấu, nhưng bề nào thì cũng phải dẫn đến sự đón nhận kia. Cũng như đối với mọi người khi tin thì mến mộ với cả tấm lòng thiện cảm chánh nghĩa, nhưng con người thì kẻ nầy người khác, mỗi ngày đối với sự thực tiễn kia, chẳng phải là nên đón nhận kết quả kia dẫn đến chăng? Cũng giống như vậy, dẫu cho là người nào đi chăng nữa, chắc chắn sẽ sống với hình thức của giáo hạnh chứng. Cho nên đối với Phật giáo, con người sống theo đây và một công việc nỗ lực với Phật đạo, được biểu hiện nơi giáo hạnh chứng vậy.

Giáo Hạnh Chứng nầy, với Ngài Thân Loan Thánh Nhơn, đây là phần mở đầu tổng quát:

Với việc nầy, Ngu Ngốc Thích Thân Loan có nên vui mừng chăng? Với Thánh Điển của Tây Phan (Ấn Độ), Nguyệt Chi (Trung Quốc) về sự giải thích của các Sư thời Đông Hạ (Trung Quốc), Nhựt Vức (Nhật Bản), cho đến bây giờ mới gặp được. Việc mong mỏi nghe, đã nghe được, kính tin nơi giáo hạnh chứng của Chơn Tông (Tịnh Độ Chơn Tông). Đặc biệt đối với ân đức của Như Lai sâu xa như thế nhưng chẳng rõ biết. Cho nên với việc nầy khi nghe đến, hoan hỷ tận đáy lòng, tán thán ca ngợi rộng thêm ra. (Chơn Tông Thánh Điển – trang 150).

Như thế đã rõ ràng. Ít nhiều với ý nghĩa đó sẽ cùng đón nhận vậy. "Bản thân ta đối với đây nhiều phiền não. Ngài Thế Thân và Ngài Đàm Loan căn cứ vào truyền thống Đại Thừa của "Đại Kinh" và chúng ta đón nhận cũng như có trách nhiệm làm sáng tỏ con đường đạo ấy. Ngu Ngốc Thích Thân Loan đã tuyên bố như vậy. Với thân nầy việc gặp được Phật giáo cũng như nghe đến đã là việc rất khó và căn cứ tin tưởng tuyên dương toàn thân toàn tâm đối với Giáo Hạnh Chứng của Tịnh Độ Chơn Tông mà 7 vị Tổ từ Ấn Độ, các luận sư của Trung Á cũng như của Trung Quốc và Nhật Bản, mà bao gồm đối với tất cả chúng sanh, với lòng từ bi vĩ đại năng lực của Đức A Di Đà Như Lai, cũng như ân đức của Đức Thích Ca Như Lai đã tuyên thuyết những gì sâu xa ấy, chúng ta phải nên biết. Từ đó với Đức Thích Ca Như Lai và A Di Đà Như Lai, ân đức của nhị vị chúng ta phải báo đáp, khi nghe đến phải nên rộng mở cõi tâm tán thán, ca ngợi, mà với Pháp Nhiên Thượng Nhân đã dạy cho con đường Phật của Bổn Nguyện, đồng thời trong đó điều quan trọng là nên làm rõ sự ưu thế kia". Cho nên với đây, phải viết thành "Giáo, Hạnh, Tín, Chứng" và Ngài Thân Loan Thánh Nhơn cũng mong mỏi là làm sáng tỏ rõ ràng điều nầy.

Đối với sự mong mỏi của Ngài Thân Loan Thánh Nhơn ở phần sau sẽ tìm hiểu về sự cải cách, riêng ở đây với Tịnh Độ Chơn Thật thì nên cung kính tin tưởng sự hiển dương Giáo Hạnh Chứng về truyền thống của 7 vị Tổ, để gọi là chú thích rõ ràng tư thế của Thân Loan Thánh Nhơn.

Ở đây như Ngài Thân Loan Thánh Nhơn nói về Giáo Hạnh Chứng qua Tịnh Độ Chơn Thật của "Đại Kinh" để xiển dương và dẫu cho bất cứ nơi đâu thì 7 vị Tổ đều thể hiện theo truyền thống. Thế nhưng đối với phàm phu như chúng ta, nếu có được sự kính tin nên với thân nầy sống để hết lòng cho Phật đạo. Sự kính tin nầy cuối cùng là gặp được những lời dạy của những vị Thầy "nên hoan hỷ không kể xiết" (Chơn Tông Thánh Điển – trang 505). Với niềm tin triệt để ấy sẽ làm cho những kẻ phàm phu như chúng ta được mở mắt ra. Đồng thời con đường Phật của "Đại Kinh" mà nếu những kẻ phàm phu rõ biết được, năng nổ thực hành Giáo Hạnh Chứng một cách thực tế sống với tấm thân nầy, thì tất cả những điều đó nếu có chuyển đổi sai khác, tất cả đều thuộc về quan niệm luận vậy. Sự thức tỉnh của người phàm phu là việc Ngài Thân Loan Thánh Nhơn đã làm lập cước địa.

Từ việc nầy với Đề Hiệu gọi là "Hiển Tịnh Độ Chơn Thật Giáo Hạnh Chứng" có thể phải đọc theo truyền thống của 7 vị Tổ là: "Tịnh Độ Chơn Tông, Hiển Bày Giáo Hạnh Chứng". Ngoài ý nghĩa đó ra, đây chẳng phải là những quan niệm luận có tính cách học vấn, mà đó chính là túc nghiệp của thân đã sống ở cõi đời trước với sự biểu trưng về con đường Phật. Như thế từ 7 vị Tổ đã được truyền đến Giáo Hạnh Chứng để được kính tin, bây giờ, với nhứt thừa hải của Bổn Nguyện to lớn (Tịnh Độ Chơn Tông) đã truyền lại bao gồm những kẻ phàm phu, nên ở đây với Kinh Pháp Hoa lấy trung tâm học vấn của Thánh Đạo Môn và sự sai khác, chúng ta có thể suy nghĩ với đề tài được biểu hiện về tánh cách của "Đại Kinh" đối với con đường Phật của sự thực tiễn ấy.

Như vậy Giáo Hạnh Chứng có nghĩa là sống với thực tế đầy nghị lực để thực hiện con đường Phật; nên "Hiển Tịnh Độ Chơn Thật Giáo Hạnh Chứng gọi là Đề Hiệu mà tất cả mọi người sống một cách mãnh liệt với con đường Phật thực tiễn ấy". Đây chính là một tuyên ngôn vậy. Với tuyên ngôn dõng dạc của Ngài Thân Loan Thánh Nhơn như vậy, theo tôi nghĩ là chúng ta nên nghe Đề Hiệu nầy và nên đón nhận lấy.

* 1.- Tổng tự: là lời tựa toàn thể từ đầu đến cuối của "Giáo Hạnh Tín Chứng". Ngoài Giáo Hạnh Tín Chứng nầy ra ở phần đầu của Tín quyển có "biệt tự" nơi quyển sau cùng của Hóa Thân độ quyển nơi "lời sau cùng" có ghi (Tham chiếu bản đồ 6 – 8).

* 2.- Thân của túc nghiệp nghĩa là thân thể của chúng ta, chính tự nó không đón nhận lịch sử. Nhan sắc và phong độ nầy giống với ông bà, cách suy nghĩ và giá trị quan được đón nhận tùy theo hoàn cảnh được giáo dục. Chính bản thân của mình không tự quyết định được, mà bị đánh đổi có tính cách vận mệnh, nên nói là thân của túc nghiệp (đời trước).

7.- VỚI NHỮNG VĂN LOẠI

Văn loại nghĩa là tất cả những sự tập hợp về những văn bản (chương). "Giáo Hạnh Tín Chứng" lấy trọng tâm của ba kinh làm kinh điển, mà 7 vị Tổ lấy đó làm luận cứ chính, để rồi từ đó biên tập tạo thành những văn loại của ba loại trên để chú thích thành sách vở. Nhưng về hình thức thì ngoài Ngài Thân Loan Thánh Nhơn ra không thấy ai có được phương pháp ấy. Những loại tạp chí vào thời đại Ngài Thân Loan như Tông Sáng của Trung Quốc đã biên tập quyển "Lạc Na Văn Loại", đã sử dụng nhiều lần từ "Giáo Hạnh Tín Chứng". Đặc biệt những tác phẩm chủ yếu của Ngài Thân Loan Thánh Nhơn như: "Hiển Tịnh Độ Chơn Thật Giáo Hạnh Tín Chứng Văn Loại", "Tịnh Độ Văn Loại Tụ Sao", "Tịnh Độ Tam Kinh Vãng Sanh Văn Loại" v.v... Bởi vì đã gặt hái phương pháp của những văn loại nầy, nên có thể suy nghĩ rằng những phương pháp được cho vào đó là những điều đặc biệt của chính Ngài Thân Loan Thánh Nhơn.

Ở lời tựa tổng quát của "Tịnh Độ Văn Loại Tụ Sao" đã lần lượt tường thuật về lý do của Văn Loại như sau:

Ngu Ngốc nầy của Phiên Châu (Nhật Bản) trở về với luận thuyết của Ấn Độ Tây Phiên, ngưỡng vọng về sự giải thích của các Sư Hoa Hán (Trung Hoa) và Nhựt Vức (Nhật Bản), kính tin nơi Giáo Hạnh Chứng của Chơn Tông (Tịnh Độ Chơn Tông). Đặc biệt chẳng tận tường hết nơi ân Phật; nếu chẳng thể tin được, nên phải dùng đến Văn Loại Tụ của Tịnh Độ để làm sáng tỏ.

(Chơn Tông Thánh Điển – trang 402).

Ở đây sẽ cố gắng dịch thẳng (trực dịch) để xem vậy. "Với tôi là một kẻ ngu ngốc của Nhật Bản nơi Phiên Ngung của thế giới, chỉ cung kính tin tưởng ngưỡng vọng nơi Giáo Hạnh Chứng của Tịnh Độ Chơn Thật đã được trình bày rõ ràng của 7 vị Tổ Sư Ấn Độ, Trung Quốc và Nhựt Bản. Đặc biệt với kẻ phàm phu như ta, không có đầy đủ khả năng để tán dương bất khả tư nghì mà văn loại của ba kinh, văn loại của luận thơ, văn loại của những sách vở chú thích đã dùng để tán thán vậy". Văn nầy là văn chương chí thú giống như lời tựa tổng quát nơi "Giáo Hạnh Tín Chứng".

"Phật ân không chỗ cùng tận, dùng để làm sáng tỏ Tịnh Độ qua Văn Loại Tụ". Chữ "Phả" nầy ngược lại với chữ "khả"; có nghĩa là chẳng đầy đủ khả năng. Ở đây chữ "Ngu Ngốc" của thân nầy thường hay sử dụng đối với nhị tôn (Đức Di Đà và Đức Thích Ca) để tán thán được, nên gọi là bất khả năng, chẳng đầy đủ. Cho nên theo lập trường của Ngài Thân Loan Thánh Nhơn là không thể nắm bắt hết được các phương pháp đối với Văn Loại, thường hay được biểu hiện như vậy chẳng biết nói sao cho hết, nên gọi là Ngu Ngốc để biểu hiện sự rõ biết kẻ phàm phu của Thân Loan Thánh Nhơn. Khi tán thán ân Phật, không thể dùng sự thật cảm của kẻ phàm phu để thưa thỉnh, nên Văn Loại của người xưa thường dùng như vậy. Đứng từ chỗ đứng nầy để viết nên sách "Giáo Hạnh Tín Chứng", nên khi đọc đến đây cũng nên suy nghĩ rằng không ngoài sự giác ngộ cho kẻ phàm phu vậy.

8.- TÓM GỌN CỦA ĐỀ HIỆU THÍCH (GIẢI THÍCH VỀ ĐỀ HIỆU)

Bây giờ cho đến ở đây chúng ta sẽ đi tìm về cách gọi "Đề Hiệu" qua "Hiển Tịnh Độ Chơn Thật Giáo Hạnh Chứng Văn Loại". Nhưng cần phải nên chú ý, vì có nhiều nghĩa cần thiết nữa. Đầu tiên, nghĩa thứ nhất là: "Tịnh Độ Chân Thật" theo ngôn ngữ của "Đại Kinh" mà trong truyền thống quan trọng về ngôn ngữ của "Đại

Kinh" có ý nghĩa cũng tương ưng với "Chơn thật công đức", với Tịnh Độ phải lưu tâm.

Kế tiếp là sự biểu hiện cách sống theo con đường Phật, qua "Giáo Hạnh Chứng". Điều thực tiễn chính là sự tự giác của phàm phu chi phối. Bởi vì phàm phu nên các văn loại phải có phương pháp chọn lựa.

Khi gặp những việc nầy chúng ta phải tán thán ân đức của hai vị (Pháp Nhiên và Thân Loan) với Đề Hiệu "Làm Hiển Bày Tịnh Độ Chơn Thật", theo truyền thống của 7 vị Tổ đã được đón nhận về "Giáo Hạnh Chứng" như Văn Loại đối với Ngu Ngốc (Thân Loan) và cũng nên học đến.

Đề Hiệu rất là khó, với điều cần thiết chính là sự biểu hiện qua ngôn ngữ rõ biết Niết Bàn của A Di Đà Như Lai với "Tịnh Độ Chơn Thật". Với việc thế gian như chúng ta không phải là chẳng được đầy đủ. Tuy vậy với việc nầy luôn biểu hiện phía sau đó là sự bất mãn túc, dầu cho việc xấu hay điều tốt, đón nhận hay không đón nhận vào, dẫu cho việc sống hay sự chết, tất cả mọi chuyện là chuyện tự thân của ta. Chúng ta được ảnh hưởng đầy đủ tuyệt đối những việc thật có trong cuộc sống của mỗi người, tất cả đều nên dùng hai bàn tay chắp lại để khai mở con đường. Đây chính là "Tịnh Độ Chơn Thật" vậy.

Danh hiệu của Bổn Nguyện khi "kính tín", thực hiện Giáo Hạnh Chứng thì những phiền não của thân qua "Tịnh Độ Chơn Thật", được gọi là con đường Phật được thành lập về việc nguyện sanh về Tịnh Độ. Bởi lẽ Ngài Thân Loan Thánh Nhơn chính tự bản thân mình nỗ lực với sự chân thật của Niết Bàn qua Giáo, Hạnh, Chứng được biểu hiện ở bình diện của "Giáo Hạnh Tín Chứng" nầy. Hãy chỉ nên tiếp tục đọc chậm rãi, chúng ta sẽ đón nhận, thu thập được những ý nghĩa quan trọng.

CHƯƠNG THỨ HAI: LÝ DO BIÊN SOẠN "GIÁO HẠNH TÍN CHỨNG"

1.- THEO LỜI NGUYỆN CỦA VIỆC LẬP GIÁO KHAI TÔNG

Bây giờ từ đây trở đi phải tìm hiểu tại sao Thân Loan Thánh Nhơn phải viết "Giáo Hạnh Tín Chứng", phải nên tìm hiểu về lý do nầy cũng có thể nghĩ đến nhiều lý do như Thầy Tằng Ngã Lượng Thâm (Sogaryòjin) đã viết ra lý do ở nơi lời tựa tổng quát của việc viết nên "Giáo Hạnh Tín Chứng", mà "sự tình" ấy được biên soạn ở phần lời cuối sách đã bị chỉ trích. Cho nên đầu tiên chúng ta hãy tìm lý do của lời tựa tổng quát ấy.

Lời tựa tổng quát căn cứ vào "Đại Kinh" là những câu văn làm sáng tỏ việc lập giáo khai tông và ở đó có thể nghĩ rằng lý do kia được biểu hiện một cách rõ ràng.

Ở đây Ngu Ngốc Thích Thân Loan vui mừng mong mỏi được gặp thì nay đã gặp việc chú thích của các Sư Thầy từ Tây Phiên (những nước phía Tây của Nhật Bản), những Thánh Điển của Nguyệt Chi (Trung Quốc), Đông Hạ, Nhựt Vực (Nhật Bản). Mong muốn nghe đến và đã được nghe; kính tin nơi giáo hạnh chứng của Chơn Tông; đặc biệt là chẳng rõ biết được ân đức sâu dày của Như Lai. Nên với việc này, khi nghe đến lại vui mừng và tán thán việc nầy một cách rộng rãi.

(Chơn Tông Thánh Điển - trang 150).

Ý nghĩa của câu văn nầy giống như phía trước đã lược dịch. Ở nơi câu văn nầy niềm mong đợi về tri ân báo đức của Ngài Thân Loan Thánh Nhơn, nên phải viết ra quyển "Giáo Hạnh Tín Chứng" là lý do đã chứng tỏ rõ ràng.

Cho đến chỗ nầy bước qua việc như đã thuật lại và nơi văn chương đây phải nên chú ý đến các điểm, sẽ được nêu ra. Đầu tiên là được sự cứu độ của "Đại Kinh", nên được gọi là "Ngu Ngốc". Kế đến là kính tin theo truyền thống về danh hiệu của Bổn Nguyện, với tín tâm ấy đã được cứu độ. Thứ ba là đối với niềm tin về tha lực mở rộng thế giới của sự thệ nguyện nhứt thừa Phật, là sự so sánh tất yếu không có sự to lớn nào hơn. Căn cứ vào Bổn Nguyện ấy, kẻ phàm phu có thể thành Phật một cách tất yếu. Ở đây "Đại Kinh" đã dạy cho thấy về sự Chơn Thật ấy, mà Ngài Thân Loan Thánh Nhơn đã cho thấy xuyên suốt qua sự tự tin tuyệt đối nầy.

2.- KINH XUẤT THẾ BỔN HOÀI

Bây giờ đối với Đại Thừa Phật Giáo muốn giảng nói những giáo điển ấy vì sự xuất thế nầy, chính Đức Thích Tôn đã tự thân mình tuyên nói, cho nên những kinh điển nầy có thể nói là: Kinh xuất thế bổn hoài; trong đó nổi tiếng là "Kinh Pháp Hoa". Nếu như vậy thì "Kinh Pháp Hoa" hay "Kinh Niết Bàn" v.v... đối với những kinh điển Đại Thừa khác thì "Kinh Pháp Hoa" chính là đỉnh điểm của Kim tự tháp. Vì nơi đó xác định rõ ràng về ý nghĩa của việc xuất thế bổn hoài, như bên dưới giải thích sẽ hiểu rõ hơn.

Đối với việc bất tư nghì ở đây là còn một kinh khác cũng thuộc về kinh xuất thế bổn hoài. Đó là "Kinh Đại Vô Lượng Thọ". Cũng đồng là cùng ở trong Đại Thừa Phật Giáo; nhưng tại sao lại có hai kinh xuất thế bổn hoài? "Kinh Pháp Hoa" chính là kinh điển của tự lực thuộc về Thánh Đạo Môn; còn "Đại Kinh" là kinh điển nói về tha lực của Pháp Môn Tịnh Độ . Đầu tiên chúng ta thử tìm hiểu rõ ràng về sự sai biệt nầy.(Dịch giả chú thích: Theo Ngài Thiên

Thai Trí Giả Đại Sư thì Kinh Pháp Hoa thuộc về Đại Thừa Viên Giáo; nên gồm cả Thánh Đạo Môn và Tịnh Độ Môn).

"Kinh Pháp Hoa" đầu tiên được giảng cho người đệ tử ưu tú của Đức Phật là Ngài Xá Lợi Phất. Có lúc Đức Phật dạy đã được thuật lại rằng: "Cho đến bây giờ Thanh Văn, Duyên Giác là nhị thừa và trội hơn nữa là Bồ Tát của Đại Thừa. Điều thiết yếu nhất chẳng phải ở nơi tam thừa của Thanh Văn, Duyên Giác và Bồ Tát, mà là pháp phân biệt cao hơn nữa là nhứt thừa". Nếu là như vậy thì với Ngài Xá Lợi Phất đã yếu thỉnh (yêu cầu cung thỉnh điều chính yếu) nói về pháp nhứt thừa như thế nào đây? Ở đây Đức Phật đã cắt ngang, Ngài Xá Lợi Phất lại thưa thỉnh... lặp đi lặp lại đến cả ba lần như vậy. Kế đó đến lần thứ tư thì pháp nhứt thừa được nói ra.

Cho nên việc nầy có thể lý giải đối với tam thừa của Thanh Văn, Duyên Giác và Bồ Tát. Thế nhưng để đáp ứng lại nguyện vọng của Xá Lợi Phất, nên đã được nói ra. Đây gọi là: "Tam chỉ tam thỉnh" (Ba lần dừng, ba lần thưa thỉnh). Hình tướng này được biểu hiện ở 5.000 người đệ tử của Đức Phật, khi họ rời khỏi chỗ ngồi. Đây có phải là họ đã ngộ được lời dạy ấy qua sự tin tưởng chăng? Hay những người đệ tử ấy cũng còn được gọi là tăng thượng mạn. Như vậy ở nơi "Kinh Pháp Hoa" là để nói cho những người đệ tử ưu tú nắm bắt được pháp nhứt thừa vậy.

Đối lại việc nầy ở "Đại Kinh", Ngài A Nan được dạy cho. Ngài A Nan là em họ của Đức Phật, cho đến khi Đức Phật nhập diệt vẫn luôn ở bên cạnh Đức Thế Tôn để hầu hạ, là người đệ tử Phật "thường tùy thân cận". Khi Đức Thích Tôn nhập diệt, Ngài A Nan là thị giả rất buồn lo sâu sắc nên đã cảm tạ thuật lại, do đó A Nan được giao cho trách nhiệm ưu tiên làm thị giả là điều chẳng sai. Đối với việc nầy A Nan cũng chẳng thể thay đổi nên được truyền lại rằng khi Đức Thế Tôn còn tại thế A Nan vẫn chưa chứng đắc, mà vẫn còn là một người đệ tử Phật chưa ly dục. Do vậy sau khi Đức Phật nhập diệt, việc kết tập kinh điển lần thứ nhất được triệu tập thì A Nan đầu tiên không được chấp nhận có mặt nơi ấy. Thế nhưng trên thực tế thì Ngài là vị đệ tử đa văn đệ nhất, nghe và nhớ lời dạy của Đức Thế Tôn không có ai bằng, nên Ngài A Nan đã cống hiến rất nhiều. Ngài là vị đệ tử Phật chưa ly dục nhưng đã được Đức Phật dạy cho về Bổn Nguyện của Đức A Di Đà Như Lai qua "Đại Kinh".

" Kinh Pháp Hoa" dùng để nói cho những vị đệ tử Phật những vị ở thượng lưu; còn "Đại Kinh" được nói cho Ngài A Nan, bậc chưa ly dục. Đây là sự sai khác của đối cáo chúng vậy, có thể nghĩ rằng đây là sự thể hiện về đặc trưng của hai loại kinh xuất thế bổn hoài vậy.

* Thanh văn: Đích thị là dạy cho nghe và khi nghe xong chính mình hoàn thành sự tìm cầu hiểu biết, là đệ tử của Phật.

* Duyên Giác: Hay cũng còn gọi là Độc Giác: là đệ tử Phật, một mình tự giác ngộ, không có Thầy.

* Bồ Tát: Đối với hạnh tự lợi thì tìm cầu Bồ Đề, hạnh lợi tha là đệ tử Phật làm lợi ích cho kẻ khác.

* Ở nơi Phật Giáo Đại Thừa, gọi Thanh Văn, Duyên Giác là Nhị Thừa, vì chỉ thực hành tự lợi, không có lợi tha và bị phê phán; khi nào tự lợi và lợi tha viên mãn thì được gọi là Bồ Tát.

3.- TÁNH CÁCH PHƯƠNG HƯỚNG CỦA PHẬT ĐẠO

Như thế để cho dễ hiểu thì có thể suy nghĩ về hai loại tu hành theo thế hệ của Phật đạo. Đức Thích Tôn trước khi giác ngộ đã ở tại núi gọi là Tiền Chánh Giác sơn, với thời gian tu 6 năm khổ hạnh tại đó. Hình ảnh Đức Phật tu khổ hạnh tại Khổ Hạnh Lâm, mắt lõm sâu vào, da bọc lấy xương cốt, lúc qua khỏi sông Ni Liên Thiền thì gặp nàng thôn nữ Soujata dâng cho bát cháo sữa. Từ đó đi khoảng một cây số nữa đến nơi tòa Kim Cang và ở đó tu được giác ngộ, tỏ rõ chân lý. Căn cứ theo truyện Phật nầy về sự tu hành được giác ngộ với Đức Thích Tôn, là mẫu hình của tu đạo thể hệ được thành lập. Đó chính là Thánh Đạo Môn và lấy "Kinh Pháp Hoa" làm trọng tâm.

Ở "Kinh Bồ Tát Anh Lạc", "Kinh Thập Địa, "Kinh Hoa Nghiêm" ở phần (phẩm Thập Địa) v.v... có nói về: Thập Tín, Thập trụ, Thập hạnh, Thập hồi hướng, Thập địa, Đẳng giác, Diệu Giác gọi là những giai đoạn để thiết lập việc chứng được 52 quả vị của Bồ Tát (hãy tham chiếu nơi họa đồ bên dưới).

Đầu tiên với người ở địa vị Thập Tín, nghĩa là không phải là kẻ phàm phu, đây gọi là ngoại phàm phu. Thập Trụ, Thập Hạnh, Thập Hồi Hướng là những người phàm phu đã gọi là ở trong phàm phu. Từ Thập Địa đến Bồ Tát, bắt đầu từ Hoan Hỷ Địa, vượt qua sự khó khăn liên hệ đến thất địa trầm không để trở thành Như Lai Đẳng Chánh Giác, gọi là Diệu Giác. Như thế đó sự tu hành của Bồ Tát được kiến lập lần lượt như vậy.

Đây là mô hình qua lời dạy của Đức Thích Tôn, lấy tự lực làm căn bản và nói về tự lực ấy. Lại nữa cũng còn nói đây là Thánh Đạo Môn giống như con đường giác ngộ của Đức Thích Tôn đã trở thành Thánh Nhơn vậy. Giống như việc nầy của Đại Thừa Phật Giáo về ngoài Tịnh Độ Môn ra thì tất cả mọi người đều có thể đưa con người đến phương hướng giác ngộ thành Phật như "Kinh Pháp Hoa" đã căn cứ vào đó làm trung tâm.

Ngược lại ở nơi "Đại Kinh" thì từ sự giác ngộ của Phật đi về phương hướng ngược lại cho nhân gian.

Pháp thân không có màu sắc, không có hình tướng, thế nhưng cũng còn gọi là tâm. Khi nghe xưng danh thì sẽ biểu hiện sự nhứt như đồng thời với phương tiện pháp thân mang đến, mà Ngài Pháp Tạng Tỳ Kheo đã mong mỏi như vậy, với đại thể nguyện bất khả tư nghì, thì hiện ra hình tướng như Ngài Bồ Tát Thế Thân để trở thành Tận Thập Phương Vô Ngại Quang Như Lai.

(Chơn Tông Thánh Điển – trang 554)

Như đã tường thuật về Ngài Thân Loan Thánh Nhơn, Đức A Di Đà Như Lai (Pháp thân) ấy được bắt đầu giác ngộ từ Ngài Bồ Tát Pháp Tạng là một đại thệ nguyện để cứu độ tất cả chúng sanh, nên đã kiến lập nên cõi Tịnh Độ. Ở cõi Tịnh Độ đó với tất cả chúng sanh cho đến lúc khi niệm danh hiệu thì được theo đó mà cứu giúp, từ đó đến tiếp dẫn về.

"Kinh Pháp Hoa" và "Đại Kinh" thì có các phương hướng khác nhau, tại sao lại như vậy? Điều nầy nghĩa là sự kiến tạo ấy rất là tuyệt vời và sau khi Đức Thích Ca giác ngộ được sự thực hành khổ hạnh, có lẽ do sự khổ hạnh nầy có liên hệ với nhau chăng? Với Đức Thích Tôn, nếu không nghe được từ Ngài thì sẽ không thể hiểu, cho đến sau khi nhập diệt thời gian trôi qua, điều nầy cũng trở nên là điều chẳng thể được; nếu trường hợp chẳng liên hệ gì với khổ hạnh, thì chẳng có những thứ lớp được thành lập nên, với việc giả định kia cũng được thành lập. Thật ra chỉ có Bồ Tát vì sự giáo hóa chúng sanh mới nắm bắt được ưu thế ấy.

Cho nên trong 7 vị Tổ, có một vị là Thiền Sư Đạo Xước cho biết lý do là ở đời mạt pháp nầy không thể hình thành Thánh Đạo Môn được nên đã đưa ra hai lý do như sau:

"Đầu tiên là do đức Đại Thánh đã lìa xa quá lâu rồi, và lý do thứ hai là do giải thích giáo lý thâm sâu vi diệu ấy" ở quyển 1 trang 410 theo (nhà phát hành Đại Bát Mộc Hưng Văn Đường) về "Chơn Tông Thánh Giáo Toàn Thơ". Lại nữa "ở một lý do khác là sau khi Đức Thích Tôn nhập diệt, trải qua thời gian dài lâu. Điều kế tiếp là sự giác ngộ trở nên xa vời, nên với những kẻ phàm phu như chúng ta khó mà lý giải (giải thích hiểu) được". Đây là 2 điều đã được đề cập đến. Cho nên với ưu thế mà Bồ Tát còn chưa đạt được giác ngộ, thì kết quả lý tưởng của Bồ Tát sẽ vượt qua được. Đây là sự sai biệt khá lớn về lý tưởng của Bồ Tát và việc giác ngộ thành

Phật. Ngài Đạo Xước đã đề cập đến. Với 2 việc ấy, đưa ra lý do để giải thích việc thâm sâu vi diệu kia, đó là do con người không thể rõ biết hết được sự giác ngộ của Đức Phật.

Bây giờ hãy cùng suy nghĩ thêm rộng ra một ít nữa vậy. Mọi người sẽ phải chết như thế nào đây? Suy nghĩ đủ thứ, nhưng chẳng hiểu gì cả. Kết cuộc thì cái đầu trống rỗng, giàu có chăng, thích nghi chăng, mau đưa đến tiện nghi chăng hay sống lâu hạnh phúc? Bởi vì con người có cả khối dục, dẫu cho có nói chuyện cứu độ cũng không ngoài việc nối dài thêm cái dục ấy mà thôi; nhưng thực tế thì không thể không cứu cái dục ấy? Điều đó phát xuất từ nơi nào phải có chỗ tượng trưng, thì mới có thể làm tiêu diệt cái dục đó của nhân loại. Nếu muốn hiểu được để cứu nhân loại thì chỉ có sự giác ngộ của Đức Phật mới có thể chinh phạt và đào bới ra được. Cho nên với "Đại Kinh" mới có thể chỉ cho phương cách giác ngộ của Đức A Di Đà Như Lai và lời thệ nguyện cứu độ tất cả chúng sanh.

Ở đây sẽ giải thích một ít về Bổn Nguyện ấy. Đức Phật thì chẳng thể một mình Đức A Di Đà Như Lai, mà còn có Đức Đại Nhựt Như Lai, Đức Phật Tỳ Lô Giá Na là tiêu biểu; ngoài ra còn vô lượng vô số chư Phật nữa. Nhưng trước khi thành Phật, các Ngài đều là những vị Bồ Tát cả. Bồ Tát có nghĩa là những vị đã thực hiện việc tự lợi và lợi tha và muốn trở thành Phật, gọi đây là Bổn Nguyện, tất cả các vị đều như vậy. Cùng chung với Bổn Nguyện ấy chính là Tứ Hoằng Thệ Nguyện, cho nên nói đó là tổng nguyện. Nhưng nơi đây chỉ với Đức A Di Đà Như Lai có ngoại lệ, Ngài có nguyện riêng là sẽ cứu độ tất cả chúng sanh đối với những người có tín tâm tin vào danh hiệu của Bổn Nguyện. Bất cứ đối với Bổn Nguyện của vị Bồ Tát nào mà thực hiện để trở thành Phật, thì Bổn Nguyện ấy là cái Nhơn và Quả chính là sự thành Phật.

Từ việc nầy có thể nói rằng dùng tự lực để thực hành theo Thánh Đạo Môn thì sự tu hành của chúng sanh là Nhơn và cái

Quả là tìm cầu sự giác ngộ. Nương vào việc nầy là con đường để thành Phật. Sự nỗ lực để tu hành là Nhơn và cái quả của sự giác ngộ ấy chẳng phải là có tánh tất nhiên. Cho nên vạn người chỉ có một, thường được gọi như vậy.

Đối với sự việc kia thì Tịnh Độ Môn lấy Bổn Nguyện lực làm căn bản. Cái Nhơn của Bổn Nguyện là trở về với lời Phật dạy. Đặc biệt Ngài Pháp Tạng Bồ Tát giác ngộ từ chỗ ngồi đứng dậy và phát nguyện đối với tất cả những túc nghiệp của chúng sanh thành một thân. Đó là: "Xưng danh hiệu ta, sẽ được tiếp dẫn về nước ta". Cho nên khi nghe đến âm thanh của Bổn Nguyện nầy, với việc mang đầy dẫy thân thể của kẻ phàm phu cũng đều về đó được, không gì khác hơn vậy. Bởi lẽ vấn đề túc nghiệp của thân không thể lý giải phân biệt về lý tánh, cho nên việc nầy khi thân thể dẫy đầy như vậy mà thân ấy bị vứt vào đại địa, việc cứu khổ ấy chẳng có nơi nào có, chỉ một mình gọi đến, chung quanh khóc lóc, ngoài ra chẳng có gì cả, thì lúc ấy với người phàm phu được nhanh thấy với lòng từ bi to lớn kia, qua việc xưng danh hiệu của Bổn Nguyện để về nước ta và được nghe đến âm thanh của Bổn Nguyện ấy.

"Lời nguyện qua 5 kiếp tư duy" là đối với túc nghiệp của thân mà "Thân Loan một mình" đã quy hướng về. Nương tựa vào Bổn Nguyện lực của Nhơn thì chắc chắn cái Quả của kẻ kia là sự thành Phật. Tại sao lại là Bổn Nguyện lực? Vì là cái Quả của sự giác ngộ từ chỗ ngồi đứng dậy ấy đối với "Thập phương chúng sanh", nếu trở về với Bổn Nguyện là Nhơn thì "tất cả chúng sanh" ấy nương vào Bổn Nguyện lực, tất nhiên cái Quả là sẽ thành Phật.

* Thất địa trầm không: Các vị Bồ Tát ngộ về cái Không, nên sự tìm cầu đến Phật để giáo hóa cho tất cả chúng sanh cũng đều không; giác ngộ về cái không, để không bị lay động đắm chìm vào đó. Bồ Tát có 52 quả vị của Thập Địa (Xin tham chiếu ở đồ hình phía trước).

1. Hoan Hỷ địa. 2. Ly Cấu địa. 3. Phát Quang địa. 4. Diệm Huệ địa. 5. Nan Thắng địa. 6. Hiện Tiền địa. 7. Viễn Hành địa. 8. Bất Động địa. 9. Thiện Huệ địa và 10. Pháp Vân địa. Ở trong nầy (7) và (8) khó có sự liên hệ với nhau. Phải vượt lên khỏi cái khó nầy, tuy không có hạng lượng chỗ thâm sâu để thành Phật và sự cứu giúp chúng sanh ấy, thấy ra được chỗ vui chơi kia giống như là nơi chốn của Bồ Tát giáo hóa được sống lại (8).

4.- TÁNH CHẤT KHÁC CỦA PHẬT ĐẠO

Với Đại Thừa Phật Giáo thì "Đại Kinh" và "Pháp Hoa Kinh" được gọi là hai loại kinh của xuất thế bổn hoài. Cả hai kinh ấy có phương hướng đối nghịch nhau của Phật Giáo như chúng ta đã tìm hiểu. Kinh Pháp Hoa dạy về Thánh Đạo Môn, dùng tự lực để tu hành cho đến khi chứng được Bồ Tát, kế tiếp là con đường giác ngộ để thành Phật. Từ con người hướng đến Phật quả. Thế nhưng, dẫu cho có được giác ngộ đi chăng nữa thì chỉ có một số ít Bồ Tát đặc biệt mà thôi.

Ngược lại điều nầy với "Đại Kinh" nếu kẻ không biết tu hành để trở thành Phật v.v... nhưng để cứu độ những quần manh không ưa thích đó, lại được dạy cho Tịnh Độ Môn. Đây chính là hướng về cái quả của sự giác ngộ qua Ngài Bồ Tát Pháp Tạng đã đứng dậy phát lời đại nguyện kiến lập cõi Tịnh Độ, căn cứ vào danh hiệu Bổn Nguyện đối với tất cả chúng sanh để đón nhận vào, đây là cái Nhơn của Phật nương vào Bổn Nguyện lực và thành Phật là cái Quả, nương theo lời dạy của Đức Phật về tha lực. Điều nầy có nghĩa là từ Đức Phật đến nhân gian, nên với Thánh Đạo Môn là phương hướng ngược lại (tức từ con người đi đến chỗ thành Phật).

Giống như "Kinh Pháp Hoa" lấy Thánh Đạo môn làm trung tâm, còn "Đại Kinh" thì lấy Tịnh Độ môn làm trung tâm. Tuy cùng giống là Đại Thừa Phật Giáo; nhưng hầu như khác nhau về tính chất. Cái chất sai khác nầy, đây chính là nguyên nhân. Bởi vì tuy ngôn ngữ sử dụng giống nhau về phương hướng; nhưng ý nghĩa lại khác nhau, nếu có bàn luận đi nữa thì cũng trở nên sai khác. Ở đây, phần sau sẽ thêm vào nhưng đối với pháp nạn (pháp khó) phải được phát triển, theo thiển nghĩ thì chắc chắn có lý do về căn nguyên đó.

Nhưng do Đức Phật dạy, dẫu là kinh điển nào đi chăng nữa, thì con đường Phật vẫn không có gì sai khác cả. Với Đại Thừa Phật Giáo thì ví dụ như một thân cây, "Kinh Pháp Hoa" tượng trưng cho cánh hoa của sự giác ngộ. Còn "Đại Kinh" chính là đất cát, trải rộng khắp nơi, cũng có thể gọi đây là sự tượng trưng cho các gốc rễ của Pháp.

Khi Ngài Thân Loan Thánh Nhơn còn trẻ, ở nơi núi Tỉ Duệ đã theo học "Kinh Pháp Hoa" lấy đó làm điểm chính, nhưng đã không đạt đến được chỗ giác ngộ. Đến năm 29 tuổi thì xuống khỏi núi Tỉ Duệ, đến tham cứu tại Lục Giác Đường, suy nghĩ tìm cầu sự giác ngộ với hình thức của một người xuất gia Tăng sĩ và cũng khổ tâm khi phải hoàn tục. Trong khi nghiên cứu truy tầm thì nằm mộng thấy Thánh Đức Thái Tử về "Hành giả túc báo thiết nữ phạm" và đoan chắc rằng chỉ có Tịnh Độ giáo khi hoàn tục cũng được cứu độ và đã quyết định theo con đường đó, kết cuộc là đi tìm gặp Ngài Pháp Nhiên Thượng Nhơn ở Kiết Thủy (Yoshimizu).

Việc nầy ở "Thán Dị Sao" phần chương hai về (Chơn Tông Thánh Điển - trang 627) có đăng tải. Ngài Pháp Nhiên Thượng Nhơn đã dạy rằng: "Với việc Niệm Phật, không thể được Di Đà cứu độ". "Bề nào sự thực hành ấy mà không cùng với thân, chắc chắn phải rơi vào địa ngục", rồi rõ biết rằng chính tự lực thì tuyệt đối không được cứu độ để được giác ngộ, rồi theo Bổn Nguyện của "Đại Kinh" trở thành kẻ quy ngưỡng về sự Chơn Thật Giáo. Cho nên với Ngài Thân Loan Thánh Nhơn sự giác ngộ ấy đã không đạt được để bao trùm cả kẻ phàm tình với sự nhứt như của Niết Bàn; có thể gọi là Phật ấy của kẻ phàm phu. Ở đây có thể thấy được mặt khác với tên gọi là Ngu Ngốc.

* Thân Loan Thánh Nhơn đã đón nhận giấc mộng của Cứu Thế Bồ Tát (Thánh Đức Thái Tử), được tương truyền rằng khi sinh ra trở thành một vị Bồ Tát Cứu Thế" về "Hành giả túc nghiệp báo thiết nữ phạm, ngã thành ngọc nữ thân bị phạm, nhứt sanh chi gian năng trang nghiêm, lâm chung dẫn đạo sanh Cực Lạc" (Chơn Tông Thánh Điển - trang 725) (giải thích những câu chữ Hán bên trên như sau "Hành giả đời trước phạm vào nữ giới, ta thành ngọc nữ, thân bị phạm, cả một đời thường trang nghiêm, lâm chung sẽ được sanh về Cực Lạc). Từ đó đi tìm gặp Ngài Pháp Nhiên Thượng Nhơn.

5.- SỰ KHỔ NHỌC TRONG 5 KIẾP TƯ DUY VÀ ÁNH SÁNG CỦA TRÍ TUỆ

Ở đây Ngài Thân Loan Thánh Nhơn lần lượt biểu minh như sau:

Đúng là sự trôi nổi của phàm phu sự lưu lưu chuyển chuyển của quần sanh, không thể trở thành vô thượng diệu quả được; có được sự tin vui, sự thật khó có được.

(Chơn Tông Thánh Điển - trang 211)

"Bởi lẽ với Bổn Nguyện lực của Đức A Di Đà Như Lai, nếu nương vào đó sẽ thành Phật, nên việc thành Phật kia không phải là chuyện khó khăn nữa. Tuy vậy sự kiện tối đại của chúng sanh là phải rộng mở tín tâm của sự chơn thật, thì điều nầy mới thật là khó". Với Ngài Thân Loan Thánh Nhơn cũng phải trải qua thời gian năm tháng trong vòng 20 năm như vậy để "trở về với Bổn Nguyện". Đây mới thật là một việc khó.

Đã trải qua việc tu học ở núi Tỉ Duệ tại Lục Giác Đường khi tham lung (nghiên cứu truy tầm), chẳng mấy chốc Ngài Thân Loan Thánh Nhơn đón nhận về tín tâm qua lời dạy của Ngài Pháp Nhiên Thượng Nhơn qua ngôn ngữ cảm động của lời cuối của

"Thán Dị Sao" và Ngài đã ghi lại rằng: "Sự kính ngưỡng thông thường của Thánh Nhơn". Câu văn nầy rất quan trọng, cho nên nếu có thể được, mọi người nên ghi nhớ!

Nếu luôn gìn giữ an định, thì với Thân Loan một người sẽ trở thành như vậy. Nếu cuối cùng có sự ràng buộc của nghiệp mang theo thân nầy thì cầu cứu, nghĩ đến nơi Bổn Nguyện.

Với ngôn ngữ nầy, có thể hiểu về ý nghĩa như sau. "Theo "Đại Kinh" được nói về Ngài Pháp Tạng Bồ Tát phải lao nhọc trải qua 5 kiếp tư duy; bây giờ nếu chúng ta rõ biết, nhớ nghĩ để trở về với sự niệm Phật thì đối với một người như Thân Loan nầy vĩnh viễn sẽ được cứu độ. Nếu được là như vậy thì cũng giống như thế với túc nghiệp của thân làm giầy vò tất cả chúng sanh, muốn được cứu giúp. Với lòng đại bi như vậy được khởi lên, xuyên qua Bổn Nguyện ấy là điều nên cảm tạ".

Với những việc như vậy, Ngài Thân Loan Thánh Nhơn đã nói rằng: "Hãy mau mau niệm Phật" (Chơn Tông Thánh Điển - trang 626) "sẽ được cứu giúp qua Bổn Nguyện" đã cảm được cái nhơn vị của Bồ Tát Pháp Tạng qua sự lao khổ ấy qua "lời nguyện của Di Đà về 5 kiếp tư duy". Trên thực tế thì việc chính yếu là phải cảm tạ về việc nầy. Đồng thời vĩnh viễn nếu không cứu được một người như Thân Loan nầy thì không thể cứu ai cả, mà trong thời gian 5 kiếp đó qua tư duy, sự khổ lao của Bồ Tát Pháp Tạng đã vì lòng đại bi của Như Lai, cho nên với thân nầy đã đón nhận được, nên phải ghi khắc sâu xa để cảm tạ về điều nầy.

Những câu chuyện trong "Đại Kinh" (Vô Lượng Thọ kinh hay còn gọi là Kinh Đại Bản A Di Đà) được kể về Ngài Bồ Tát Pháp Tạng, đối với chúng ta như là những thần thoại, mọi người nghe như là việc kẻ khác. Thế nhưng đối với Thân Loan Thánh Nhơn thì "hay nhớ nghĩ về việc niệm Phật" ở nơi "Chánh Tín kệ", gọi là "Quy mệnh Vô Lượng Thọ Như Lai, Nam Mô bất khả tư nghì quang", và liền biểu hiện rõ ràng ở sau là "Bổn Nguyện cứu độ khi tìm đến" là sự khổ lao "lúc Ngài Bồ Tát Pháp Tạng ở Nhơn vị, tìm đến nơi Đức Phật Thế Tự Tại Vương, cái nhơn Tịnh Độ của chư Phật, đã thấy rõ được lành dữ của các quốc độ trời người, nên đã kiến lập nên lời nguyện vô lượng thù thắng, phát khởi đại hoằng thệ nguyện khó có. Trải qua 5 kiếp gìn giữ suy nghĩ cộng thêm lời thệ nguyện, lan tỏa tiếng tăm đến cả mười phương cũng được thấy nghe" qua sự ngâm vịnh tán thán ấy.

Ở phía sau có ghi lại rằng: Tổng quát là Vô lượng, Vô biên quang, Vô ngại, Vô Đối Quang, Diệm Vương, Thanh Tịnh, Hoan Hỷ, Trí Huệ Quang, Bất Đoạn, Nan Tư, Vô Xưng Quang, Siêu Nhựt Nguyệt Quang được phóng ra, chiếu đến trần sát (nhiều nước như vi trần). Quần sanh của tất cả đều được nhờ đến ánh sáng chiếu rọi ấy. (Chơn Tông Thánh Điển - trang 204)

Nhằm tán thán ca ngợi 12 ánh sáng trí tuệ của Đức A Di Đà Như Lai. "Với hào quang trí tuệ vô lượng vô biên của A Di Đà, giống như tấm kiếng phản chiếu lại và ánh sáng ấy còn sáng hơn cả ánh sáng của mặt trời và mặt trăng nữa. Nay thì ánh sáng ấy sẽ không bị chướng ngại bởi màn vô minh si ám của ta. Đối với việc dùng tri thức của nhân gian thì tuyệt đối không thể hiểu được toàn thể của chính mình, lại nữa (ánh sáng ấy) sẽ bị đánh bạt bởi cái thấy của phàm phu chúng ta từ xưa đến nay, không bị chướng ngại, có thể chiếu sáng đến mọi nơi. Ngược lại, với trí tuệ của Như Lai đầy đủ hoan hỷ làm cho an ổn một cách tuyệt đối với kẻ phàm phu, phá vỡ sự phân biệt tương đối kia, có thể cứu khổ tất cả quần sanh với ánh sáng trí tuệ ấy". Đó là ý nghĩa vậy.

Mãi cho đến bây giờ có người vẫn chưa nghe đến những câu chuyện của Bồ Tát Pháp Tạng, thì bây giờ lần đầu tiên nghe về "Hãy luôn nghĩ đến việc niệm Phật". Tất cả nhơn gian đều được ánh sáng ấy chiếu đến là do ánh sáng trí tuệ của Đức A Di Đà Như Lai đã mang lại. Với năng lực trí tuệ của Đức Như Lai đầy lòng từ bi, chúng ta phải cảm tạ mang ơn Ngài; đối với việc khổ công tư duy của Ngài Bồ Tát Pháp Tạng trong cả 5 kiếp như thế, nên đã thay đổi sự thấy nghe vĩnh viễn của kẻ phàm phu "Thân Loan nhất nhơn" là trí tuệ tuyệt đối vậy.

Đối với việc làm sáng tỏ nầy sự khó nhọc của việc cầu đạo của Ngài Thân Loan Thánh Nhơn đã hết sức cố gắng. Với thân phận phàm phu bị hôn ám, nhờ được ánh sáng trí tuệ chiếu soi, thay đổi cảm tạ niệm ân về Bổn Nguyện lực ấy. Với con người do túc nghiệp nhiều đời trước đã làm khổ thân nầy, chẳng ai mà không có. Cho nên nơi đây dẫu cho bất cứ lúc nào, bất cứ nơi đâu, bất cứ ai (trong 10 phương chúng sanh) mong mỏi nhất định quy về với Bổn Nguyện lực, thì qua con đường Phật của "Đại Kinh", tin tưởng tuyệt đối sẽ được sanh về.

Với lịch sử của Đại Thừa Phật Giáo đã lấy "Kinh Pháp Hoa" làm trung tâm, tinh vi về học vấn, là con đường chính có tính cách truyền thống. Thế nhưng các học vấn và lý tánh không có cái nào có thể tạo ra một sự cứu giúp tuyệt đối được cả. Những pháp mà Đức Thích Tôn đã giảng dùng để thực hành khi còn sống, là tánh cách từ xưa đến nay, nhưng con người lấy tự ngã làm trung tâm, dùng lý tánh và sự phân biệt, nên đã đánh mất đi điều kia vậy. Để hồi phục lại pháp thực tiễn cho thân của chúng ta, thì "Đại Kinh" chính là sự sống theo con đường Phật. Sự thực tiễn của "Đại Kinh" ở thể hệ Phật đạo là đối với "Địa ngục nhứt định" trong đời sống mong mỏi được kéo ra khỏi. Bởi vì "Đại Kinh" nương vào lời thệ nguyện với thân phàm phu thực hiện trở thành nhứt Phật thừa (vượt lên khỏi sự phân biệt, giác ngộ thành Phật). Những nghiệp căn đời trước vây hãm tất cả chúng sanh được công khai với thế giới của Bổn Nguyện của Đức A Di Đà Như Lai, mong muốn báo đáp ân đức của Thầy. Ở đây Ngài Thân Loan Thánh Nhơn phải sáng tạo ra "giáo hạnh tín chứng" là lý do có tính cách căn nguyên (căn bản), hãy nên khảo sát vậy.

CHƯƠNG THỨ BA: SỰ TÌNH CỦA VIỆC CHẾ TÁC "GIÁO HẠNH TÍN CHỨNG"

1.- TẤT CẢ VIỆC CẤU TẠO Ở "LỜI SAU CÙNG"

Vậy thì phần sau cùng của "Giáo Hạnh Tín Chứng" được ghi nơi "Lời Cuối" rằng: Thân Loan Thánh Nhơn đã phải viết "Giáo Hạnh Tín Chứng". Ở phần "Lời Cuối" đây là những ngôn từ được bắt đầu:

Nếu nhìn một cách yên tĩnh thì các lời dạy của Thánh Đạo khi thực hành để được chứng ngộ khiếm khuyết, nên bỏ đi, với Tịnh Độ Chơn Tông mới đầy đủ được việc chứng đạo. (Chơn Tông Thánh Giáo – trang 398).

Từ những lời dạy nầy thì ý nghĩa là: "Hãy cùng nhau nhớ nghĩ đến Bổn Nguyện của Đức A Di Đà Như Lai, với Thánh Đạo Môn thực hành được việc chứng ngộ, trải qua nhiều thời gian, nên bỏ đi. Ngược lại với Tịnh Độ Môn thì bây giờ với thân nầy nương vào Bổn Nguyện của Như Lai để vãng sanh, thực hiện việc chứng đạo đầy đủ hơn". Với lời dạy về việc niệm Phật của Pháp Nhiên Thượng Nhơn thì đầu tiên Thân Loan Thánh Nhơn đã truyền đạt cho nhiều người quan tâm sự chọn lựa theo cách sanh ấy.

Đồng thời ở lời cuối, phần đầu với chứng cứ là: "Những lời dạy nơi Thánh Đạo thực hành để chứng có khiếm khuyết, nên bỏ đi".

Ngài Thân Loan Thánh Nhơn thuật lại thời pháp nạn của Thừa Nguyên (Zògen) đã bao gồm sự khó chịu to lớn. Việc nầy nguyên là: "Đại Tổ Nguyên Không Pháp Sư của Chơn Tông Hưng Long" đồng thời cũng thuật lại việc mất mát "Ở Nhật Bản với Chơn Tông được làm hưng thạnh bởi Pháp Nhiên Thượng Nhơn".

Tiếp đó với chứng cớ "Tịnh Độ Chơn Tông bây giờ đầy đủ việc chứng đạo". Cả Ngài Thân Loan Thánh Nhơn và Pháp Nhiên Thượng Nhơn lại gặp nhau và viết nên sách tuyên ngôn của sự độc lập Tịnh Độ Môn qua quyển "Tuyển Trạch Tập", được viết tường thuật bởi Ngài Pháp Nhiên Thượng Nhơn về sự tương thừa của Phật Giáo. Tiếp đó về việc vãng sanh thì lúc bấy giờ tự thân Thân Loan quyết định. "Chú giải do duyên đến, bị ức chế đè nén với giọt lệ buồn vui". Lại nữa "Bị ức chế đè nén với nước mắt của sự hoan hỷ về pháp, mà buồn bã của phàm phu. Đây chính là nguyên do mà Pháp Nhiên Thượng Nhơn đã ghi lại về cái duyên nầy". Đó là lời kết.

Đoạn cuối cùng có viết rằng: Đây chính là nguyên nhơn để chú giải sao ra cho Chơn Tông nhặt lấy làm điều cần yếu của Tịnh Độ. Đồng thời "Đối với khế cơ của lần Pháp Nạn Thừa Nguyên (Zògen), Ngài Pháp Nhiên Thượng Nhơn cũng muốn kế tục truyền thừa về Phật Giáo với trách nhiệm cần yếu đối với Chơn Tông về kinh, luận để giải thích các văn loại". Đây là sự ràng buộc bởi lời nguyện. Theo năm tháng dần trôi lúc gặp Pháp Nhiên Thượng Nhơn là năm 29 tuổi và đến năm 35 tuổi là năm xảy ra pháp nạn của Thừa Nguyên (Zògen).

Bây giờ ở phần lời cuối, bởi vì đã được viết ở phía trước về pháp nạn của Thừa Nguyên, nên "Giáo Hạnh Tín Chứng" được viết với những sự việc tối đại. Ở đây có thể suy nghĩ về pháp nạn nầy.

2.- PHÁP NẠN THỪA NGUYÊN (ZÒGEN)

Pháp nạn Thừa Nguyên là lúc năm Ngài Thân Loan Thánh

Nhơn 35 tuổi (1207). Đây là thời kỳ môn hạ của Ngài Pháp Nhiên bị đàn áp khốc liệt. Việc nầy được ghi lại ở lời cuối như sau:

Ở đây cùng với những học đồ Chùa Hưng Phước (Kòfukuji) Thái Thượng Thiên Hoàng húy Tôn Thành (Natakanari) ra lệnh cho Vi Nhân (Natamehito). Thánh lịch (lịch của triều đình) nhằm năm Đinh Mão Thừa Nguyên (Zògen) thượng tuần giữa mùa Xuân đưa tấu tâu rằng: Trên chủ dưới thần, bối cảnh trái với pháp nghi, việc phẫn nộ trở thành giận dữ.

Đây chính là cái nhơn đối với Đại Tổ Nguyên Không (Pháp Nhiên) Pháp Sư của Chơn Tông Hưng Long, cùng với nhiều môn đồ, phẩm cách của tội không thể suy nghĩ được; hèn hạ bị ngồi ghép vào tử tội. Đồng thời ra lệnh cải đổi tên tuổi của chư Tăng, đày đi xa xứ. Tạo thành một việc như vậy.

(Chơn Tông Thánh Điển – trang 398)

Việc nầy có nghĩa như sau: "Trinh Khánh (Zòkei) của Chùa Hưng Phước (Hòfukuji) giận dữ khởi thảo cáo trạng đình chỉ việc niệm Phật; vào thượng tuần tháng 3 năm Thừa Nguyên nguyên niên trình lên cho Hậu Điểu Vũ Thượng Hoàng (Gotoba) và Thổ Ngự Môn Viện (Tsuchi Mikadoen), quyết định thực hành pháp nạn Thừa Nguyên. Triều đình cùng với quần thần, bối cảnh là đại pháp với thiên hạ, xa lìa chánh nghĩa, không có căn cứ, chỉ nương vào sự giận dữ, cáo buộc nương theo tấu trạng. Với tội trạng chẳng hề nghị bàn giải thích, vì sự hoằng truyền Chơn Tông của Pháp Nhiên Thượng Nhơn, cùng với một số môn đồ bị tử hình, hoặc giả tước hết Tăng tịch, cho dùng tục danh, đày đi biệt xứ. Chính ta là một người như vậy" theo (Thán Dị Sao) phần (Chơn Tông Thánh Điển trang 641-642) và hợp cùng với ký sự của tội lưu đày để xem thì có 4 người bị tội tử hình gồm: Tây Ý (Saii); Tánh Nguyện (Shògan); Trụ Liên (Yùren) và An Lạc (Anraku), đang khi không được mặc pháp phục của chư Tăng, rồi phải hoàn tục. Ngài

Pháp Nhiên thì bị gọi bằng tục danh là: Đằng Tĩnh Nguyên Ngạn (Fujiino Motohito) bị lưu đày đến Thổ Tá; còn Ngài Thân Loan thì gọi theo tên tục là Đằng Tĩnh Thiện Tín (Fujii Yoshizane) bị lưu đày đến Việt Hậu. Còn 8 người còn lại bên dưới bị đày đi xa nơi khác như: Tịnh Viên (Jòen); Trừng Tây (Chòsai); Hảo Giác (Kòkaku); Hạnh Không (Gyòkù); Hạnh Tây (Kòzai) và Thiện Tuệ (Zenei) v.v...

Trên phương diện lịch sử được nhận thấy đây là một sự đàn áp lớn. Căn cứ vào việc nầy thì việc vận động cho Đại Thừa Phật Giáo của Ngài Pháp Nhiên đón nhận việc đả kích lớn; nhưng thực tế thì tại sao ở đây lại trở nên một pháp nạn như vậy?

Căn nguyên vì Ngài Pháp Nhiên Thượng Nhơn là người sở thuộc của Tông Thiên Thai, là một học Tăng thiên tài đã đọc qua Đại Tạng kinh đến 5 lần (Nhứt Thiết kinh, Tập Đại Thành của Phật Giáo Điển Tịch). Ngài được xưng tán là: "Trí tuệ Đệ nhứt Pháp Nhiên phòng". Cho nên nếu cứ ở mãi tại núi Tỉ Duệ sẽ thành tọa chủ của Tông Thiên Thai (Thượng Thủ; ngôi vị tối cao của Tăng). Tuy nhiên đến khi khoảng 40 tuổi thì Ngài đã xuống núi và nói rằng: "Đối với lời Phật dạy chẳng rõ việc gì không phải là một. Chỉ có điều là chính mình không tự cứu được mình là vấn đề". Lúc ấy Ngài Pháp Nhiên Thượng Nhơn đã tường thuật lại với tâm cảnh như sau:

Ngoài Tam học (giới, định, tuệ) ra còn có pháp môn khác tương ưng với tâm ta. Thân nầy tu hành trì trệ thì kẻ trí chẳng vui gì với những việc như thế. Cuối cùng chỉ trở thành một học giả; kết cuộc chẳng phải là con người, không thấy rõ cũng chẳng lợi ích gì.

(Chơn Tông Thánh Giáo toàn thơ) - Quyển thứ 4 trang 680)

"Với thân nầy của ta, giữ gìn giới luật, tu hành thiền định gọi là để khai mở trí tuệ giác ngộ, mà khí cụ Tam học của Thánh Đạo Môn chẳng có, đầy đủ chơn lý để chứng được, phải đoạn trừ phiền não (đoạn hoặc chứng lý); ngoài việc không tương ưng sự não phiền nơi Phật đạo của thân phiền não nơi Thánh Đạo Môn, Sư đã tìm đến nhiều người để tham vấn; nhưng chẳng gặp được câu trả lời". Tiếp đó khi Ngài Pháp Nhiên Thượng Nhơn lúc 43 tuổi đã gặp được lời giải nơi "Quán Kinh Sớ" về "Nhứt tâm chuyên niệm Di Đà danh hiệu" của Đại Sư Thiện Đạo người Trung Quốc, có dạy về Bổn Nguyện để cứu độ.

Từ đó trở đi đã hoạt động truyền giáo việc chuyên niệm cho các thứ dân tại địa phương Kiết Thủy (Yoshimizu). Vì con số đệ tử đã lên đến 380 người và gần cả 400 học Tăng. Hơn thế nữa không những chỉ có điều đó mà đương thời nhiếp chính quan bạch, đầu tiên từ gia đình quý tộc là Cửu Điều Kiêm Thật (Kuzò Kanezane), đến những kẻ trộm cướp, giết người, bán mình cho người khác để được sống cũng đã tập trung đến dưới trướng của Ngài để học việc niệm Phật. Với người xuất gia gìn giữ giới luật của những người chuyên môn thuộc Thánh Đạo Môn của Phật Giáo có chỗ khác nhau; còn ở đây không quan tâm về tánh cách, thân phận, tập trung lại một cách ôn hòa để học lời Phật dạy với sự liên hệ của con người; cuối cùng được gọi là Tăng già của Đại Thừa được thực hiện và là giáo đoàn của Kiết Thủy (Yoshimizu).

Ở đây nếu không lấy mắt từ Thánh Đạo Môn để nhìn thì đây giống như là nguyên liệu của lửa qua lời dạy về việc niệm Phật, càng ngày càng lớn rộng thêm ra, nên đã bị ghen tị và bị uy hiếp.

Những việc như trên không thể được chấp nhận. Ngài Pháp Nhiên Thượng Nhơn đã từ bỏ 8 Tông của Nhật Bản, để trở thành độc lập và tiếp tục theo Tịnh Độ giáo được truyền trực tiếp từ Phật Giáo Trung Quốc. Lời dạy về niệm Phật đã lưu chảy đến gốc rễ của tất cả tông phái Phật Giáo và cho đến lúc đó chưa có một Tông phái nào được thừa nhận sự độc lập cả. Đây gọi là giả để tồn tại và được thâu nhận là Phật giáo, được gọi là Ngụ Tông (Tông nương nhờ), Ngụ Tông nầy là một Tông đã được độc lập từ Thánh

Đạo Môn mà Tỉ Duệ Sơn cùng Nam Đô phẫn nộ đối với giáo đoàn mới vừa hình thành, họ phát tiết đau đầu: Cho nên từ sự ghen tức phẫn nộ đó Trinh Khánh của Chùa Hưng Phước đã tố giác qua tấu trạng để đình chỉ việc niệm Phật. "Hưng Phước tự tấu trạng" đã được xuất hiện.

3.- HƯNG PHƯỚC TỰ TẤU TRẠNG

Tấu trạng của Chùa Hưng Phước từ "phần thứ nhất đề nghị không cho lập Tông mới" cho đến "phần thứ 9 là làm cho quốc độ loạn lạc" gồm 9 điều đã được nêu ra phê phán về Tịnh Độ Môn và gọi đây là danh mục "Cáo trạng của 8 Tông cùng đồng ý". Đó là vào năm 1205 nhằm tháng 10 năm Nguyên Cửu thứ 2, được đề nghị gởi đến mọi nơi. Nhìn xem những điều nầy để hiểu về điều thứ nhất đầu tiên cho rằng, Ngài Pháp Nhiên Thượng Nhơn muốn Tịnh Độ Tông được độc lập. Điều thứ 9 cuối cùng là vì những người niệm Phật không có gìn giữ giới luật, hạnh kiểm xấu xa, mà việc niệm Phật được truyền bá rộng rãi ra thì toàn thể Nhật Bản sẽ bị loạn. Đây chính là việc phê phán của 9 điều kia chồng chất lên nhau. Tiếp đó thì ý chung của 8 Tông Nhật Bản vào năm 1205 (Nguyên Cửu năm thứ 2) vì đã gởi đi đến các nơi. Thực tế thì pháp nạn Thừa Nguyên đã được đề nghị từ hơn một năm rưỡi trước đó; nhưng với nhơn đức tối ưu của Ngài Pháp Nhiên Thượng Nhơn nên triều đình đã kéo dài việc xử ấy ra.

Đương thời Ngài Pháp Nhiên Thượng Nhơn đã được triều đình và công chúng hầu như đều tôn kính và được sự tin tưởng. Năm Ngài 43 tuổi đã bắt đầu cho việc truyền bá Tịnh Độ giáo, nhưng vì chẳng để ý đến danh dự và địa vị của thế gian, chỉ một mực hoằng truyền dạy dỗ việc niệm Phật mà thôi.

Lại nữa Ngài Pháp Nhiên Thượng Nhơn vào năm 1181 lúc Ngài 49 tuổi khi Chùa Đông Đại (Todaiji) được tái thiết vì bị chiến tranh thiêu hủy thời Nguyên Bình, được suy cử đại khuyến tiến chức (cung thỉnh mời mọc). Đông Đại tự chính là Bồ Đề tự của Hoàng gia, nên vì uy tín của quốc gia phải tái thiết lại. Vì lý do đó trở thành to lớn vĩ đại với tiền của, trở thành việc tất yếu và phải suy cử Ngài Pháp Nhiên Thượng Nhơn là người nổi tiếng bậc nhất Nhật Bản lúc bấy giờ. Với đại khuyến tiến chức nầy nếu nói theo ngôn từ bây giờ là một danh dự to lớn theo chương trình của quốc gia như là một quan chức trưởng vậy. Lúc bấy giờ Ngài Pháp Nhiên Thượng Nhơn đã cố từ chức ấy mà danh dự kia dành cho đệ tử Trọng Nguyên (Chògen), Trọng Nguyên đã tiếp tục tái thiết Đông Đại Tự.

Lại nữa vào năm 1186 lúc Ngài 54 tuổi thì có cuộc vấn đáp nổi tiếng Đại Nguyên được khai mở. Từ Tỉ Duệ Sơn đến Nam Đô hợp lại có cả hơn 50 học Tăng, kể cả môn đồ nữa, con số tăng lên trên 300 người và họ đã tập trung lại để chất vấn Ngài Pháp Nhiên Thượng Nhơn. Ngài Pháp Nhiên Thượng Nhơn dầu cho gọi là lập trường của phàm phu cho đến đâu đi nữa, thì Ngài vẫn đối đáp một cách lễ phép về Phật Giáo Bổn Nguyện để cứu họ. Như phía trước đã tường thuật về sự sai khác giữa Thánh Đạo Môn và Tịnh Độ Môn về tính chất, nên việc luận nghị không đi đến điểm cuối. Phật giáo của phàm phu mà Ngài Pháp Nhiên Thượng Nhơn chủ trương thì cả thính chúng chưa rõ hết, nên đã bị quát mắng rồi rời khỏi.

Ngài Thánh Giác Pháp Ấn (Seikaku Hòin) chép lại rằng: Căn cứ từ "Đại Nguyên Đàm Nghị Văn Thơ" thì Ngài Pháp Nhiên Thượng Nhơn đã đối quyết lại với tấu trạng của Chùa Hưng Phước viết bởi Trinh Khánh ở tại nơi đây. Trinh Khánh thì chủ trương rằng: "Với Thánh Đạo Môn có thể giác ngộ cho đời, còn Tịnh Độ Môn thì việc tu hành để sau khi vãng sanh mới tiếp tục ngộ được, cho nên Thánh Đạo Môn ưu thế hơn". Đối lại với việc nầy Ngài Pháp Nhiên Thánh Nhơn đã nói rằng: "Đó chính là Phật đạo của tự lực, bởi không nương tựa vào Bổn Nguyện lực của tha lực, nên ở đời nầy cả vạn người không ngộ được một. Đây là lý do để Thánh Đạo Môn là Phật giáo dùng học vấn để suy nghĩ bằng đầu óc, còn Tịnh Độ Môn là với thân xác phàm phu nguyên vẹn, thân nầy nương theo Bổn Nguyện lực để giác ngộ ở cảnh giới; cho được đến cảnh giới kia" và nói về Phật Đạo của Bổn Nguyện.

Đối với Ngài Pháp Nhiên Thượng Nhơn hầu như không có ý đồ gì cả, lúc ấy những điều nói ra của Ngài Pháp Nhiên Thượng Nhơn rằng: "Hiện đời việc chứng nhập cả vạn người không có một" (Chiêu Hòa Tân Tu Pháp Nhiên Thượng Nhơn toàn tập, trang 1096). Đây là lời nói mà với Trinh Khánh chắc rằng không nghe chăng? "Nơi Ngài cũng chẳng được thấm nhuần, chẳng thể dùng tự lực để giác ngộ được, chẳng phải như vậy sao?". Thính chúng cũng như Pháp Nhiên Thượng Nhơn bị la ó nên rời khỏi; còn Trinh Khánh thì với tâm tự tôn, chắc cũng đã bị tổn thương đau đớn, là điều có thể hiểu.

Tự thân Ngài Pháp Nhiên Thượng Nhơn thì sau khi hồi tâm về Tịnh Độ giáo liền tuyên bố là "Ngu Si Pháp Nhiên Phòng", nhưng lúc trải qua việc vấn đáp với Đại Nguyên thì tên Ngài được gọi là "Trí tuệ đệ nhất Pháp Nhiên Phòng". Cho đến bây giờ việc nầy vẫn còn được truyền bá ra rộng rãi như bên trên.

Những việc như vậy đối với những người có học thức đương thời được bổ sung, nhơn cách cũng trở nên trong sáng và giữ gìn giới luật; còn Ngài Pháp Nhiên Thượng Nhơn thì được triều đình và công chúng cung kính cả đời được thọ nhận như vậy. Ngoài ra đối với tấu trạng được nói là "8 Tông đồng tâm tố cáo", nhưng cũng được biết là Nam Đô và Tỉ Duệ Sơn thì đã không cùng triệt phá, được hiểu như vậy và việc triều đình xử phạt việc đình chỉ niệm Phật một thời gian sau đẩy lùi đi.

Vào khoảng năm 1206 tháng 10 năm Kiến Vĩnh Nguyên, Hậu Điểu Vũ Thượng Hoàng đã đến tận nơi Thái Dã Nghệ (Kuma no mode), để tham dự việc xuất gia của Nữ Phòng Ngự sở Lịnh Trùng và Tùng Trùng tại Cốc Lộc Lộc (Shika ga tani) với môn hạ của Pháp Nhiên là Trụ Liên, An Lạc và làm chủ pháp hội nầy. Đây chính là việc nói lên sự tôn trọng của bề trên vậy. Ảnh hưởng bởi sự ngược đời ấy, sang năm sau, cho đến bây giờ việc đình chỉ niệm Phật bị lưu đày, đột nhiên được chấm dứt.

1.- Cửu cố điều thất: Với tấu trạng của Chùa Hưng Phước thì phần thứ nhất là cấm không được lập Tông mới; thứ hai là không được dùng hình tượng mới; thứ ba là không được xem nhẹ Thích Tôn; thứ tư không được có phòng Vạn Thiện; thứ năm không được phản lại Linh Thần; thứ sáu là phải làm cho Tịnh Độ mờ đi; thứ bảy là ngộ giải về việc niệm Phật; thứ tám là không được làm tổn thương đến Thích chúng; và thứ chín là không được làm loạn quốc gia. Đó là 9 điều bị đưa ra phê phán, lần lượt được ghi lại theo cách nói phân chia của Thánh Đạo Môn.

2.- Bát tông ở Nại Lương (Nara) vào thời Bình An được công nhận gồm: Câu Xá, Thành Thật, Luật, Pháp Tướng, Tam Luận và Hoa Nghiêm là 6 Tông của Nam Đô cùng Thiên Thai Tông cũng như Chơn Ngôn Tông cộng chung là 8 Tông phái.

3.- Đại Nguyên vấn đáp: Vào năm 1186 (Văn Trị năm thứ 2) căn cứ vào việc triệu thỉnh của Hiển Chơn thuộc Tông Thiên Thai, Pháp Nhiên cùng với Thiên Thai, Tam Luận, Pháp Tướng và học Tăng của các Tông đã xảy ra việc vấn đáp với pháp môn Tịnh Độ niệm Phật tại Thắng Lâm Viện của Đại Nguyên. Đây cũng còn gọi là Đại Nguyên đàm nghị.

4.- TRÁCH NHIỆM CỦA THÂN LOAN THÁNH NHƠN

Như Pháp nạn Thừa Nguyên (Zògen) bên trên, sự nóng giận của bề trên Hậu Điểu Vũ Thiên Hoàng, chẳng hề giải thích đầy đủ về tội danh chính xác, rồi chấm dứt ngay. Đối với điều nầy những Tăng già Đại Thừa của Pháp Nhiên Thượng Nhơn đã nhận sự đả kích. Điều nầy khó lấy đó để học hỏi; liền sau đó từ chỗ lưu đày, Pháp Nhiên Thượng Nhơn được hứa khả trở về lại Kyoto. Đó là vào năm 1212, nhằm khoảng ngày 25 tháng 1 năm Kiến Lịch thứ 2. Năm 80 tuổi thì Ngài mất. Với tội lưu đày nầy thì Ngài Thân Loan Thánh Nhơn đối với Ngài Pháp Nhiên Thượng Nhơn không gặp nhau lại được lần thứ 2.

Ngài Thân Loan Thánh Nhơn sau đó còn sót lại thì suy nghĩ như thế nào đây? Căn cứ vào sự lưu đày thì chẳng có tội gì cả. Với môn đồ thì "Đại Tổ Nguyên Không Pháp Sư vì sự hưng long của Chơn Tông", nhưng lại bị mang tai tiếng là tà tông môn, với một ô danh, họ y cứ vào quyền lực để xô đẩy làm gãy đổ sự vận động về Đại Thừa Phật Giáo của Ngài Pháp Nhiên Thượng Nhơn. Cũng giống như vậy các giáo đoàn tồn tại trên mặt đất cũng bị quyền lực làm cho gãy đổ như thế. Điều chỉ còn sót lại với trách nhiệm là dựa vào tư tưởng của Ngài Pháp Nhiên Thượng Nhơn để làm cho không bị gãy đổ, thì đó là việc biên soạn, ngoài ra không còn cách nào khác cả.

Ở phần "lời cuối", (Chơn Tông Thánh Điển trang 400) có ghi rằng: "Tuyển Trạch Bổn Nguyện Niệm Phật Tập" là một quyển được biên soạn về: Thiền Định Bát Lục Nguyệt Luân Điện Kiêm Thật, nương vào giáo mệnh với Pháp danh là Viên Chiếu, và ở trong "Giáo hạnh tín chứng" chỉ có một người mà tên thật là Pháp Nhiên môn hạ được đề cử ra. Đây chính là việc của Cửu Điều Kiêm Thật, nhưng với ông ta, lúc ấy Pháp Nhiên Thượng Nhơn đã 66 tuổi (1198); pháp nạn đầu tiên là pháp nạn của Nguyên Cửu (Genkyù) 1204 đã xảy ra vào trước đó 6 năm, đã 3 lần chiếu cố với lễ nghi đầy đủ qua sự yêu cầu, nên việc trước tác của Pháp Nhiên Thượng Nhơn vẫn còn giữ lại được căn cứ theo sự yêu cầu chân thành ấy và Ngài viết nên "Tuyển Trạch Tập"; nhưng ông ta là Nhiếp Chính quan lại, nếu đó là việc chính trị độc quyền thì với môn hạ của Pháp Nhiên Thượng Nhơn chẳng đo lường được sự tình xảy ra lúc ấy một cách rõ ràng, cũng là điều chẳng rõ được chăng?

Ngoài ra với Kiêm Thật, khi quyết định về hình phạt cho môn hạ của Ngài Pháp Nhiên, ngay cả tuổi cao như Pháp Nhiên Thượng Nhơn cũng phải chịu nhịn sự khổ cực ấy. Từ nơi khí hậu nghiêm khắc ở Việt Hậu, phân bố sang chỗ ấm hơn để ở tại Thổ Tá, nên cả thân tâm đều phải nỗ lực. Đồng thời sau một năm ở Thổ Tá đã quyết định, thì Kiêm Thật vì thân thể khổ lao, nên đã mệnh chung. Cho nên trên thực tế pháp nạn dẫu không được tuyên bố công khai, thì với pháp nạn Thừa Nguyên (Zògen) cho dù có phải mất mạng đi nữa, thì đối với môn hạ của Pháp Nhiên cũng rất có ý nghĩa. Ở đây cũng có thể đưa ra thật danh (tên thật) chăng ?

Thế nhưng ở đây thì theo "Tuyển Trạch Tập" được soạn thành tập cho con người, nên phải đưa ra tên gọi; trên phương diện lịch sử thì "Tuyển Trạch Tập" có thể nói là cuốn sách còn sót lại, tích chứa công đức to lớn chăng? Sự thật thì sau pháp nạn Thừa Nguyên, chỉ còn sót lại "Tuyển Trạch Tập". Ở đây với ý cung kính, tên thật của Cửu Điều Kiêm Thật đã được nêu ra, cũng có thể suy nghĩ là dùng để ca ngợi tán thán. Đồng Thời đối với Cửu Điều Kiêm Thật phục tùng theo lời dạy để chỉ cho chính mình, quyết tâm đối với việc sách còn sót lại của Thân Loan Thánh Nhơn. Khi hơn 60 tuổi, vì đã hoàn thành "Giáo Hạnh Tín Chứng", nên đã trở lại Kyoto, chẳng phải như vậy sao ?

Như thế đối với khế cơ của pháp nạn Thừa Nguyên thì Thân Loan Thánh Nhơn đã gánh vác đảm đang theo tinh thần trách nhiệm những gì thuộc về lời dạy của Pháp Nhiên để còn lưu lại cho người đời sau. Trong nầy có một việc là phải làm phát sanh trở lại một lần nữa về Giáo Đoàn Đại Thừa của Tăng Già ở Kiết Thủy (Yoshimizu). Với trách nhiệm như vậy chúng ta có thể nghĩ rằng Ngài Thân Loan Thánh Nhơn đã thành lập khu vực ở Kanto (Quan Đông) để giáo hóa. Tuy nhiên giáo đoàn trong đời qua pháp nạn Thừa Nguyên phải được hiểu ra rằng, khi nương vào quyền lực thì đến một lúc nào đó phải bị tan vỡ. Cho nên một việc khác là dẫu cho có nương vào quyền lực thì tuyệt đối trách nhiệm có tính cách tư tưởng không làm cho bị tan vỡ. Đây chính là "Giáo Hạnh Tín Chứng" mà Ngài Thân Loan Thánh Nhân đã gắng sức chế tác.

Cuối cùng thì Tăng Già của Đại Thừa được tái sanh và việc viết ra "Giáo Hạnh Tín Chứng", cả hai điều nầy như vận động tham gia Phật Giáo của Ngài Pháp Nhiên Thượng Nhơn, và khi bị lưu đày với người không được tuyên bố công khai, Ngài Thân Loan Thánh Nhơn đã gánh vác trách nhiệm nầy. Việc suy tư nầy như bên dưới được khắc ghi vào ký sự tội lưu đày nơi "Giáo hạnh tín chứng" ở phần cuối cùng, được ghi rằng: "Dự định trở thành một sự việc". Như vậy sự tình của việc chế tác "Giáo hạnh tín chứng" là phải nên hiểu rõ rằng đó là cuộc chiến đấu với Thánh Đạo Môn bắt đầu từ pháp nạn Thừa Nguyên (Zògen).

5.- TÊN THẬT CỦA SỰ CÁO BUỘC

Ở nơi "Lời cuối" chúng ta có thể tìm hiểu về sự tình phải viết ra quyển "Giáo hạnh tín chứng" vậy. Như trước đã trình bày đối với sự ghi lại về pháp nạn Thừa Nguyên thì "Tịnh Độ của Chơn Tông bây giờ thịnh hành trở thành con đường chứng đạo" mà Thân Loan Thánh Nhơn đường đường đã chứng tỏ rõ ràng cho thấy về việc ấy. Đầu tiên là: "Đối với sự trình bày của Ngu Ngốc Thích (Thân) Loan thì vào năm Tân Dậu của Kiến Nhân (Kennin) rời bỏ tạp hạnh và quay về Bổn Nguyện"; nên đã ghi chép rằng: Đến gặp Ngài Pháp Nhiên Thượng Nhơn và những người niệm Phật để tô bồi ý nghĩa của việc thể nghiệm qua việc "trở về với Bổn Nguyện". Nơi đây những người tu Phật theo "Đại Kinh" mặt mũi trở nên sáng láng, đầy đủ phẩm chất và việc nầy có thể hiểu được qua từng việc nhỏ riêng biệt.

Ở đây nơi câu văn giáo đầu để xem thử về sự cáo buộc với tên thật là "Loan của Ngu Ngốc Thích". Ở trong "Giáo hạnh tín chứng"

Ngài Thân Loan Thánh Nhơn đã đưa ra tên thật nầy qua 5 sự việc. Năm việc nầy thử xem theo thứ tự trước sau.

1.- "Ở đây với Ngu Ngốc Thích Thân Loan, vui chăng? Tây Phan, Thánh Điển của Nguyệt Chi... (Tổng tự - Chơn Ngôn Thánh Điển trang 150).

2.- "Ở đây Ngu Ngốc Thích Thân Loan tin nhận theo chơn thuyết của chư Phật Như Lai"... (Biệt tự, Chơn Ngôn Thánh Điển trang 210).

3.- "Hầu như chẳng rõ. Buồn chăng? Ngu Ngốc Loan, biển ái dục rộng sâu bị chìm đắm nơi đó...". (Tín quyển – bi thán thuật hoài) Chơn Tông Thánh Điển trang 251).

4.- "Đối với ở đây, Loan của Ngu Ngốc Thích quy ngưỡng về việc giải nghĩa của luận chủ; nương vào việc khuyến hóa của Tông Sư...". (Hóa thân độ quyển – Tam nguyện chuyển nhập – Chơn Tông Thánh Điển trang 356).

5.-" Đối với sự khiển trách Loan của Ngu Ngốc Thích, lịch Tân Dậu của Kiến Nhân...". (Hậu tự - Chơn Tông Thánh Điển trang 399).

Ở nơi lời nói đầu tổng quát của "Giáo hạnh tín chứng" và phần lời cuối của biệt dịch, cả 3 lời tựa; nhưng toàn thể các lời tựa ở nơi lời tựa tổng quát là: "Hiển Tịnh Độ Chơn Thật giáo hạnh tín chứng loại tự". Phần biệt tự của Tín quyển thì gọi tên của lời tựa ấy phụ thêm là: "Hiển Tịnh Độ Chơn Thật văn loại tự". Ở đây phần nơi lời cuối thì không có, cho nên lời sau cùng nầy gọi là giả; nhưng đối với việc chánh thức phụ thêm vào tên của lời tựa ở những nơi được gọi tên thì tất cả đầy đủ tên gọi là: "Thân Loan của Ngu Ngốc Thích".

Chữ Ngu Ngốc nầy dùng để biểu hiện sự tự giác hoặc giả để gọi sự ngu muội của phàm phu. "Thích" đó có ý nghĩa là đệ tử của Thích Tôn. Còn "Thân Loan" đây là lấy tên của Thế Thân người

Ấn Độ và Đàm Loan của Trung Quốc; chỉ lấy một chữ để đặt tên. Thế Thân là Bồ Tát đã luận theo nơi lập trường của "Đại Kinh" và viết ra "Tịnh Độ luận". Còn đối với Ngài Đàm Loan theo lập trường của kẻ phàm phu, nên đã chú thích "Tịnh Độ luận" nầy thành "Tịnh Độ luận chú" (phía dưới được viết là "Luận Chú"; cho nên gọi theo tên đặt của Thân Loan có tính cách cơ bản nơi "Đại Kinh" và "Tịnh Độ luận" và "Luận chú" có nghĩa là căn cứ vào đó. Như phía trước đã tường thuật thì "giáo hạnh tín chứng" thì Ngài Pháp Nhiên đứng trên truyền thống của "Đại Kinh" để dạy về Đại Thừa Phật giáo là điều nổi bật nhất để chứng minh và được viết ra. Cho nên gọi nơi lời tựa thêm vào ở Tổng tự và biệt tự với tên gọi chính thức là "Thân Loan của Ngu Ngốc Thích"; gọi đây là kết quả với trách nhiệm có tính cách tư tưởng của Đại Thừa Phật Giáo để biểu hiện rõ ràng ý chí nầy.

Đối với việc nầy ở lời cuối được ghi là: "Loan của Ngu Ngốc Thích. "Loan của Ngu Ngốc Thích" nầy được xuất hiện nơi chỗ được nói ở Hóa Thân Độ quyển phần Tam Nguyện chuyển nhập. Ở phần thứ 2 bên trên có đề cập đến chữ "Thân" chỉ có thể bỏ đi chữ "Loan". Còn Đàm Loan đầu tiên cũng nằm trong 7 vị Tổ. Căn cứ vào câu Nam Mô A Di Đà Phật để minh xác việc tỏ ngộ của phía phàm phu. Ngài Thân Loan Thánh Nhơn đã viết phía sau lời cuối về việc đến để gặp gỡ Pháp Nhiên Thượng Nhơn về sự tỏ ngộ của phàm phu, đó chính là việc Tam Nguyện Chuyển Nhập làm sáng tỏ việc nương vào Bổn Nguyện để sám hối của kẻ phàm phu; đã làm mất tên của Thế Thân biểu hiện cho Bồ Tát của Đại Thừa, mà đã cho tên vào với ý nghĩa đệ tử Phật của kẻ phàm phu là "Loan của Ngu Ngốc Thích".

Cuối cùng ở nơi Tín quyển phần "Chơn Phật đệ tử Thích" phía sau đã thuật lại về bi thán thuật hoài, nhưng ở đó cũng xuất hiện "Ngu Ngốc Loan". Ở đây chữ "Thân" và chữ "Thích" cũng đánh mất luôn. Nơi thuật hoài nầy đây là một lời tuyệt vọng xướng lên của phàm phu, biểu hiện từ Phật đệ tử đến Thích cũng mất luôn. Tuy vậy ở nơi thuật hoài phần “Chơn Phật Đệ Tử Thích” tự cho rằng chính mình không có tư cách để gọi tên là Phật đệ tử, thế nhưng “lần nữa với ta gần gũi thì ca ngợi Đức giáo chủ Thích Tôn” (Chơn Tông Thánh Điển trang 505) như thế sự suy tư luôn được lưu truyền.

Việc nầy như Ngài Thân Loan Thánh Nhơn dẫu đặt tên có khác đi với chữ: “Thân Loan của Ngu Ngốc Thích” thì chỉ riêng việc nầy ý nghĩa được thêm vào.

“Luận chú” ở nơi Tán Thán Môn Thích đã nói về: “Bất Thuần”, Bất nhất, Bất tương tục” và “Tam bất tín”. Bảy vị Tổ đầu tiên dùng danh hiệu của Bổn Nguyện biểu hiện sự tự giác mà kẻ phàm phu nương theo.

Ngài Long Thọ ở “Dị Hành Phẩm” với ngôn ngữ được thấy là: “Nịnh nhược khiếp liệt” hay là: “Kiếp nhược hạ liệt”. Đây là những việc với Bồ Tát đạo thì chẳng là nhẫn nại của Bồ Tát; đây không thể nói là sự tự giác của phàm phu qua việc hướng đến sự biểu hiện.

Ở nơi “Tịnh Độ luận” của Thế Thân cũng không thấy được ngôn từ biểu hiện sự tỏ ngộ của phàm phu.

6.- XẢ BỎ TẠP HẠNH TRỞ VỀ VỚI BỔN NGUYỆN

Tiếp theo là vào năm Tân Dậu của Kiến Nhân, Ngài Thân Loan Thánh Nhơn 29 tuổi (1201), khi gặp Ngài Pháp Nhiên: “Hãy bỏ tạp hạnh, nên trở về với Bổn Nguyện”. Lúc ấy sự hỗn loạn của tự lực, đã xả bỏ tạp hạnh và tường thuật lại rằng: Qua “Đại Kinh” đã được nói là nên trở về với Bổn Nguyện của Đức A Di Đà Như Lai.

Về ý nghĩa có tính cách thể nghiệm nầy thì ở chương thứ 2 của “Thán Dị Sao” đã tường thuật như sau: sự thật đơn giản là những điều chính yếu.

Khi Thân Loan trở dậy, chỉ niệm Phật, cầu nguyện cứu giúp, phủ lên sự ngưỡng vọng của con người, ngoài niềm tin ra không có gì tử tế hơn (lược bớt).

Trên hết là ngoài việc làm khó khăn nặng nhọc của chính mình, thân nầy chẳng thể thành Phật, hãy niệm Phật, nếu không sẽ rơi vào địa ngục, nghĩa là sau đó không có gì để hối hận. Bề nào những việc làm đối với thân nầy, nếu không nhất định sẽ bị rơi vào địa ngục.

Câu văn trên sẽ được hiểu theo ý nghĩa như sau: "Qua lời dạy của Pháp Nhiên Thượng Nhơn đã được hứa khả là chỉ có niệm Phật sẽ được cứu theo Bổn Nguyện của Di Đà; ngoài lời dạy về niềm tin ấy ra không có gì hơn nữa. Lý do là: ngoài việc niệm Phật ra, thân nầy không thể thành Phật được. Niệm Phật mà bị rơi vào địa ngục, gọi là sự mặc nhiên, sau đó lại hối hận sao? Thế nhưng dẫu cho có gắng sức làm gì đi nữa, thì với thân nầy sẽ không thành Phật được, nhất định phải sống nơi địa ngục chăng? Đây là sự biểu minh vậy.

Như thế là gì vậy? Ngài Thân Loan Thánh Nhơn đã không dừng lại sự tìm cầu cứu độ, nhưng với tự lực tuyệt đối không thể cứu được; như tường thuật trên là: "địa ngục nhất định". Nếu hợp lực ngôn ngữ ở phần lời cuối phía sau thì: "Hãy xả bỏ tạp hạnh, trở về với Bổn Nguyện" hãy tìm hiểu thử xem sao? Bởi vì chính tự lực của mình không thể cứu được, nên phải nương vào Bổn Nguyện của Đức A Di Đà Như Lai như đã tường thuật. Nếu nói theo tính cách thể nghiệm thì tự lực nầy không có hiệu quả; nhưng đối với Bổn Nguyện thì là cửa ngõ tất yếu để được giác ngộ. Cho nên ở đây qua "Đại Kinh" đã làm sáng tỏ chứng cứ của Ngài Thân Loan Thánh Nhơn là được cứu độ khi trở về với Bổn Nguyện.

7.- SỰ NGU NGỐC CỦA NGƯỜI ĐỜI

Chúng ta sống theo thời đại, lấy tự ngã là trung tâm cùng thiện với ác, khổ tâm suy nghĩ hơn thua. Khi lầm lẫn gây ra tội lỗi thì khổ sở việc đã qua; khi thua lỗ thì nghĩ rằng việc nỗ lực không đủ chăng? Có thể vì không đủ năng lực, nên mới sa đọa như vậy. Đó là căn cứ theo giá trị quan của chính mình để rồi khổ sở với những gì không tự suy nghĩ được. Ví dụ như dẫu cho có phản tỉnh cách nào đi chăng nữa, thì cũng chỉ phản tỉnh lấy tự ngã làm trên hết. Cho nên với những người chỉ dựa vào toàn thể nơi tự ngã thì chẳng thể hiểu, trở thành không đủ khả năng. Dẫu cho người có sức mạnh cự phách đi nữa thì chính thân thể của mình cũng chẳng thể nhấc bổng lên được. Lại nữa như con mắt của mình, có thể thấy tất cả những gì nằm bên ngoài, nhưng con mắt đó không tự thấy mình bên trong được. Cho nên với thế gian dẫu cho có thấy hết mọi việc bên ngoài đi chăng nữa, thì chuyện của chính mình lại chẳng hiểu gì cả. Dẫu cho có hiểu đi chăng nữa thì cũng chỉ căn cứ nơi tự ngã để nói tốt chăng? Hay là hạ mình xuống, phải nên như thế nào đây? Nếu tự ngã ấy không thích hợp với chơn lý thì là một việc nông nổi vậy. Chỉ riêng điều đó thôi mà thế gian nầy cũng chưa phản tỉnh được.

Ví dụ như chiến tranh là việc xấu ác, điều nầy ai cũng biết, thế nhưng nếu chiến tranh không xảy ra thì sẽ không có sự nỗ lực. Do vậy mà chiến tranh chưa bao giờ chấm dứt một lần nào cả. Ví dụ như Liên Hiệp Quốc tuy rằng mỗi khi có chiến tranh bùng nổ là một sự việc bên ngoài cần phải nỗ lực chận đứng lại, nhưng thực tế thì hoàn toàn nhìn đi hướng khác. Những động vật ngoài con người ra, không tự giết mình bằng chiến tranh. Động vật khác cũng vậy, như vậy con người với chính tự ngã của mình tự mang vào, chẳng phải ngu muội là gì? Con mắt hướng đi chỗ khác đó đối với con người, chỉ riêng việc ấy thôi, thật không hiểu nổi.

Hãy thay đổi cách nhìn một chút thử xem sao. Khi đệ nhị thế chiến xảy ra, cuối cùng thì bom nguyên tử đã tàn phá Hiroshima (Quảng Đảo) và Nagasaki (Trường Kỳ). Căn cứ vào thảm kịch đau lòng đó ai ai trên thế giới cũng biết lo sợ về những vũ khí hạch tâm, tuyệt đối không được dùng đến khi có chiến tranh, ai cũng rõ biết điều đó. Thế nhưng không lợi dụng chuyện hòa bình ấy lại đi chế tạo ra nguyên tử. Ở đây mỗi ngày sự việc nếu có xảy đến, thì sự chế tạo nguyên tử vì sự hòa bình cũng đồng nghĩa với việc dẫn đến thảm trạng của chiến tranh.

Chính xác trong các quốc gia bất cứ là ai đều không muốn có chiến tranh, thì làm sao việc ngu si sử dụng bom nguyên tử là điều không nên, không ai là không rõ điều đó. Cũng giống cùng cách nhìn nhưng nên đừng lợi dụng sự hòa bình. Tuy vậy, dẫu cho có nói hòa bình đi chăng nữa, kết cuộc là để nhanh chóng thích nghi cho sự sống giàu có đó. Đó chẳng phải là nội dung chính yếu sao? Lại nữa dẫu cho có đề cập đến hòa bình thì cũng chỉ để kéo dài sự mong muốn. Với chiến tranh thì lợi dụng sự hòa bình, bởi đó là cội nguồn của lòng ham muốn cùng cội rễ giống nhau. Cho nên kết quả cũng trở nên giống nhau là một đạo lý. Tuy rằng việc phê bình phán đoán ấy là vấn đề do nơi tự thể của con người, nhưng với việc kia bởi vì tuyệt đối không dùng mắt để hướng đến nên đã trở thành việc lặp lại sự ngu muội kia vậy.

Ở đó, dùng con mắt để nhắm đến, thì Phật giáo có nhiều điều tuyệt vời. Đức Thế Tôn đã giác ngộ và nhìn sâu xa vào sự xa lánh của tự ngã, nên sự ngu muội kia bị đánh bạt ra khỏi cái thấy ấy. Điều rõ biết nầy qua ngôn ngữ được thấy ra nơi lời dạy của Bổn Nguyện thuộc về “Đại Kinh”. Ngài Thân Loan Thánh Nhơn, đối với Ngài Pháp Nhiên Thượng Nhơn về việc kia thì điều nầy đã được dạy rằng: Với tự lực ngu muội kia phải đánh bạt ra khỏi cái thấy và gọi đó là “Địa ngục nhất định” và đã biểu minh qua việc “Tạp hạnh hãy xả ly, nên trở về với Bổn Nguyện”.

8.- VIẾT "TUYỂN TRẠCH TẬP" VÀ THẦY TRÒ TRUYỀN NHAU

Ở nơi phần "cuối cùng" của "Giáo Hạnh Tín Chứng" đối với Ngài Pháp Nhiên Thượng Nhơn và về việc gặp gỡ đã được ghi lại rằng: "Hãy xả bỏ tạp hạnh, nên trở về với Bổn Nguyện". Ngài Thân Loan Thánh Nhơn đã viết nơi "Tuyển Trạch" rằng: "Vào năm Ất Sửu của Nguyên Cửu (Genkyò) rộng được ân tha thứ" (Chơn Ngôn Thánh Điển trang 399) và vào năm 1205 (Nguyên Cửu năm thứ 2) lúc Ngài 33 tuổi, Pháp Nhiên Thượng Nhơn đã hứa khả cho việc viết tường thuật lại qua "Tuyển Trạch Tập". Trong gần giữa 400 người đệ tử đã hứa cho viết "Tuyển Trạch Tập" kể cả 6 người cùng Thân Loan là: Tân Tây, Thánh Quang, Long Khoan, Chứng Không, Trường Tây. Lúc ấy Thân Loan Thánh Nhơn là người vừa nhập môn mới 4 năm, nhưng rất được tin tưởng một cách sâu xa ở nơi Pháp Nhiên Thượng Nhơn. Việc nầy có thể nghĩ là như vậy.

Ở phần Lời cuối tiếp tục viết cho xong "Tuyển Trạch Tập" vào ngày 14 tháng 4 cùng trong năm đó. Đối với điều nầy Ngài Pháp Nhiên Thượng Nhơn đã chấp bút với "Tuyển Trạch Bổn Nguyện Niệm Phật Tập" với chữ bên trong là "Nam Mô A Di Đà Phật, vãng sanh chi nghiệp, niệm Phật vi bổn" và cùng với chữ "Xước Không của Thích" với cùng nét chữ. Trong cùng ngày 14 tháng 4 đã được phép vẽ hình ảnh của Pháp Nhiên Thượng Nhơn. Cũng cùng năm đó nhuần tháng 7 vào ngày 29 nơi hình họa ấy chính bản thân của Ngài Pháp Nhiên Thượng Nhơn đã đề vào đó câu "Nam Mô A Di Đà Phật", "Nhược ngã thành Phật, thập phương chúng sanh, xưng ngã danh hiệu, hạ chí thập thinh, nhược bất sanh giả, bất thủ chánh giác, bỉ Phật lịnh hiện tại thành Phật, đương tri bổn thệ, trọng nguyện bất hư, chúng sanh xưng niệm, tất đắc vãng sanh". (Dịch câu nầy ra Việt văn như sau: Nam Mô A Di Đà Phật, nếu ta thành Phật, mười phương chúng sanh, xưng danh hiệu ta, cho đến mười tiếng, nếu chẳng được sanh, chẳng giữ ngôi Chánh

Giác, Phật kia khiến cho thành Phật, nên biết bổn thệ, nguyện lớn chẳng dối, chúng sanh xưng niệm, liền được vãng sanh).

Đó là câu văn của Ngài Thiện Đạo Đại Sư đã viết và được viết lại. Qua giấc mộng được cho biết, rồi đổi tên thành Xước Không. Thượng Nhơn đã viết dùm tên đó; đây chính là việc Thầy trò truyền cho nhau đã xong.

(Chơn Tông Thánh Điển trang 399 đến 400 – thú ý). Đã viết như vậy.

Sau khi Thầy trò truyền nhau tên của Ngài Thân Loan Thánh Nhơn được đổi thành Xước Không. Việc cải đổi tên cũng có vấn đề gì đó, nhưng ở "Giáo Hạnh Tín Chứng" tất cả đều được viết với tên thật là Thân Loan. Cho nên ở phần lời cuối có thể nói về "chữ của tên" là Thân Loan có thể rõ biết được vậy.

Đây được nhận thấy ở phần lời cuối. Việc để cho học trò vẽ hình mình là chuyện khó, lại còn viết chữ lên hình họa ấy nữa. Điều nầy đã trở thành cái đức của việc chuyên niệm chánh nghiệp nầy, đây cũng chính là trở thành chuyện vi tế của việc quyết định vãng sanh, nhưng ở đây với những giọt nước mắt buồn vui để ghi lại nguyên do của nhân duyên ấy, nên đã viết như vậy.

(Chơn Tông Thánh Điển trang 400)

Lại nữa việc đã được viết "Thầy trò truyền nhau xong thì Thân Loan đã quyết định niệm Phật vãng sanh, với sự buồn bã của phàm phu khi gặp Bổn Nguyện thì mừng vui đến chảy nước mắt, về việc quyết định vãng sanh với nhân duyên ấy cũng có ghi lại đây".

Viết xong sách vào ngày 14 tháng 4 sau khi việc Thầy trò truyền cho nhau xong, cho đến ngày 29 tháng 7 năm nhuần, đúng 120 ngày vậy. Trong thời gian ấy Thân Loan và Pháp Nhiên đàm luận khảo sát về "Tuyển Trạch Tập" một cách mãnh liệt. Cũng có thể suy nghĩ rằng: Cả hai vị đều tâm đắc với nhau một cách sâu sắc liên hệ nối kết tình Thầy trò lại với nhau. Ngay lúc ấy đã xuất hiện vấn đề là cùng một thể chăng? Vấn đề nầy vẫn giữ nguyên tiếp tục các khóa đề với tên là "Giáo hạnh tín chứng". Với việc nầy hãy cùng nhau suy nghĩ thử xem sao.

* Thiện Đạo Đại Sư đã viết sách "Quán Kinh Sớ", "Huyền Nghĩa Phần" đã căn cứ nơi "Đại Kinh" ở lời nguyện thứ 18 và câu văn được dừng lại ở "Văn của Bổn Nguyện gia giảm" cũng được nói như vậy: "Giả sử khi ta thành Phật, có chúng nào trong mười phương niệm đến danh hiệu ta cho đến 10 niệm mà không sanh về được thì ta sẽ không giữ ngôi Chánh Giác. Với Đức Phật bây giờ hiện ra và trở thành Phật, nên biết rằng đó là bổn thệ trọng nguyện không hư dối. Nếu chúng sanh niệm đến danh hiệu, tất nhiên sẽ được vãng sanh. (Chơn Tông Thánh Điển trang 175).

9.- VIỆC PHÁN QUYẾT CỦA HAI CHỖ NGỒI TÍN HẠNH

Ngài Giác Như (Kakunyo) đã viết rằng: "Bổn Nguyện Tự Thánh Nhơn Truyện Hội" (Ngự truyện sao) trong ấy cũng theo lời cuối trang "Giáo Hạnh Tín Chứng" về những việc được ghi lại thì viết nguyên như vậy. Nhưng cho đến phần cuối chẳng thấy giải thích gì cả. Văn chương được đề cập nơi "sự phán quyết của hai chỗ ngồi "Tín Hạnh" và "Vấn đáp của Tín tâm đồng nhứt". Với Tác giả về hai sự việc nầy thì xảy ra qua suy nghĩ rằng: Dưới môn hạ của Pháp Nhiên, thần thái trẻ trung của Thân Loan Thánh Nhơn được truyền đi rất vĩ đại chăng? mà trong thời gian đã suy nghĩ như vậy. Nhưng ở đây thì Tiên sinh Tằng Ngã Lượng Thâm lúc còn trẻ đã cho phát hành "Ngự truyện sao giảng nghĩa" thì trong đó cho thấy sáng kiến ngược lại với "Tuyển Trạch Tập" về 2 sự kiện to lớn mà Thánh Nhơn (Tằng Ngã Lượng Thâm tuyển tập - quyển thứ 2 trang 345) đã chỉ trích là từ giấc mộng đã suy nghĩ thành sự giác ngộ. Hơn thế nữa khi xem qua "Tuyển Trạch Tập", Pháp Nhiên Thượng Nhơn nghị luận việc Thầy trò truyền nhau lúc tranh luận quyết liệt, thì từ phía Thân Loan Thánh Nhơn đã đặt vấn đề và Tằng Ngã tiên sanh đã chỉ trích về việc nầy.

Căn cứ vào "Thân Loan Thánh Nhơn chánh thống truyện" thì ở phía "Sự phán quyết của hai chỗ ngồi Tín Hạnh" vì đã được ghi lại bởi Ngài Thân Loan Thánh Nhơn lúc 33 tuổi trong cả hai ngày 20 và 21 tháng 9 là những sự việc đã xảy ra, đó là hai tháng sau việc Thầy trò truyền cho nhau. Ở về phía "hỏi đáp của Tín Tâm đồng nhứt" thì vào tháng 8 năm sau mới được truyền ra, đúng một năm sau vậy. Với thời gian đó mà suy nghĩ thì sự chỉ trích của Tằng Ngã tiên sinh phải nên lắng nghe.

Đầu tiên hãy xem thử về "sự phán quyết của hai chỗ ngồi Tín Hạnh". Có một ngày Thiện Tín (Zenshin) (tức Thân Loan) "quyết định về sự vãng sanh chơn chánh nhận được từ tín tâm như thế nào để xác định trong môn hạ xem thử có thuận lợi chăng?", và nương theo về phía Pháp Nhiên Thượng Nhơn. Thượng Nhơn đã đáp rằng: "Vì đây là việc quan trọng, ngày mai khi các môn hạ tập trung thì ông hãy nói ra cho mọi người biết". Nếu trong hai tháng trước đã không xảy ra sự nghị luận kịch liệt, thì Pháp Nhiên Thượng Nhơn đã nói rằng: "Tại sao lại nói ra việc ấy?", và đây chính là chỉ hỏi về chơn lý của Thân Loan Thánh Nhơn. Nhưng ở đây vì nói rằng: "Câu chuyện còn hơn thế nữa". Vấn đề nầy đã đuổi theo cả hai người một cách sâu xa cho đến khi luận nghị. Có thể hiểu rằng đây là vấn đề (quyết đi đến điểm tế nhị có thể dòm ngó).

Bây giờ nói về việc nghị luận nầy là nói về vấn đề gì? Ở trong "Tuyển Trạch Tập" Pháp Nhiên Thượng Nhơn ở phần mở đầu đã viết rằng: "Nam Mô A Di Đà Phật, vãng sanh chi nghiệp, niệm Phật vi bổn". Đây là nương vào sự xưng danh niệm Phật để quyết định vãng sanh với ý nghĩa là không mê hoặc lần thứ 2 trở về lại ở thế giới nầy, mà là trở thành bất thối chuyển. Căn cứ vào Ngài Pháp Nhiên Thượng Nhơn ở "Kinh Phật thuyết Quán Vô Lượng Thọ" thì tuyên dương một loại về danh xưng niệm Phật, đây chính là chủ trương đương nhiên vậy.

Đối lại việc nầy phải biết sự vô hiệu tự lực của việc giác ngộ, mà Ngài Thân Loan Thánh Nhơn qua "Đại Kinh" là trở về với Bổn Nguyện. Như Ngài Pháp Nhiên Thượng Nhơn nói việc xưng danh niệm Phật không sai, nhưng việc niệm Phật căn cứ vào tín tâm để tin tưởng, quyết định việc vãng sanh để được bất thối chuyển (Tín Tâm vi bổn), không phải như vậy sao? Đó là sự nghi vấn. Phần sau sẽ thuật lại nhưng ở đây trước mắt của Ngài Thân Loan Thánh Nhơn, sau cùng ở "tồi tà luân" dùng đó làm tài liệu để đưa ra và nói rằng: "Pháp Nhiên đã nói về ý nghĩa của việc xưng danh niệm Phật. Nếu không có lòng tin hóa ra không phải không niệm Phật sao?". Sự phê bình của Tăng Minh Huệ (Myòe) về Thánh Đạo Môn như đã chỉ trích ở trước. Căn cứ vào sự niệm Phật như thế nầy có thể rộng được bất thối chuyển chăng? hay là điều nầy cũng căn cứ vào tín tâm để rộng được và đây gọi là nghị luận?

Điều nầy cũng nên làm sáng tỏ vì có cả hằng trăm người trong môn hạ đang bày ra "chỗ ngồi của lòng tin không thoái chuyển" và "chỗ ngồi của hành (thực hành) không thối chuyển". Cứ như vậy kẻ nầy người kia mong đợi chỗ ngồi, Ngài Thân Loan Thánh Nhơn thì cắt hết miệng lưỡi đốt cháy ấy. Cuối cùng đã đến với "chỗ ngồi của lòng tin không thối chuyển", Thánh Giác, Tín Không, Pháp Lực (Thái Cốc Liên Sanh Phòng) gồm 3 người đã chấp bút để ghi lại, kể cả Ngài Thân Loan Thánh Nhơn dùng chính tên của mình để viết thêm vào "chỗ ngồi của lòng tin bất thoái". Thế rồi một thời gian sau Pháp Nhiên Thượng Nhơn cũng đã cùng ngồi với "Nguyên Không cũng cùng ngồi tiếp theo chỗ ngồi của niềm tin không thoái chuyển đó". Cũng có nhiều người trong môn hạ đã chẳng tham gia ngồi vào, mặc dầu tâm của họ vẫn biểu tỏ sự tôn kính Thượng Nhơn, thêm vào đó những người ít có niềm tin tưởng thì hối hận, đã được ghi lại từng trường hợp khác nhau.

Những sự kiện xảy ra như thế nầy, căn cứ vào việc niệm Phật

để vãng sanh Tịnh Độ (điểm cuối cùng là giác ngộ Đại Niết Bàn) là điều đã quyết định chăng? Hay quyết định nương vào tín tâm rồi có những thắc mắc như vậy? Nhưng muốn thành tựu Bổn Nguyện của “Đại Kinh”, thì Thân Loan Thánh Nhơn đã chủ trương lấy tín tâm làm căn bản mà Pháp Nhiên Thượng Nhơn đã thừa nhận một cách toàn diện.

Đối với Pháp Nhiên Thượng Nhơn thì niệm Phật và lòng tin, từ khi bắt đầu không hề gián đoạn. Ngài Pháp Nhiên Thượng Nhơn đã nương theo văn chương của Ngài Thiện Đạo Đại Sư ở phần hồi tâm mà bắt đầu “Nhất tâm chuyên niệm A Di Đà danh hiệu”, nhưng cuối cùng thì “Nguyện bỉ Phật nguyện cố”. Vì đây chính là sự biểu hiện rõ ràng về sự tỏ ngộ trước mắt nơi Bổn Nguyện gọi là: “Niệm Phật là thuận theo Bổn Nguyện của vị Phật kia”. Đây chính là sự biểu hiện về tín tâm nơi Bổn Nguyện của Pháp Nhiên Thượng Nhơn.

Ngài Pháp Nhiên Thượng Nhơn cũng chưa bao giờ rời khỏi niềm tin nơi việc niệm Phật nầy. Việc thực hành niệm Phật một cách tuyệt đối ấy,hằng trăm người cũng đã rõ biết. Nếu trường hợp không có niềm tin thì sự niệm Phật sẽ trở thành việc thực hành có tính cách tương đối với Thánh Đạo Môn khi so sánh, như thế thì phía nào là thực hành ưu việt đã đi vào việc chuyển sang sự nghị luận. Thế nhưng với Pháp Nhiên Thượng Nhơn thì tình huống lúc bấy giờ vì kết quả là một đại sự nghiệp cho việc độc lập của Tịnh Độ giáo, nên điều cần thiết chỉ giương cao một pháp xưng danh niệm Phật. Cho nên gần 400 người đệ tử hầu hết là những học tăng của Thánh Đạo Môn. Việc truy hỏi về niềm tin đứng đắn và của sự phân chia ấy cũng giống như thấy lửa ít sáng hơn. Tại sao toàn bộ 5 người đã ngồi vào “chỗ ngồi của niềm tin bất thoái ?”. Cho nên Ngài Pháp Nhiên Thượng Nhơn đã rõ biết về tình huống của các môn hạ, nên đã đưa ra trước mắt Pháp niệm Phật xưng danh. Tất cả Môn hạ đều được bảo bọc trong ấy.

Chùa Viện của quý vị cũng vậy, nếu có đặt ra câu hỏi về sự chơn ngụy đối với niềm tin, nơi cửa vào, thì với chỗ ấy chỉ để cho hầu hết những môn hạ trở về chăng? Ngay cả nơi Chánh điện cũng vậy, mọi người hãy cùng nhau niệm Phật đi nào. Với Ngài Pháp Nhiên Thượng Nhơn thì việc nầy cũng giống như thế, vừa ưu tư cho sự thuận theo của Tịnh Độ Tông.

Hầu hết đều biết rằng Ngài Pháp Nhiên Thượng Nhơn bảo bọc những môn đệ, một cách khác thì sự truy cầu của Ngài Thân Loan Thánh Nhơn đối với đạo lý có tính cách chính xác về Phật đạo, cả hai người khi truyền thừa cho nhau đã trở thành vấn đề về "lấy niềm tin làm căn bản", đồng thời ở Tín Quyển của "Giáo hạnh tín chứng" phần biệt khai đã chuẩn bị cho "tam tâm nhứt tâm vấn đáp", chính là nguyên động lực cho việc chứng minh cánh cửa mở ra của việc giác ngộ Niết Bàn đối với niềm tin về Tha Lực.

* Ở trong "Quán Kinh Sớ" của Thiện Đạo Đại Sư có câu văn của "tán thiện nghĩa".

Nếu một lòng chuyên niệm danh hiệu của Di Đà, khi đi, đứng, nằm, ngồi, không luận đến giờ giấc xa gần, nếu từng niệm, từng niệm xả bỏ thì việc nầy gọi là "Nghiệp của chánh định", thêm vào với sự thuận theo về với Phật nguyện.

(Chơn Tông Thánh Điển trang 217)

10.- HỎI ĐÁP VỀ NIỀM TIN ĐỒNG NHẤT

Lại có một việc khác xuất hiện ở nơi lời cuối của "Thán Dị Sao" đã ghi rằng: "Việc hỏi đáp về niềm tin đồng nhất". Hãy xem thử việc nầy ra sao? Có lần Ngài Thân Loan Thánh Nhơn đã chủ trương rằng: "Ngay cả niềm tin của Thiện Tín (Thân Loan) cũng như niềm tin của Ngài Pháp Nhiên đã trở thành một". Còn chung quanh các vị đệ tử đã chỉ trích kịch liệt về luận nghị rằng; "Ngoài ra còn có thêm điều gì nữa". Kết quả thì nương tựa vào Pháp Nhiên

Thượng Nhơn, còn Pháp Nhiên Thượng Nhơn thì:

"Nguyên Không (Pháp Nhiên) cũng có niềm tin quyện vào niềm tin nơi Đức Như Lai. Niềm tin của Thiện Tín Phòng (Thân Loan) cũng đã nương vào niềm tin của Đức Như Lai. Đã là vậy thì cùng chung là một". Đã được trả lời như vậy.

(Chơn Tông Thánh Điển trang 639, bên trong ngoặc là của Tác giả.

Căn cứ vào ngôn từ nầy thì việc nghị luận như đã thấy, đã được quyết định trước.

Thông thường năng lực cùng tài năng và tư cách mỗi người khác nhau, cho nên niềm tin giống nhau thật ra cũng khó có. Ở đó việc trình bày của Ngài Thân Loan Thánh Nhơn về niềm tin, thông thường chúng ta sẽ hiểu được sự khác biệt giữa tâm thức về niềm tin của việc gì. Đứng về phương diện tương đối với tự lực thì tuyệt đối không được cứu độ, hoàn toàn như vậy. Với toàn thể, sự nhứt như của các Đức Như Lai ở trong năng lực ấy là sự giác ngộ to lớn và gọi đó là niềm tin.

Đối với trí tuệ của Bổn Nguyện Niệm Phật thì phá vỡ tính cách tương đối về căn bản của địa ngục. Bởi vì đã khai mở được cái nhìn về thế giới nhất như từ xưa đến nay. Ở Thánh Đạo Môn có thể nói về việc giác ngộ nhưng với Tịnh Độ Môn thì ngay cả là phàm phu bao gồm tất cả sự nhứt như giác ngộ cả thế giới nầy. Với tâm giác ngộ pháp của Đức A Di Đà Như Lai ngay cả nguyên là phàm phu thì với Tịnh Độ giáo thì luôn được truyền đạt bởi ngôn ngữ về niềm tin nầy.

Bởi vì với tự lực không còn hiệu quả nữa, cho nên Ngài Pháp Nhiên Thượng Nhơn bảo rằng: "Ngoài ra không có gì cả", "Niềm tin ấy bao bọc từ Đức Như Lai". Với ngôn ngữ nầy chẳng bao lâu ở nơi "Giáo hạnh tín chứng" rồi "Bổn Nguyện lực hồi hướng" đều nói rằng sự biểu hiện về năng lực tha lực của Tịnh Độ Chơn Tông là ngôn từ có tính cách căn bản (hạch tâm) vậy.

Với điều nầy ở "Thán Dị Sao", Ngài Pháp Nhiên Thượng Nhơn đã nói rằng: "Tín tâm của Bổn Nguyện lực hồi hướng (là tín tâm được bao bọc từ Đức Như Lai)"; nhưng ở Ngự truyện sao" thì Ngài Thân Loan Thánh Nhơn đầu tiên nói về việc nầy rằng:

Niềm tin vào một tha lực là được bảo vệ đón nhận sự hợp nhất và hầu như không phải là do ta. Do vậy ngay cả niềm tin của Thánh Nhơn cũng được bảo bọc bao dung bởi tha lực; Thiện Tín (Thân Loan) cũng trở thành niềm tin về tha lực vậy.

(Chơn Tông Thánh Điển trang 729)

Và về phía Ngài Thân Loan Thánh Nhơn như đã nói phía trước thì điều kia đã thọ nhận từ Ngài Pháp Nhiên Thượng Nhơn đã ứng với điều nầy rằng: "Niềm tin của tha lực, về thiện ác của phàm phu, nếu không tin tưởng được sự bảo hộ che chở từ nơi Đức Phật, Ngài Nguyên Không (Pháp Nhiên) cũng tin rằng tín tâm của Thiện Tín Phòng (Thân Loan) cũng như vậy; ngoài ra không có gì thay đổi khác; duy nhất chỉ một mà thôi".

Về phía vấn đáp của "Thán Dị Sao" bởi vì sự khác biệt của niềm tin sẽ trở thành sự than vãn là điều chính yếu của cách nhìn; với vấn đáp nầy được gọi là: "Sự vấn đáp của tín tâm đồng nhất", chúng ta đối với thói quen kia, nếu có thể đọc kỹ thì việc vấn đáp nầy là tâm điểm của vấn đề đối với: "Niềm tin được bảo bọc từ Như Lai (theo Bổn Nguyện lực hồi hướng)". Đứng trên vấn đề học vấn để thấy qua "Quán Kinh" của Pháp Nhiên Thượng Nhơn và không thể dùng cách thấy về tư tưởng của Bổn Nguyện lực hồi hướng. Ở "Quán Kinh" thì Bổn Nguyện lực biểu thị sự làm "tăng thượng duyên"; còn ở "Đại Kinh" thì biểu thị cho "Bổn Nguyện lực hồi hướng". "Quán Kinh" đối lại với Pháp Nhiên Thượng Nhơn của nhứt biên đáo (đến một bên), kể từ khi còn ở nơi núi Tỉ Duệ, đã từng học "Đại Kinh" và về phía Ngài Thân Loan Thánh Nhơn thì nói rằng: "Từ tha lực sẽ bao trùm tất cả"; còn về phía "Ngự Truyện Sao" thì không đúng sao? với Tác giả thì bình tĩnh xác tín như vậy.

Ở phía trước "sự phê bình về lòng tin của hai chỗ ngồi" với Ngài Thân Loan Thánh Nhơn thì đứng trên Bổn Nguyện Thành Tựu của "Đại Kinh" mà thực hiện nơi tín tâm để giác ngộ Đại Niết Bàn, bởi đó là chủ trương (tín tâm vi bổn). Thế nhưng nếu chỉ riêng việc kia thì lý do ấy không rõ ràng. Ngài Pháp Nhiên Thượng Nhơn cũng có niệm Phật "Hạnh của bất hồi hướng" với sự nỗ lực của con người và năng lực kia được nói không phải là điều tất yếu. Nhưng như vậy những điều đó là lực gì vậy? Đó có phải là đối với phàm phu thực hiện thế giới giác ngộ của Như Lai là không thể hiểu? Điều đó ở nơi "Vấn đáp về tín tâm đồng nhứt" vì chỉ nương vào nơi "Bổn Nguyện lực hồi hướng" mà Bổn Nguyện lực ấy của A Di Đà Như Lai đã được xác nhận qua căn cứ kia.

Phần "Phán quyết của tín hạnh lưỡng tọa" của "Tín tâm làm gốc" và "Vấn đáp của tín tâm đồng nhứt" của "Bổn Nguyện lực hồi hướng", cả hai việc nầy trở thành tâm điểm trong giáo học của Thân Loan Thánh Nhơn đứng trên con đường Phật thật tiễn của "Đại Kinh". Đương nhiên với "giáo hạnh tín chứng" cũng như hai việc của khóa đề đã được viết ra để chứng minh vậy.

Dẫu ở phương diện nào, căn cứ vào "Quán Kinh" Ngài Pháp Nhiên Thượng Nhơn cho việc đó đã trở thành vấn đề truyền thừa giữa Thầy trò với nhau. "Tín tâm làm gốc" và "Bổn Nguyện lực hồi hướng" là 2 điểm phải hiểu rằng đã gặp phải. Điều nầy "Với tín tâm có thể khai mở Đại Niết Bàn", nói rằng căn cứ vào "Bổn Nguyện lực hồi hướng", cả hai điểm nầy phải nên nghị luận có tính cách triệt để vậy, điều mà Pháp Nhiên Thượng Nhơn đã chủ trương, điều đó với Ngài Thân Loan, thì nên suy nghĩ rằng đã được thừa nhận có tính cách toàn diện.

Với Ngài Pháp Nhiên Thượng Nhơn bởi vì có sứ mệnh về công việc độc lập cho Tịnh Độ Tông, còn sót lại việc chứng minh của đạo lý về con đường Phật, nên chẳng phải là đã ủy thác cho Ngài Thân Loan Thánh Nhơn đó chăng? Với tư tưởng đó có thể cũng nói điều gì đó nơi "Đại Kinh" cùng với Thế Thân, đồng thời bởi vì cũng còn nương vào với Đàm Loan nữa, nên Thân Loan đã được trao cho và cũng có thể nghĩ rằng Pháp Nhiên Thượng Nhơn gọi tên Ngài Thân Loan để trao cho vậy.

11.- TÓM LƯỢC CHƯƠNG THỨ BA

Ở chương nầy chúng ta đã tìm hiểu về sự tình tại sao phải viết "Giáo Hạnh Tín Chứng". Với lý do có tính cách quyết định thì bắt đầu từ pháp nạn Thừa Nguyên (Zògen) để chiến đấu với tính cách tư tưởng của Thánh Đạo Môn. Việc nầy cho đến hiện tại đã được tường thuật, cuối cùng cũng chưa tìm hiểu để rõ biết hết được chăng?

Như biểu đồ phía trước (tham chiếu ở trang 40 tiếng Nhật) ở đó đã có giải thích về phiền não là không những chỉ một loại giai đoạn tăng lên sự nỗ lực, mà gốc gác sự cọ xát về Phật tánh để được giác ngộ qua Thánh Đạo Môn và A Di Đà Như Lai từ phía giác ngộ đã khai mở ra Phật giáo về Tha lực. Về phương hướng của con đường Phật và vì lập trường có sai khác nhau, nên việc nghị luận cũng đưa đến chỗ sai khác và đấu tranh kịch liệt ở một phương diện khác. Lại nữa ở chương tiếp theo sẽ tường thuật, nhưng sự tranh luận ấy là sau khi pháp nạn của Thừa Nguyên, lại một lần nữa tăng lên một cách kịch liệt.

Với "Giáo hạnh tín chứng" của Ngài Thân Loan Thánh Nhơn thì trước mắt có thể nghĩ rằng, được viết xong vào lần kỵ giỗ thứ 13 của Pháp Nhiên Thượng Nhơn. Thời gian chấp bút cũng là thời kỳ đấu tranh với tính cách tư tưởng chồng chất thêm lên, nên "Giáo Hạnh Tín Chứng" được đón nhận với ảnh hưởng to lớn của sự phê bình về Thánh Đạo Môn. Sự phê bình to lớn ấy nếu nói đầy đủ thì gọi là: "Phàm phu sẽ không có sự giác ngộ, cũng không thể bước đi trên con đường của Phật". Đối lại với việc nầy, gọi đây là: "Nương vào tín tâm của tha lực để được mở cánh cửa giác ngộ của Niết Bàn" và hướng về: "Bổn Nguyện lực hồi hướng, mà với kẻ phàm phu có thể bước đi vào đời sống của Phật đạo". Để chứng minh điều nầy thì "Giáo hạnh tín chứng" là khóa đề trung tâm vậy. Ngài Pháp Nhiên Thượng Nhơn và khóa đề của Thầy trò truyền cho nhau cũng lại là hai việc, nên với Ngài Pháp Nhiên Thượng Nhơn còn sót lại ở khóa đề sẽ được làm rõ nơi "Giáo hạnh tín chứng. Điều nầy tương ưng với sự phê bình của Thánh Đạo Môn.

CHƯƠNG THỨ TƯ: PHÊ BÌNH VỀ "TỒI TÀ LUÂN"

1.- MINH HUỆ PHÒNG CAO BIỆN

Về sự tình làm sao phải viết nên "Giáo Hạnh Tín Chứng" thì dẫu cho có nói thế nào đi chăng nữa Thánh Đạo Môn cũng đã cùng sự tranh đấu có tánh cách tư tưởng ấy. Việc to lớn dẫn đến pháp nạn Thừa Nguyên là tấu trạng Chùa Hưng Phước dẫn đến chuyện tiền bạc, nhưng sự thật thì sau đó đã tăng dần lên việc đả kích kịch liệt với nhau có tính cách tư tưởng. Sự tranh nhau ấy làm cho những sách vở bị lan ra như hoa lửa, sách "Tuyển Trạch tập" của Ngài Pháp Nhiên Thượng Nhơn đã viết cùng với Minh Huệ Phòng Cao Biện (Myoe Bòkòben) của Hoa Nghiêm Tông đã viết về "Ư nhứt hướng chuyên tu tông tuyển trạch tập trung tồi tà luân" (từ đây trở đi chỉ viết là: Tồi Tà Luân).

Người gọi là Minh Huệ với Ngài Thân Loan Thánh Nhơn cùng tuổi nhau, vì muốn phục hưng cho Hoa Nghiêm Tông với chí nguyện, nên đã vào Chùa Đông Đại (Todai) với tư cách là học Tăng. Năm 1206 (Kiến Vĩnh Nguyên) và năm nầy là năm trước của pháp nạn Thừa Nguyên, nhưng từ Hậu Điểu Vũ Thượng Hoàng đã sắc phong đất của Mai Vĩ (Toganò) để làm đạo tràng cho Hoa Nghiêm Tông và dựng nên Chùa Cao Sơn (Kòzanji). Trong hiện tại ở nơi chùa nầy còn lưu lại bức tranh nổi tiếng gọi là: "Điểu thú hí họa".

Minh Huệ được Thượng Hoàng sắc phong cho đất đai vì là

nhơn cách cao khiết, là một học Tăng có kiến thức tuyệt vời, do vậy với Phật đạo của tha lực không thể chấp nhận được chăng? Đứng trên lập trường tự lực của "Kinh Hoa Nghiêm" để tu tập, nên đã viết ra "Tồi Tà Luân" cùng thời với Pháp Nhiên Thượng Nhơn qua quyển "Tuyển Trạch Tập" kết nạp đàn áp có tính cách triệt để.

Sự biểu hiện kia những thư tịch ngày nay không còn thấy được nhiều về sự cay đắng ấy; nhưng với "Tồi Tà Luân" và những câu văn trọng yếu của "Tuyển Trạch Tập" có thể vừa trích dẫn theo cùng thì thấy rằng chơn lý tánh của Phật đạo bị đố ky, dẫn đến việc phê phán đến phạm vi tư tưởng, cho nên Ngài Thân Loan dùng văn chương dẫn dụ qua "Tuyển Trạch Tập" cùng với "Tồi Tà Luân" tranh luận nhau và trở thành vấn đề, rồi trích ra từ "Giáo hạnh Tín chứng" một cách kỹ lưỡng để ứng đáp. Tác giả đã đọc qua "Tồi Tà Luân" và vì sao phải triển khai nơi "Giáo hạnh Tín chứng" thì đã hiểu ra rất rõ ràng. Tuy rằng không tìm ra được hết những nguyên do, nhưng ở đây chỉ đưa ra giới thiệu một số điều cần thiết mà thôi. Đầu tiên có thể tìm hiểu xuyên qua quyển "Tồi Tà Luân" đã được viết vậy.

2.- SỰ TÌNH ĐƯỢC VIẾT RA "TỒI TÀ LUÂN"

Ngài Pháp Nhiên Thượng Nhơn sau khi bị pháp nạn của Thừa Nguyên, được cho phép trở lại Kyoto từ chốn lưu đày, rồi từ đó chẳng bao lâu vào ngày 25 tháng Giêng năm 1212 (Kiến Lịch năm 2), lúc Ngài 80 tuổi trở về với Tịnh Độ. Ở quyển sau cùng của "Tuyển Trạch Tập" thì Thánh Đạo Môn sẽ trở thành một ngòi lửa để tranh nhau có tính cách tư tưởng, rồi chuẩn bị "hy vọng với việc làm nầy, sau khi đã thấy được quyển sách, bị chôn sâu trong bức tường, hãy mang ra trưng bày trước cửa sổ" (Chơn Tông Thánh Giáo Toàn Thơ" quyển thứ 1 – trang 993 thú ý), hơn thế nữa vào tháng 9 năm Long Khoan thì các Tử Đệ bắt tay vào việc san hành quyển "Tuyển Trạch Tập". Điều nầy cũng giống như sự biết trước của Ngài Pháp Nhiên Thượng Nhơn, chẳng bao lâu trong vòng 2 tháng sau vào ngày 23 tháng 11, Minh Huệ của "Hoa Nghiêm Tông" ở quyển 3, ngoài ra vào tháng 6 năm sau còn viết quyển "Tồi Tà Luân trang nghiêm ký", phê phán có tính cách triệt để về "Tuyển Trạch Tập". Bởi vì chỉ trong một thời gian ngắn mà có cả hai quyển sách phê phán công khai, mà học lực của Huệ Minh cũng tương đương với nhau.

Thời kỳ Ngài Thân Loan Thánh Nhơn trước đó một năm đã được trả về từ chốn lưu đày Việt Hậu di chuyển đến Kanto, thì "Tồi Tà Luân" được viết ra lúc Ngài 40 tuổi. Từ lúc ấy có thể nói là "Giáo hạnh tín chứng" đã có trên tay của Ngài và thời kỳ viết "Giáo hạnh tín chứng" thì "Tồi Tà Luân" cũng được xuất bản cùng trong thời gian ấy.

Trong khoảng thời gian viết "Tồi Tà Luân" thì từ Thánh Đạo Môn qua "Tuyển Trạch Tập" đã xuất hiện như là một quyển sách bị nạn công khai. Từ Tịnh Độ Môn thì đây là một quyển sách phản đối lại sự ra đời có tính cách tư tưởng, đối chọi với nhau một cách kịch liệt. Việc nầy xảy ra khi Ngài Thân Loan lúc đó 55 tuổi, đột nhiên xảy đến Pháp nạn của Gia Lục (Karoku).

Ở quyển sau cùng của "Giáo hạnh tín chứng" về phương diện hóa thân độ, đã tính đến thời đại của mạt pháp, nên đã tường thuật lại: "Ta vào năm Nguyên Nhân nguyên niên (1224). Trong năm nầy Ngài Thân Loan Thánh Nhơn đã 52 tuổi, cũng là năm kỵ giỗ thứ 13 của Ngài Pháp Nhiên Thượng Nhơn. Bởi vì lấy năm nầy làm điểm cơ bản để tính toán là vào thời mạt pháp. Với thời kỳ nầy thì "giáo hạnh tín chứng" đã hoàn thành tất cả để thúc đẩy trắc nghiệm. Đồng thời Ngài Thân Loan Thánh Nhơn với mục tiêu hoàn thành, nhân lần kỵ giỗ thứ 13 của Ngài Pháp Nhiên, có thể suy nghĩ rằng đó là việc chính của tác phẩm "Giáo hạnh tín chứng" xuất hiện. Sau đó 3 năm đạt đến chỗ tranh luận quyết liệt với "Tồi Tà Luân". Vào năm 1227 (Gia Lục năm thứ 3) thì việc tố cáo Tỉ Duệ Sơn bị thọ lý và từ đây pháp nạn Gia Lục lại bắt đầu. Đối với việc nầy ba vị trong Môn Hạ là Long Khoan (Ryùkan), Hạnh Tây (Kòsai) và Không A (Kùa) bị xử phạt và đày đi xa.

Nếu nhìn từ "Giáo hạnh tín chứng" thì đây là thời kỳ nhiệt thành xuất hiện nổi lên được bao phủ bởi thời kỳ cấu tưởng (cấu tạo lý tưởng). Ngoài ra thời kỳ hoàn thành cũng đã đến với quyển sách "Tồi Tà Luân" để đấu tranh có tính cách tư tưởng. Cho nên với "Giáo hạnh tín chứng" thì dưới mắt tác giả so với ảnh hưởng của "Tồi Tà Luân" không có cách gì khác hơn ngoài nghĩa bất tư nghì.

3.- GIẢI THÍCH RÕ RÀNG "ĐẠI KINH" (KINH VÔ LƯỢNG THỌ) CỦA PHÁP NHIÊN THƯỢNG NHƠN

Minh Huệ ở phần trên, giữa và dưới gồm 3 quyển "Tồi Tà Luân" cùng với Tồi Tà Luân Trang Nghiêm Ký" đã đưa ra 16 sự sai lầm để phê bình về "Tuyển Trạch Tập". Thế nhưng nói về tự thân thì luận điểm chủ yếu gồm: "Thứ nhứt sự sai lầm về phế bỏ Bồ đề tâm (có nghĩa là sự sai lầm bảo rằng Bồ đề tâm không cần thiết)" và "thứ 2 là so sánh sai lầm với Thánh Đạo Môn như quần tặc". Đây là tóm lược hai điểm chính yếu vậy.

Trước khi tìm hiểu phê phán về việc nầy thì hãy nhìn qua phía của "Tuyển Trạch Tập" để xem thử. "Tuyển Trạch Tập" ở phần chương thứ nhất về giáo tướng, đến chương thứ sáu viết về Đặc Lưu đã căn cứ vào "Đại Kinh" để viết thuật lại. Rồi ở chương thứ 7 về nhiếp thủ, đến chương thứ 12 về chương Niệm Phật phụ thuộc cũng căn cứ vào "Quán Kinh" để ghi chép lại. Chương thứ 13 là chương đa thiện căn, đến sau cùng chương thứ 16 là chương danh hiệu phụ thuộc, thì nương theo "Kinh A Di Đà" để viết thuật lại.

"Tồi Tà Luân" đã phê phán về "Bồ Đề Tâm phế khứ", bởi vì bị giới hạn bởi sự viết ghi lại của "Đại Kinh" của "Tuyển Trạch Tập"; nên sự phê bình của Minh Huệ chỉ đơn giản nói luận về Bồ đề tâm, cũng như Pháp Nhiên Thượng Nhơn giải rõ qua "Đại Kinh", về sự phê bình đó có thể nghĩ rằng đó là sự tự nhiên thôi. Một việc khác nữa là "với Thánh Đạo Môn thí dụ sai lầm giống như quần tặc", mà Ngài Thiện Đạo Đại Sư đã nói qua "Quán Kinh Sớ" về thí dụ rõ ràng qua câu chuyện nhị hà bạch đạo để phê bình, cho nên ở đây tập trung ghi lại qua "Quán Kinh".

Đầu tiên hãy nên tìm hiểu về sự giải thích rõ ràng "Đại Kinh" của Pháp Nhiên Thượng Nhơn. Với việc biên soạn của Pháp Nhiên Thượng Nhơn về "Tuyển Trạch Tập", bởi vì về hình thức thì giống hệt của các kinh về: "Tam Bộ Kinh đại ý"; "Vô Lượng Thọ Kinh thích" v.v... bây giờ sẽ giới thiệu về điều nầy.

Quyển hạ của "Đại Kinh" căn cứ vào Bổn Nguyện đối với chúng sanh để thực hiện, đề cập nói đến con đường Phật nhưng ở đó với ngôn ngữ được nhắc đến ba lần là: "Nãi chí nhất niệm". Ngài Pháp Nhiên Thượng Nhơn đã đọc với tất cả lòng danh xưng niệm Phật, mà "Đại Kinh" "lời nguyện thứ 18 là lời nguyện của niệm Phật vãng sanh" cũng là "Vương Bổn Nguyện"; nói về kinh điển và đọc là một cách xưng danh niệm Phật. Đối với việc nầy thì Minh Huệ gọi là: mãnh phản phát (hiện ra sự trái ngược mạnh mẽ).

Điều thứ ba là: "Nãi chí nhứt niệm". Đầu tiên phần đầu giáo đầu của quyển hạ, nói về lời nguyện thứ 18 đã xuất hiện cụm từ - nãi chí tín nhạo của nguyện thành tựu văn. Câu văn nầy bắt đầu nói ra ở phía lời tựa bởi Đức Thích Ca với Ngài A Nan khi gặp nhau, đã dạy cho việc thực hiện chơn thật qua khỏi thế gian nầy. Chúng ta đã gặp được giống như chính mình là Thầy trò cùng nhận được và trao cho ảnh hưởng to lớn kia. Ngoài ra thì một phần của việc gặp nhau v.v... Thế nhưng bề nào đi nữa thì đó là những sự việc có thể có trong cuộc đời. Điều khác biệt với Phật đạo khi gặp nhau là với tín tâm của tha lực, sự phân biệt của thế gian bị phá vỡ và đã được mở ra cho thế giới của Bổn Nguyện của Đức A Di Đà Như Lai về sự chơn thật của xuất thế gian. Ở đạo lý sâu xa kia, thì lời nguyện thứ 18 là nguyện thành tựu văn của chí tâm tín nhạo. Đó chính là lời dạy của Đức Thích Tôn cho Ngài A Nan vậy. Với chúng ta khi đọc quen "Chơn Tông Thánh Điển", nhưng trước Ngài Thân Loan Thánh Nhơn kể cả Ngài Pháp Nhiên Thượng Nhơn với những vị Tổ Sư của Tịnh Độ giáo, thì câu văn nầy gọi là thành tựu văn "Lời nguyện của niệm Phật vãng sanh" giống như đọc phần sau đây:

Nếu có chúng sanh nào khi nghe đến danh hiệu ta mà hoan hỷ tin nhận, cho đến một niệm, chí tâm hồi hướng, nếu nguyện sanh về quốc độ ta, thì liền được vãng sanh ở ngôi bất thối chuyển. Chỉ trừ những kẻ phạm vào ngũ nghịch và hủy báng chánh pháp.

Với ý nghĩa được thấy ở việc đầu tiên là "nãi chí nhất niệm" trong câu: "Bất cứ chúng sanh nào khi nghe niệm đến danh hiệu của chư Phật mà với tín tâm hoan hỷ, cho đến khi lâm chung, niệm Phật cho đến một niệm để hồi hướng và nếu phát nguyện muốn sanh về quốc độ kia, thì liền được vãng sanh ở vào ngôi vị bất thối chuyển. Chỉ trừ ra những người bị phạm tội ngũ nghịch và hủy báng chánh pháp".

Việc thứ hai xuất hiện ở phần hạ bối (phẩm) của chương tam bối. Với chương tam bối nầy có chia chúng sanh ra theo năng lực của thượng bối, trung hối và hạ bối. Điều nầy nói về chỗ nơi được vãng sanh nương vào tự lực, ứng với năng lực của từng thứ bậc. Đây không phải là nương vào sự vãng sanh của Bổn Nguyện lực, mà chính là ở nơi tự lực đa phần thực hành một cách thực tiễn việc tu học để vãng sanh, bởi đó chỉ riêng ở Tịnh Độ mới còn nghi ngờ, cho đến khi chết việc vãng sanh không thực hiện được, cho nên ở đây nói rằng: Lúc lâm chung Đức A Di Đà Như Lai sẽ đến tiếp dẫn. Câu văn nầy ở phần hạ bối (phẩm) được thấy như sau:

Nếu khi nghe pháp thâm sâu có sự hoan hỷ tin nhận, không sinh ra tâm nghi hoặc, cho đến một niệm và mang tâm chí thành, niệm đến Phật kia, nếu muốn nguyện sanh về nước đó. Người nầy khi lâm chung, mộng thấy chư Phật, lại có thể được vãng sanh.

Công đức trí huệ như ở trung bối (phẩm) đã được đề cập đến việc nầy. (Chơn Tông Thánh Điển trang 46)

Ý nghĩa của câu văn nầy nên hiểu rằng: "Kẻ nghe pháp thâm sâu với tín tâm hoan hỷ, không nghi ngờ nơi Đức Phật, cho đến khi lâm chung với tâm chân thật niệm một niệm, hãy xưng danh niệm Phật mong mỏi được sanh về nước An Dưỡng (Cực Lạc). Với người như thế khi lâm chung qua giấc mộng thấy được Đức A Di Đà Như Lai đảnh lễ, được sanh về nước An Lạc và lần lượt người ấy ở trung bối (phẩm), có được công đức và trí tuệ". Ở đây phần thứ hai xảy ra là: nãi chí nhất niệm".

Cuối cùng xuất hiện câu văn phú chúc của Ngài Di Lặc. Ở đây "Đại Kinh" nằm nơi câu văn phần lưu thông cuối cùng rằng: Đức Thích Tôn hướng về Bồ Tát Di Lặc bảo: "Với kinh điển nầy hãy nhận lấy mà tu hành" và ở nơi "Đại Kinh" được truyền lại rằng:

Điều nầy, với người được nghe danh hiệu của Phật nọ, hoan hỷ dũng dược cho đến một niệm, rõ biết, kẻ nầy thật là đại lợi, trở thành đầy đủ công đức vô thượng vậy. (Chơn Tông Thánh Điển trang 86).

Ý nghĩa của câu văn nầy là: "Nếu chúng sanh nào khi nghe đến tên của Đức A Di Đà Như Lai, thân cùng tâm vui vầy hoan hỷ, dẫu cho chỉ một tiếng niệm Phật xướng lên thì sẽ được công đức của Niết Bàn Vô Thượng, lợi ích to lớn không có gì bằng". Ở phần cuối cùng xuất hiện "nãi chí một niệm".

Ngài Pháp Nhiên Thượng Nhơn đã nói ra ba điều nầy ở quyển hạ của "Đại Kinh" là "nãi chí nhứt niệm" và đọc tất cả là xưng danh niệm Phật. Cho nên ở phía trước đã tìm hiểu, Pháp Nhiên Thượng Nhơn đã nâng cao công việc độc lập cho Tịnh Độ Môn. Vì lý do đó mà khi nói về sự thực hành để vãng sanh Tịnh Độ thì đứng trên lập trường của "Quán Kinh" và đưa ra một loại xưng danh niệm Phật. Do vậy những người đệ tử của Ngài đã vì đó mà kết tập thành một loại niệm Phật. Vậy thì cả "Đại Kinh" ở lời nguyện thứ 18 với chương tam bối (3 phẩm) về việc niệm Phật vãng sanh của Nguyện thành tựu văn và ở phần lưu thông nằm ở cuối cùng quyển hạ, đọc hiểu về "nãi chí nhất niệm" tất cả là xưng danh niệm Phật. Tuy vậy điều kia vẫn bị phê bình mạnh mẽ ở "Tồi Tà luân". Ở phần sau xem thử việc phê phán của Minh Huệ ra sao đây.

4.- LỜI NGUYỆN THỨ 18 - PHÊ BÌNH ĐẾN VIỆC GIẢI THÍCH RÕ RÀNG VỀ LỜI NGUYỆN CỦA SỰ NIỆM PHẬT VÃNG SANH

Minh Huệ đứng trên lập trường Bồ Tát Đạo của tự lực dựa vào "Kinh Hoa Nghiêm" để phê phán; cho nên đối với "Tuyển Trạch tập" gọi đây là: "Thật là bất khả tư nghì, trở thành điều kỳ dị, kỳ đặc"; còn đối với Ngài Pháp Nhiên Thượng Nhơn thì cho rằng: "Oán địch của Phật pháp, trở thành đại tặc", từ cửa miệng mang đến sự mạ lỵ cao điểm. Cho nên đầu tiên ở phần thứ nhất Ngài Pháp Nhiên Thượng Nhơn đã giãi bày rõ nghĩa về lời nguyện thứ 18, chúng ta thử xem việc phê phán nầy như thế nào? bởi vì nếu giải thích theo chữ Hán thì khó hiểu; cho nên trực dịch văn chương của "Tồi Tà luân" để xem như thế nào. Sự phê bình của Minh Huệ đại khái như sau đây:

Ở trong 48 lời nguyện của "Đại Kinh" chẳng phải không hề xuất hiện ngôn ngữ nói nhiều về "phát Bồ Đề tâm" sao? Ngươi đã dẫn lời nguyện thứ 18 và trong đó có câu: "Chí tâm tín nhạo, dục sanh ngã quốc". Việc niệm Phật, với nghiệp mà chúng sanh vãng sanh thì xưng danh niệm Phật (nãi chí thập niệm) chẳng bằng với phía trước đã nói về chỗ trọng yếu của người tín tâm rằng: "Chí tâm tin vui, muốn sanh về nước ta". Với ý nghĩa rằng: Ngươi với lời nguyện thứ 18 gọi là: "Nguyện của niệm Phật vãng sanh"; nhưng không phải như vậy, ở lời nguyện thứ 18 là lời thệ nguyện tín tâm của chúng sanh "câu văn của Chí tâm tín nhạo". Với tín tâm nầy không phải bạn niệm Phật mà là không niệm Phật, thì với nghiệp ấy không thể vãng sanh. Đồng thời với tín tâm là chánh nhơn của sự vãng sanh, thì việc niệm Phật qua cửa miệng là trợ nghiệp. Còn tín tâm của việc niệm Phật, liền đó không thể nói là Bồ Đề Tâm của Bồ Tát được. Tín tâm là sự dưỡng thành cho đến Bồ Tát Tâm. Đồng thời qua lời nguyện thứ 18 của "Đại Kinh" thì gọi như Pháp Nhiên là đối với việc xưng danh niệm Phật, chứ không phải nói về lời nguyện. Bởi vì nói rằng: "Chí tâm tín nhạo". Căn cứ theo việc nầy thì Bồ Đề Tâm là chánh nhơn của Tịnh Độ vậy.

(Watanabe thơ điếm phát hành "Kamakura cựu Phật Giáo" trong 69 thú ý)

Điều nầy là chủ trương của Minh Huệ ở chỗ cần yếu việc xưng danh niệm Phật không phải là bạn của tín tâm mà phê bình đó là không niệm Phật. Với ý nghĩa nầy như trước đã nói về chủ trương xưng danh niệm Phật có thể chỉ nói đến chú mục với tín tâm. Cho nên điểm nầy ở vào thời kỳ Thầy trò truyền nhau của Thân Loan lấy "tín tâm làm gốc" làm trọng điểm đã không theo một điểm nào cả. Đó là một sự thấy qua chủ trương của Minh Huệ. Thật ra đứng về phương diện luận lý thì có thể nói được, nhưng với Phật Giáo của ông ta là thuộc về phân biệt học vấn có tính cách quan niệm. Cho nên hạnh và tín là điểm nên tách riêng ra. Từ đó tín tâm về tha lực là điểm không hiểu rõ là vấn đề.

Đầu tiên đề cập đến vấn đề của hạnh và tín là vấn đề trọng điểm. Với Ngài Thân Loan qua "Thán Dị Sao" đã bày tỏ rõ ràng là: "Niệm Phật cũng tán loạn khi suy nghĩ" thì "Niệm Phật" là hành và "chỗ suy nghĩ" ấy là niềm tin. Ngay từ ban đầu chỉ là một. Như phía trước đã thuật lại, gọi đó là: "Thuận bỉ Phật nguyện cố" mà Ngài Pháp Nhiên cũng đã đề cao việc niệm Phật với tín tâm. Điều nầy giống nhau. Ngài Pháp Nhiên, Thân Loan rất thật tiễn với Phật đạo, không xa rời hạnh và tín (Niệm Phật và tín tâm). Cho nên Ngài Thân Loan ở nơi hành quyển và tín quyển đã chủ trương hầu như toàn thể là: hành tín bất ly. Tánh cách quan niệm của Minh Huệ về việc suy nghĩ thì phủ định, còn Phật đạo với sự thật tiễn thì đã rõ ràng rồi.

Điểm thứ hai đề cập đến tín tâm của tha lực không hiểu, nhưng nếu xem ở quyển nói về tín phần "tam tâm nhứt tâm vấn đáp" thì sẽ hiểu liền. Đối với Ngài Thân Loan Thánh Nhơn thường hay đề cập sâu sắc về ba tâm của Bổn Nguyện đó là: chí tâm, tín nhạo và dục sanh. Đầu tiên như đã được tường thuật là bắt buộc phải sám hối việc vô hiệu với tự lực. Nếu không sám hối một cách triệt để về sự vô hiệu của tự lực, thì dẫu cho có đề cập đến bất cứ việc gì đi chăng nữa thì cũng chỉ để kéo dài phần tự lực, cho nên phần tín tâm về tha lực hồi hướng sẽ khó mà hiểu được. Người tu hành cho đến khi hiểu rõ ràng về chơn diện mục của tự lực vô hiệu, không có điều gì khác hơn là hãy nghe theo lời dạy của Bổn Nguyện nơi "Đại Kinh", chứ không có gì khác cả.

Theo sự phê bình của Minh Huệ thì lại còn chỉ trích thêm một việc trọng yếu khác hơn nữa. Với Ngài Pháp Nhiên Thượng Nhơn gọi lời nguyện thứ 18 là: "Lời nguyện của niệm Phật vãng sanh. Căn cứ vào danh xưng niệm Phật để thực hiện việc vãng sanh thì bổn nguyện ấy sẽ được hiểu rõ ràng. Ở đây như đã hiểu việc phê bình của Minh Huệ phía trước thì ông ta cho rằng lời nguyện thứ 18 gọi là "Câu văn của Chí tâm tín nhạo". Với nguyện văn nầy thì cho đến đây nói về học vấn, đây là sự độc sáng (độc đáo sáng tạo) của Ngài Thân Loan Thánh Nhơn, mới có thể hiểu biết rõ ràng được điều nầy. Nhưng không phải như vậy, trên thực tế thì phía Minh Huệ như đã nói phía trước rồi.

Như vậy thì đặc biệt ở đây nơi tín quyển đã đưa ra việc khai mở riêng biệt với Nguyện danh ấy. Cho đến đây có thể nghĩ rằng đã rõ biết hết về việc nầy chưa? Ngài Thân Loan Thánh Nhơn ở lời nguyện thứ 18 là tuyên dương về: chí tâm, tín nhạo đối với lời nguyện là mục tiêu chính vậy. Điều nầy đối với Minh Huệ chỉ dùng đến tín tâm của tự lực để đọc, chính điều nầy là chủ trương của việc truy cầu sự giác ngộ, nuôi dưỡng Bồ đề tâm của Bồ Tát mà thôi.

Đối lại việc nầy Ngài Thân Loan Thánh Nhơn không dùng đến tín tâm của tự lực để nói như Minh Huệ về tín tâm của lời nguyện thứ 18, mà Ngài đã chủ trương rằng dùng tín tâm tha lực từ Đức Như Lai mà hồi hướng vậy. Để chứng minh điều nầy ở thành tựu văn của lời nguyện thứ 18 sẽ đọc xưng tán như sau:

Các chúng sanh khi nghe danh hiệu, với tín tâm hoan hỷ, cho đến một niệm, rồi chí tâm hồi hướng nguyện sanh về thế giới ấy, liền được sanh về nơi kia, ở ngôi bất thoái chuyển. Chỉ trừ những người phạm tội ngũ nghịch và hủy báng chánh pháp. (Chơn Tông Thánh Điển trang 212).

Với ý nghĩa: "Dẫu cho bất cứ với chúng sanh nào đi chăng nữa khi mở lòng nghe ý nghĩa xưng danh hiệu chư Như Lai, cho đến một niệm trước khi lâm chung với tín tâm hoan hỷ. Do đó Đức Như Lai căn cứ vào sự thực hành lòng tin kia đã hồi hướng vào chơn tâm ấy và nếu muốn nguyện sanh về quốc độ kia, thì liền được vãng sanh về Tịnh Độ ở ngôi Chánh Định Tụ bất thối chuyển. Chỉ trừ những kẻ phạm tội ngũ nghịch và những kẻ hủy báng chánh pháp về những người dùng tự lực". Từ đó với Bổn Nguyện Thành Tựu Văn, đọc câu văn một cách liên tục, Ngài Thân Loan Thánh Nhơn chia ra làm hai phần về "nãi chí nhất niệm". Vì như trước "nãi chí nhất niệm" đã trở thành đồng nhất với "tín tâm hoan hỷ"; nên nửa phía trước của Bổn Nguyện Thành Tựu Văn nầy trở thành ý nghĩa gọi là thành tựu tín tâm của chúng sanh.

Ở đây được đọc chung là: "Cho đến nãi chí nhất niệm, rồi chí tâm hồi hướng"; nhưng nếu vì cắt câu ra thì chữ phía trước không thể đọc liên tục được, cho nên Ngài Thân Loan Thánh Nhơn đã đọc với ngôn ngữ tôn kính là: "Phải nên chí tâm hồi hướng", ở nơi nguyện thứ 18 nói là tín tâm, điều nầy đã được chứng minh về tín tâm tha lực của Như Lai hồi hướng vậy.

Ngoài ra ở “tam tâm nhất tâm vấn đáp” đã giẫm đạp lên, nên chỉ điều nầy phải chia ra làm hai với Bổn Nguyện Thành Tựu Văn. Ở nửa phía trước thì: “Các chúng sanh, nếu có tín tâm hoan hỷ khi nghe danh hiệu kia, cho đến một niệm” và ở “Câu văn của Nguyện Thành Tựu của Bổn Nguyện Tín Tâm” (Chơn Tông Thánh Điển trang 211) được gọi tên như kèm theo là: “Đối với tín tâm tha lực là khai mở sự giác ngộ của Đại Niết Bàn” đã chứng minh được điều nầy. Điều nầy với Minh Huệ cho rằng sự niệm Phật vãng sanh v.v... vì cho người phàm phu, chỉ là phương tiện giáo hóa, đó là chủ trương đối ngược lại sự không thể giác ngộ của kẻ phàm phu, thật ra không phải vậy, mà ngay cả còn là phàm phu cũng đã được bảo bọc che chở rõ ràng là có thể giác ngộ được Đại Niết Bàn.

Nửa phần sau thì: “Nếu chí tâm hồi hướng và nếu nguyện sanh về quốc độ kia thì liền được vãng sanh, ở ngôi bất thối chuyển chỉ trừ những người phạm tội ngũ nghịch và hủy báng chánh pháp”. Ở đó “Câu văn của dục sanh tâm thành tựu của Bổn Nguyện” (Chơn Tông Thánh Điển trang 233) gọi tên theo cùng, nguyện sanh tâm ấy chẳng phải là tinh thần tác dụng có tính cách riêng tư của chúng sanh với tâm nguyện sanh, mà là được nói về nguyện tâm của việc muốn sanh của Như Lai. Dẫu cho có là phàm phu đi nữa thì bổn nguyện lực hồi hướng sẽ nương vào nguyện sanh tâm, cho nên với con đường sanh ấy sẽ không bị thối chuyển. Minh Huệ thì phê phán trái ngược lại là: “Kẻ phàm phu không thể bước đi trên con đường Phật”. Dẫu cho còn là phàm phu đi nữa nhưng nương vào Bổn Nguyện lực thì sẽ không thối chuyển đường đạo, điều nầy đã được chứng minh rồi.

Như đã được thấy việc triển khai ở tín quyển, đã rõ biết về lời nguyện thứ 18 của Ngài Thân Loan Thánh Nhơn, và dù cho vừa giẫm lên sự niệm Phật vãng sanh của Ngài Pháp Nhiên và vì tín tâm của Bổn Nguyện lực hồi hướng, ở đó sự giác ngộ Đại Niết Bàn được mở ra. Ở đây phải được hiểu rõ ràng rằng với sự sinh hoạt của kẻ phàm phu bị dừng bước tiến đến Đại Niết Bàn. Như Minh Huệ đã nghĩ ngược lại có tính cách khẳng định như lúc ban đầu là sự niệm Phật vãng sanh ấy với kẻ phàm phu chỉ là phương tiện giáo mà thôi, còn niệm Phật vãng sanh của Pháp Nhiên thì Minh Huệ chỉ trích như đã nói rõ là: "Nguyện của chí tâm tín nhạo", có lẽ với Thánh Đạo Môn mà tìm cầu con đường đến Đại Bát Niết Bàn có thể đã rõ rồi chăng?

Với tôi (Tác giả) thì sự phân chia của Đại Thừa Phật Giáo, căn cứ vào "Đại Kinh" Minh Huệ đã ứng đáp đối với tiếng nói của Ngài Thân Loan Thánh Nhơn, nhưng phải nên ngay thẳng để có thể nghe được với sự lưu tâm.

Ở nửa phần sau của tín quyển, phần "tam tâm nhứt tâm vấn đáp" đón nhận nguyên như vậy, điều nầy thể hiện để triển khai bàn luận với người gọi là "Chơn Phật đệ tử". Về định nghĩa của một Chơn Phật đệ tử là: "Tất cả siêu chứng Đại Niết Bàn" và "Hành nhơn của Kim Cang tâm".

"Tất khả siêu chứng Đại Niết Bàn" nghĩa là nửa phía trước về Bổn Nguyện Thành Tựu Văn đã chứng minh rồi, đó là dù còn phàm phu đi nữa, nhưng có tín tâm nơi tha lực thì có thể khai mở được con đường giác ngộ Niết Bàn. Dù có là như thế, nhưng với thân phàm phu cho nên khi mạng chung đối với âm thanh của Bổn Nguyện vừa đầy đủ, thì "trong đêm của lâm chung nhứt niệm sẽ chứng được Đại Niết Bàn".

Lại nữa về phía "Hành nhơn của Kim Cang tâm" thì ở phía nửa sau của Bổn Nguyện Thành Tựu Văn đã được rõ ràng rồi, được hồi hướng nương vào Bổn Nguyện lực thì không thể bị mê hoặc "Tất cả những dị kiến, dị học, biệt giải, biệt hành". Dù cho còn là phàm phu đi chăng nữa thì đời sống với con đường vô ngại cũng có thể bước đi theo con đường của Phật. Cho nên Ngài Thân Loan Thánh Nhơn đã nói về việc phê bình Thánh Đạo Môn như đã thấy được về việc tương ưng là: "Phàm phu thì không thể giác ngộ được và khó có thể đi trên con đường Phật".

Ngoài ra đối với tín tâm của tha lực thì sẵn sàng chỉ bày về nhị song tứ chủng (* cặp song song với bốn loại), ở phần "Đại Bồ Đề Tâm của Hoành Siêu", mà Ngài Pháp Nhiên Thượng Nhơn đã phủ định về Bồ Đề Tâm của tự lực. Cho nên tín tâm của tha lực dù cho là kẻ phàm phu đi chăng nữa thì hoàn toàn có thể đi trên con đường Phật được. Đó là: "Đại Bồ Đề Tâm của Hoành (đi ngang)". Việc nầy đáp lại việc phê phán của Minh Huệ về "Bồ Đề Tâm bạt vô".

Thực ra thì đây là việc quá phức tạp, nhưng chỉ riêng điều nầy ở Tín quyển cũng có sự biến đổi tương ưng như vậy. Ở đây thật ra chỉ thuật lại một cách ngay thẳng như vậy, nhưng trải qua mục tiêu đã được đưa ra của lời nguyện về chí tâm tín nhạo, thì Ngài Thân Loan Thánh Nhơn của tín quyển và Minh Huệ cũng đã đối ứng với nhau có tính cách tư tưởng. Rõ thật thì phải căng con mắt ra để thấy vậy.

* Phê phán của Nhị Song tứ chủng: Ngài Thân Loan Thánh Nhơn phân ra phán đoán toàn thể của Nhứt đại Phật giáo, những gì quyết định là Phật giáo đúng cách.

Nhị song có nghĩa là sự biểu hiện của Thánh Đạo Môn của tự lực về "thụ = chiều dọc". Còn biểu hiện về tha lực của Tịnh Độ Môn là "Hoành = chiều ngang". Cả 2 điều nầy tùy theo từng giai tầng giác ngộ mà được "xuất" và liền được ngồi vào chỗ giác ngộ. "Siêu" sẽ khai mở, gọi là tứ chủng. Lại nữa với thời gian tu hành lâu dài sẽ thành Phật "thụ xuất = ra khỏi chiều dọc". Với y như thân nầy mà trở thành Phật thì gọi là: "Thụ siêu = lên khỏi chiều dọc". "Quán Kinh" cùng với "A Di Đà kinh" đã nói về thiện hạnh của tự lực và căn cứ vào niệm Phật của tự lực để vãng sanh "hoành xuất = ra khỏi chiều ngang", tin tưởng bổn nguyện của Đức Phật A Di Đà để vãng sanh gọi là: "hoành siêu = chiều ngang cao lên".

5.- PHÊ BÌNH VỀ VIỆC GIẢI THÍCH RÕ RÀNG CỦA TAM BỐI CHƯƠNG (CHƯƠNG NÓI VỀ BA BẬC VÃNG SANH)

Như vậy thì ở phần thứ hai về tam bối chương được giải thích rõ ràng bởi Pháp Nhiên Thượng Nhơn qua câu văn về hạ bối (hạ phẩm hạ sanh) và ở đây chỉ giới thiệu đơn giản về sự phê bình của Minh Huệ.

Ở tam bối chương người ta gọi là: Thượng bối (Thượng phẩm), Trung bối (Trung phẩm) và hạ bối (Hạ phẩm), chia ra làm 3 bậc như vậy. Những người đầy đủ năng lực thì ở thượng bối, cho đến người yếu kém thì ở hạ bối (hạ phẩm). Đây là những điều căn bản được nói về việc vãng sanh theo tự lực, ứng hợp với năng lực của từng phẩm. "Quán Kinh" có thể gọi là từ thượng phẩm thượng sanh cho đến hạ phẩm hạ sanh gồm chín phẩm để vãng sanh tương đương như thế. Ở trong cuộc đời đầy khổ lụy với nước mắt cũng mong muốn được vãng sanh về Tịnh Độ, như thế mọi người đầu tiên ai cũng nỗ lực để vãng sanh về đó chăng? Cho nên phải cần hiểu rõ rằng sự tu hành có tính cách triệt để cũng không thể vãng sanh được, nếu dùng tự lực để vãng sanh; ở lời nguyện thứ 19 là lời nguyện của chí tâm phát nguyện (lời nguyện của tu hành công đức) căn cứ vào tự lực để nói về việc vãng sanh.

Phần hạ bối (phẩm) của tam bối chương cho biết "Niệm một niệm Phật cho đến khi lâm chung, muốn nguyện về cõi Tịnh Độ của Đức Di Đà. Nếu như vậy khi lâm chung gặp được Đức A Di Đà Như Lai và được sanh về cõi Tịnh Độ". (Chơn Tông Thánh Điển trang 46 thú ý). Và ở đó có xuất hiện chữ: "nãi chí nhứt niệm = cho đến một niệm".

Ở phần vãng sanh của cửu phẩm theo "Quán Kinh", phần hạ

phẩm với câu văn được mô tả đặc biệt tương đương với hạ phẩm hạ sanh. Điều nầy sẽ được đề cập như sau: "Đối với kẻ ngu lúc mạng chung nơi hạ phẩm hạ sanh thì thiện tri thức sẽ an ủi nói cho nghe Phật pháp, khuyến khích hãy nhớ nghĩ đến Phật. Nếu sự đau khổ quá nhiều thì việc nhớ đến Phật cũng khó khăn. Ngay lúc ấy thiện tri thức khuyến khích rằng: "Nếu ngươi không thể nhớ nghĩ đến Phật thì hãy niệm câu Nam Mô A Di Đà Phật" (Chơn Tông Thánh Điển trang 120 thú ý). Ở nơi hạ phẩm hạ sanh vì được khuyến tấn niệm một câu Phật hiệu khi lâm chung, nên theo lời dạy của Ngài Pháp Nhiên Thượng Nhơn ở chương Tam Bối phần hạ bối (phẩm) gọi "Nãi chí nhất niệm" đọc và xưng danh niệm Phật.

Với lý do nầy ở nơi "Tuyển Trạch Tập" được tuyển ra từ lời dạy của Ngài Thiện Đạo Đại Sư rằng: "Ý của Bổn Nguyện là đối với chúng sanh một lòng hướng về câu Nam Mô A Di Đà Phật để xưng danh vậy". Điều trọng yếu ở "Quán Kinh" là dù cho kẻ ngu muội đi nữa mà nương vào Như Lai, phải rõ biết việc vô hiệu tự lực được gọi là đối với tâm của Bổn Nguyện Phật gia trì thêm cho việc hướng dẫn chỉ bày việc xưng danh niệm Phật. Thiện Đạo Đại Sư đã viết quyển "Quán Kinh sớ" có nói về việc nương vào nầy. Nếu là Ngài Pháp Nhiên Thượng Nhơn thì có thể suy nghĩ rằng đây là việc đương nhiên vậy.

Vậy thì ngược lại với điều nầy, Minh Huệ chủ trương như sau:

Theo điểm trọng yếu của "Quán Kinh" thì được thấy Đức A Di Đà Như Lai với việc Niệm Phật Tam Muội. Việc nầy đối với kẻ phàm phu lại không thể được, cho nên nói là xưng danh niệm Phật. Dù cho là xưng danh niệm Phật của phương tiện đi nữa, thì cái gốc phải thực hành Bồ Đề Tâm. Cho nên ở "Đại Kinh" phần chương tam bối (phẩm) dẫu cho thường hay nói là xưng danh niệm Phật đi nữa thì bắt buộc phải nên gọi là "phát Bồ đề tâm". Ở thượng bối (phẩm) được thấy: "Phát Bồ đề tâm, nhứt hướng chuyên niệm, Vô Lượng Thọ Phật". Ở trung bối (phẩm) thì thấy: "Đương phát vô lượng Bồ đề tâm, nhứt hướng chuyên niệm, Vô Lượng Thọ Phật". Cuối cùng ở hạ bối (phẩm) cũng đã chẳng phải thấy có thể đề cập đến: " Đương phát vô thượng Bồ đề tâm, nhứt hướng chuyên ý, nãi chí thập niệm, niệm Vô Lượng Thọ Phật". Cho nên ở "Đại Kinh" với Bồ đề tâm cũng là nguyên nhân chánh của Phật đạo, thì đó chỉ là phương tiện vì kẻ phàm phu với việc xưng danh niệm Phật chẳng khác gì hơn. Con đường Phật mà vứt bỏ Bồ đề tâm tối quan trọng như vậy, để lấy làm phương tiện thì chẳng khác nơi không có lửa mà đi tìm khói, lại là sự đảo ngược vậy. Ở Ngài Pháp Nhiên phải cười lớn tiếng lên! Cười lớn lên! (Kamakura cựu Phật Giáo trang 80 – 81 thú ý) và đã phê phán Ngài Pháp Nhiên một cách kịch liệt như thế.

Minh Huệ đã tiếp xúc nghiên cứu về Bồ Đề Tâm của tự lực, đồng thời nhìn sự giác ngộ về Phật, qua lập trường của Thánh Đạo Môn. Với việc nầy theo lập trường của Ngài Pháp Nhiên Thượng Nhơn thì phàm phu với sự tự lực không thể cứu được, điều nầy với kinh điển được nói là thuộc về hạ bối (phẩm) hay hạ phẩm hạ sanh, nhưng với việc nầy các chúng sanh ấy phải nương theo Bổn Nguyện lực để được cứu. Đứng trên lập trường của việc xưng danh niệm Phật của hạ phẩm hạ sanh, thì việc giải thích rõ ràng về chương tam bối đã hiểu rõ.

Thế nhưng với Minh Huệ, bởi vì không rõ biết về Bổn Nguyện lực của sự can tâm không được giác ngộ của tự lực vô hiệu, cho nên Ngài Thân Loan Thánh Nhơn lấy chủ trương của ông ta về chương tam bối chỉ để biểu dương về Bồ Đề Tâm của tự lực, lại còn ở lời nguyện thứ 19 cũng đã giải thích rõ ràng về thành tựu văn của lời nguyện thuộc về tu các công đức nữa. Ngoài ra "với văn của nguyện thành tựu nầy lại là văn của tam bối trở thành điều nầy. Với "Quán Kinh" thì văn của Định Tán 9 phẩm trở thành điều nầy" (Chơn Ngôn Thánh Điển trang 327) và lui lại để nói về hóa thân độ quyển để phê phán về tự lực. Với ý nghĩa kia, Ngài Pháp Nhiên Thượng Nhơn ở lời nguyện thứ 19 và lời nguyện thứ

18 liên hệ trước sau không có sự khác biệt nhau cho nên với Ngài Thân Loan Thánh Nhơn tự lực và tha lực đã minh xác rõ ràng rồi. Lời nguyện thứ 19 là yếu môn, để chứng minh cho tín tâm của Bổn Nguyện hồi hướng dưới mắt của Chơn Tông vậy.

6.- PHÊ PHÁN VỀ CÂU VĂN GIẢI THÍCH RÕ RÀNG CỦA PHẦN LƯU THÔNG

Ở phần sau cùng, phần lưu thông có thể xem qua phần phê phán của Minh Huệ qua việc "nãi chí nhất niệm", mà phần lưu thông ở trước đã nói như sau:

Đức Thích Tôn bảo Ngài Di Lặc Bồ Tát: "Khi nghe đến danh hiệu của Đức A Di Đà Như Lai thì cả thân lẫn tâm đều vui mừng khôn xiết cho đến một niệm, hãy xưng danh niệm Phật. Người đó sẽ được nhiều lợi ích to lớn của Vô Thượng Niết Bàn về sự giác ngộ của Như Lai". (Chơn Tông Thánh Điển trang 86 thú ý).

Ở đây Đức Phật đã nói rằng: "Việc xưng danh niệm Phật hãy truyền đến cho tất cả chúng sanh. Vì sao vậy? Bởi vì việc xưng danh niệm Phật khi được nghe đến thì liền tỏ ngộ Vô Thượng Niết Bàn". Với Ngài Di Lặc được viết trong "Đại Kinh" và cũng nói rằng: "Hãy xưng danh niệm Phật". Cho nên đương nhiên, với Ngài Pháp Nhiên Thượng Nhơn đã nói về việc xưng danh niệm Phật ở nơi "nãi chí nhứt niệm".

Ở nơi nầy, Ngài Pháp Nhiên Thượng Nhơn bảo rằng: "Không thể được khi sự lợi ích của Bồ Đề Tâm còn nhỏ (hữu thượng tiểu lợi), nhưng việc xưng danh niệm Phật được sự lợi ích (vô thượng đại lợi) của Vô Thượng Niết Bàn" nói việc nầy để đối lại với sự phản đối mạnh mẽ phát sanh bởi Minh Huệ. Cho đến một niệm nghĩa là đối với việc xưng danh niệm Phật chủ trương để được lợi ích của Vô Thượng Niết Bàn là điều kỳ quái. Khi niệm Phật thì tâm sinh hoan hỷ vui mừng, gặp được sự lợi ích, chứ không phải để được đối với việc xưng danh niệm Phật. Đức Phật đã nói về việc thực hành bồ đề tâm, nhưng phải tương ưng với năng lực của chúng sanh, cũng còn nói là phương tiện của nhứt ứng xưng danh niệm Phật. Đồng thời chánh nhơn của việc vãng sanh nằm ở nơi Bồ đề tâm. Điều đó hầu như Ngài Pháp Nhiên đối với Bồ đề tâm không phải là chỉ có lợi ích nhỏ; mà còn chủ trương đối với việc xưng danh niệm Phật kia được trở thành sự lợi ích to lớn của Vô Thượng Niết Bàn. Hầu như sự ngộ giải ấy chuyển đổi như giữa trời và đất.

(Iwanabe thơ điếm phát hành "Kamakura cựu Phật giáo" trang 104 thú ý)

đã được phê bình như vậy. Nếu đứng theo lập trường từ Minh Huệ thì còn có thể nghe thêm nhiều hơn nữa về việc phê bình. Tuy nhiên ông ta đứng về phía giáo lý và giáo học với lý tưởng chủ nghĩa có tính cách quan niệm luận, tâm cầu đạo của con người thực ra là sự đầy đủ việc thực tiễn để cầu như Pháp Nhiên thì khác nhau, nhưng có thể suy nghĩ để đứng về phía lễ lộc chỉ riêng Minh Huệ đã chủ trương sự lợi ích của Vô Thượng Niết Bàn là có được tâm hoan hỷ vui mừng, đó không phải là việc niệm Phật. Khi Thầy trò truyền cho nhau thì Ngài Thân Loan Thánh Nhơn đã rõ biết, đó là một phép tắc. Cho nên khi đọc "Tồi tà luân" Ngài Thân Loan Thánh Nhơn đương nhiên suy nghĩ việc phê bình ấy là không phải sai trái.

7.- SỰ TRANH LUẬN GIỮA "TUYỂN TRẠCH TẬP" VÀ "TỒI TÀ LUÂN"

Như thế Ngài Pháp Nhiên Thượng Nhơn và Minh Huệ đứng đối lập nhau hướng về cái đúng để làm rõ nghĩa qua "Đại Kinh". Đồng thời xuyên qua kinh điển, tại sao lại có những điểm sai khác nầy phát sanh vậy?

Với Ngài Pháp Nhiên Thượng Nhơn cho đến khi 43 tuổi tu hành theo cách tự lực và nương vào học vấn, để tìm đường giác ngộ

Phật cùng tận để bẻ gãy đối phương. Căn cứ vào tự lực để tu học, thì tất cả việc kia là đứng trên lập trường vọng tưởng nương vào lý tưởng chủ nghĩa của nhân gian, cho nên điều nầy bị chôn vùi khuất lấp, sự hư vọng chồng lên việc chơn thật, bởi vì tam độc (tham dục, sân nhuế và ngu si) của nhơn gian đều căn cứ vào tự lực để phiền não. Do vậy mà việc có thể được giác ngộ thành Phật không có được. Ngài Pháp Nhiên Thượng Nhơn gặp được lời dạy của Ngài Thiện Đạo Đại Sư về: "Nhứt tâm chuyên niệm Di Đà danh hiệu" nên đã mở sáng tầm mắt về Tịnh Độ giáo và đã sẵn sàng nương vào sự cứu giúp để được giác ngộ thành Phật. Từ Ngài Pháp Nhiên Phòng, bậc trí huệ đệ nhất trở về lại với Ngu Ngốc Pháp Nhiên Phòng đã được cứu độ qua Bổn Nguyện lực của Đức Phật A Di Đà, cho nên đã đứng vào con đường trở thành Phật. Do vậy Pháp Nhiên Thượng Nhơn với toàn thể Phật đạo của Bổn Nguyện được rõ biết, được kết nạp với một loại xưng danh niệm Phật, với "Đại Kinh" ở tam hồi có nói về "Nãi chí nhất niệm" cũng được đọc tất cả là xưng danh niệm Phật.

Ngoài ra Pháp Nhiên Thượng Nhơn vì có trách nhiệm độc lập về Tịnh Độ giáo, nên đã giương cao cho một việc xưng danh niệm Phật; hơn 380 người là những môn đệ được quây quần kết nạp. Vì thế cho nên nói rằng: "Ý nghĩa Bổn Nguyện của Phật là việc xưng danh niệm Phật" và đã căn cứ vào sự hiểu rõ ràng của Thiện Đạo Đại Sư; ở "Đại Kinh" chủ trương nói theo kinh điển về việc niệm Phật vãng sanh. Nhưng "Đại Kinh" cũng có điểm nói về tín tâm, nên về phía chủ trương của Minh Huệ cũng có thể suy nghĩ là đúng.

Tìm hiểu ở chương 2 thì, đứng trên lập trường của "Quán Kinh" chủ trương việc xưng danh niệm Phật và Ngài Pháp Nhiên Thượng Nhơn đứng trên lập trường tín tâm qua "Đại Kinh" cùng với Thân Loan Thánh Nhơn để thực hiện việc niệm Phật để giác ngộ về Niết Bàn chăng? Hay điều đó với tín tâm gọi là điểm để thực hiện vậy? Khi Thầy trò truyền nhau đã trở thành việc nghị luận. Như vậy cả Ngài Pháp Nhiên Thượng Nhơn, với việc chủ trương về tín tâm mà Ngài Thân Loan Thánh Nhơn đã thừa nhận có tính cách toàn diện. Do vậy chủ trương về tín tâm có ý nghĩa, mà việc phê bình "Tuyển Trạch Tập" của Minh Huệ cũng như của Thân Loan Thánh Nhơn đều giống nhau vậy. Ngoài ra câu Nam Mô A Di Đà Phật là từ Đức Như Lai đã chỉ bày ra, nhưng đối với tín tâm của chúng sanh khi thọ nhận điều kia lại được cảm nhận về thế giới của Vô Thượng Niết Bàn rất to lớn. Cho nên từ đó Ngài Thân Loan Thánh Nhơn đã đứng trên khóa đề làm sáng tỏ tánh chơn lý của Phật Giáo Đại Thừa; đứng từ tín tâm nương vào Bổn Nguyện lực để khai mở Niết Bàn chỉ có như vậy mới minh xác được đạo lý ấy. Với ý nghĩa kia chủ trương về tín tâm của Ngài Thân Loan Thánh Nhơn cũng như Bồ đề tâm mà Minh Huệ chủ trương cũng đồng giống nhau về phương diện ứng đối suy nghĩ vậy.

Chỉ có trường hợp về vấn đề tính chất của tín tâm. Minh Huệ thì tín tâm của tự lực; còn Ngài Thân Loan Thánh Nhơn thì đứng trên lập trường về tín tâm của tha lực. Ở đó có sự sai khác về tính cách quyết định. Ngoài ra còn một điều khác nữa, đó là điểm mà Minh Huệ đã chia ra riêng biệt giữa hành và tín.

Pháp Nhiên Thượng Nhơn và Minh Huệ sai khác nhau về tính cách quyết định về tự lực vô hiệu gọi là việc tự giác ngộ của phàm phu có được hay không? Tự lực vô hiệu của sự giác ngộ nầy ở Tịnh Độ giáo gọi là tín tâm của tha lực. Cho nên niệm Phật, Ngài Pháp Nhiên Thượng Nhơn gọi là hành của sự tuyệt đối ấy, không thể không có tín tâm được. Ở vào việc niệm Phật kia thì tín tâm được ổn thỏa.

Đối lại việc kia, Minh Huệ căn cứ nơi học vấn có tính cách quan niệm mà tâm của con người thì gọi đó là Bồ đề tâm. Tâm của con người lấy tự ngã làm trung tâm, cách suy nghĩ chỉ có tính cách tương đối, luôn luôn được so sánh với Bồ đề tâm yếu kém đến Bồ đề tâm ưu việt và tâm so sánh ấy không tránh khỏi. Do vậy mà việc hành và tín ấy với tính cách tương đối kia không có thể suy nghĩ riêng biệt được.

Quan niệm luận đó đã được phủ định sự thực tiễn của Phật đạo và để làm sáng tỏ qua "Giáo hạnh tín chứng" thì tín tâm không phải là tự lực đã được xác minh qua "Như Lai hồi hướng của tha lực tín tâm". Ngoài ra hành và tín đối với quan niệm luận có thể suy nghĩ có tính cách tương đối, nên ở hành quyển và tín quyển đã chủ trương là hành và tín không thể xa rời nhau.

Những lá thư của những người bạn từ Kanton cũng đã lặp lại về việc nầy, nhưng với Thân Loan thì ở trong đệ tử ấy cũng đã phủ định việc lý giải về Phật giáo có tính cách quan niệm kia.

8.- VIỆC ỨNG ĐÁP CỦA THÂN LOAN THÁNH NHƠN

Với tôi (Tác giả) trong cả một thời gian dài thật là bất tư nghì khi hỏi tại sao về hành quyển và tín quyển "hành của việc giải về một niệm" và "tín của sự giải thích về một niệm". Đương thời những môn hạ của Pháp Nhiên đã thúc giục quá nhiều về "Vấn đề của nhất niệm đa niệm" (Tịnh Độ vãng sanh là căn cứ vào sự niệm Phật nhứt niệm chăng hay phải niệm Phật nhiều? đây là những tranh luận). Cho nên nếu viết để giải thích về một niệm thì Ngài Thân Loan Thánh Nhơn nghĩ rằng việc nầy sẽ sanh ra hiểu lầm về ý nghĩa của nhất niệm. Tuy nhiên khi đọc "Tồi Tà luân" của Minh Huệ thì nghi vấn kia bị thổi bay qua một bên.

"Tuyển Trạch tập" và "Tồi Tà luân" đã luận tranh với nhau hơn phân nửa là luận về Bồ đề tâm, nhưng nếu tìm hiểu chỗ nầy chỗ kia thì ở quyển hạ của "Đại Kinh" có ba lần xuyên qua việc tranh luận về "nãi chí nhất niệm". Đầu tiên là ở lời nguyện thứ 18 có đề cập đến nguyện thành tựu văn của chí tâm tín nhạo. Ngài Thân Loan Thánh Nhơn với câu văn kia đã mang ra "giải thích về nhất niệm của tín". Lại nữa ở lần thứ ba là câu văn của việc phú chúc cho Ngài Di Lặc đã mang đến "giải thích về nhất niệm của hành".

Phần thứ hai là câu văn của chương hạ bối (phẩm) mà Minh Huệ đã chủ trương rõ ràng về Bồ đề tâm của tự lực, cho nên tự lực là đối với vấn đề được mang đến bởi quyển phương tiện hóa thân độ. Việc nầy thay đổi cách nhìn để xem thử việc giải thích tường tận của Ngài Thân Loan Thánh Nhơn.

Ở hành quyển "giải thích về nhất niệm của hành rằng:

Đại thể đề cập đến hành tín của sanh tướng hồi hướng thì hành ấy là một niệm, lại nữa tín ấy cũng là một niệm. Nói là hành của một niệm là nói việc xưng danh bao nhiêu lần, ở nơi tuyển trạch dị hành của sự chí cực được hiển khai. (Chơn Tông Thánh Điển trang 191) đã được viết ra như vậy. Đây là ý nghĩa: "Như Lai đã ban cho tha lực của hành tín; hành và tín là một vậy; nói là chia ra, nhưng hành của một niệm và tín của một niệm. Ở trong đó, tín của một niệm giúp cho tín quyển; còn ở đây vấn đề là hành của một niệm nghĩa là ý nghĩa của một tiếng niệm Phật qua bao nhiêu lần của việc xưng danh. Bởi vì không xa rời niềm tin với một âm thanh của một niệm là nhận được công đức của Đại Niết Bàn. Cho nên đối với việc niệm Phật nầy chính từ phía Đức Như Lai đã được chuẩn bị để làm sáng tỏ cho việc tối đa của tuyển trạch dị hành vậy".

Minh Huệ suy nghĩ rằng tín và hành biệt lập, nhưng đối với Ngài Thân Loan Thánh Nhơn thì không thể lìa ra được cả hành và tín qua việc xưng danh niệm Phật đã được sắc nhuận từ Đức Phật. Tiếp đó với việc hành tín của tha lực được sắc nhuận từ Đức Như Lai nên nói rằng sự chơn thật của Vô Thượng Niết Bàn của Như Lai chính là khai mở về phía Bổn Nguyện lực; việc phê bình của Minh Huệ đã được chứng minh là nằm ở ngoài mục đích kia. Tiếp đến ở phía sau được trích dẫn câu văn trong "Đại Kinh" về việc phú chúc cho Đức Di Lặc.

Kế tiếp ở tín quyển được "giải thích về một niệm của tín" rằng:

Đối với sự an bày qua sự chơn thật tín nhạo, trở thành tín nhạo đối với một niệm. "Nhứt niệm" ở đây là thời khắc hiển linh đầy đủ về tín nhạo được mở bày, trở thành hình ảnh của tâm vui mừng của quảng đại nan tư (to lớn khó nghĩ). (Chơn Tông Thánh Điển trang 239)

Với câu văn nầy thì ý nghĩa như sau:

"Tha lực chơn thật của tín tâm là đối với nhứt niệm. Đây chính là việc cho biết rõ về tự lực vô hiệu của tín tâm một niệm, như thế lớn dần đến Vô Thượng Niết Bàn với sự bao trùm bởi năng lực vui và mừng của một niệm". Ở phần sau thì Minh Huệ đặt vấn đề về lời nguyện thứ 18 và trích dẫn câu văn nguyện thành tựu văn của chí tâm tín nhạo, ở trong đó Ngài Thân Loan Thánh Nhơn đã cho thêm vào độc đáo đặc biệt có thể đọc là: "chí tâm hồi hướng" cùng "mang đến chí tâm hồi hướng". Với nhứt niệm nầy là sự chứng minh cho tín tâm của tha lực.

Ngoài ra ở chương tam bối (phẩm) phần câu văn của hạ bối (phẩm) xảy ra vấn đề ở lời nguyện thứ 19 về ý nghĩa được nói là phương tiện hóa thân độ quyển.

Với Tịnh Độ giáo lời nguyện thứ 19 nên đọc là: "Lời nguyện của lâm chung hiện tiền" hay "Lời nguyện của hiện tiền đạo sanh" hay "Lời nguyện của lai nghinh tiếp dẫn"; nhưng Minh Huệ thì đọc là: "Lời nguyện của tu chư công đức" và "Lời nguyện của chí tâm phát nguyện"; ở chương tam bối có cho thấy nói về chỗ Bồ đề tâm của tự lực. Thân Loan Thánh Nhơn ở hóa thân độ quyển, theo chủ trương của Minh Huệ và bỏ đi phần trên của nguyện danh và thuật lại là: "Câu văn nguyện thành tựu nầy lại trở thành câu văn của tam bối. Theo "Quán Kinh" thì đây trở thành câu văn của định tán chín phẩm" (Chơn Tông Thánh Điển trang 327). Lại nữa chủ trương của Minh Huệ thì Bồ đề tâm được quả quyết là nhơn gian với tam bối cùng chín phẩm lần lượt gọi là tư chất và năng lực, phát ra tâm của tự lực.

Thân Loan Thánh Nhơn đối với những việc như vậy về "Tuyển Trạch Tập" và "Tồi Tà Luân" đã nhanh nhẹn luận tranh trở thành ba việc của "nãi chí nhứt niệm" về văn chương cùng "giải thích về nhứt niệm của hành" và "giải thích nhứt niệm của tín". Ngoài ra ở quyển hóa thân độ lần lượt phối trí tương đương để ứng đối với sự phê bình của Minh Huệ. Đầu tiên là giải thích về hành của nhứt niệm rằng: Sự suy nghĩ chia riêng ra giữa hành và tín có tính cách quan niệm về học vấn luận; ở Phật đạo của sự thực tiễn thì "Niệm Phật cũng là sự tưởng nhớ đến" và hành cùng tín từ khi bắt đầu chỉ là một, điều nầy đã rõ ràng rồi. Kế tiếp là giải thích về nhứt niệm của tín. Đối với niệm Phật của tha lực thì đứng từ phía Bổn Nguyện tha lực để được khai mở sự giác ngộ từ Đức Như Lai đến Vô Thượng Niết Bàn, nên tín tâm của tự lực đã được chứng minh rõ ràng qua sự phê bình của Huệ Minh hoàn toàn sai biệt về chỗ thấy đó đưa đến việc thực hành Bồ đề tâm để ngộ được. Rồi đến quyển hóa thân độ Minh Huệ cũng đã rõ biết về tự lực khi nói về Bồ đề tâm, thì đó thật ra là thủ pháp đã chuẩn bị chu đáo, để đáp ứng với sự phê bình kia, điều nầy có thể nghĩ như vậy.

9.- Ý NGHĨA CÓ TÍNH CÁCH HIỆN ĐẠI

Như thế với Ngài Thân Loan Thánh Nhơn đã ứng đối lại việc phê bình về "Tồi Tà Luân" của Minh Huệ, với danh nghĩa của Minh Huệ tên sách là "Tồi Tà Luân" đã không xuất hiện trong "Giáo Hạnh Tín Chứng". Cho nên đứng về các học giả của văn hiến học không để mắt quan tâm về sự phê bình của "Tồi Tà Luân" khi nghiên cứu về "Giáo hạnh tín chứng". Tuy nhiên nếu nói về việc nghiên cứu tư tưởng cũng nên tuyển chọn câu văn lấy ra về những vấn đề tranh đấu với nhau giữa "Tuyển Trạch Tập" và "Tồi Tà Luân", để thấy ra được việc ứng đối để dứt điểm. Bởi vì đó là trách nhiệm có tính cách tư tưởng của Ngài Thân Loan Thánh Nhơn cùng với những người đệ tử của Ngài Pháp Nhiên Thượng Nhơn, cho nên có thể suy nghĩ rằng, đó là việc đương nhiên vậy.

Vậy thì tại sao danh tánh không được xuất hiện? Điều nầy theo sự suy nghĩ của Minh Huệ thì ông ta không phải chỉ giới hạn chỉ một mình, mà là người đại diện cho toàn thể mọi người, đã chính mình quyết định thi thố như là kẻ vô ý thức, từ bên ngoài dùng mắt hướng đến những sự việc rồi nỗ lực hướng lên trên với lý tưởng chủ nghĩa, mà ở trong thế gian nầy thường hay được hình thành xã hội con người như thế rất bình thường. Ở trong những người tri thức hiện tại về việc niệm Phật chính mình gọi là tối cần thiết và với người thì không đề cập đến. Điều đó có nghĩa là phá tan đi nhân gian trung tâm chủ nghĩa vậy. Sống ở trong sự chơn thật quảng đại của Như Lai, có thể tồn tại sống với sự trả lại sự sống như Ngài Thân Loan về "Giáo hạnh tín chứng". Cho nên với sự phê bình của Minh Huệ vừa đáp trả lại một cách tử tế; nếu nói rộng hơn đã gồm cả sự đả phá sự suy nghĩ về sự hơn thua của toàn thể nhơn gian. Cho nên có thể nghĩ rằng đã không cho xuất hiện tên tuổi đã được đặt định ấy.

Như thế "Giáo hạnh tín chứng" là khóa đề của sự tượng có tính cách cụ thể hiện thật, nhưng đối với việc kia không ứng phó trực tiếp, mà làm cho thăng hoa có tính cách tư tưởng ấy cho đến khóa đề mới là thuộc về căn nguyên mang đến sự tượng kia. Đó chính là sự đáp ứng với Phật đạo vậy. Ở đó tư tưởng của Phật đạo đã chứng minh được tánh phổ biến kia, cho nên tên tuổi của cá nhân sẽ làm tổn hại đến hiện tượng có tính cách cụ thể, đồng thời vì thế có thể suy nghĩ rằng chẳng nói gì cả.

Ngược lại với "Tồi Tà Luân" và tên tuổi của Minh Huệ nếu xuất hiện thì chỉ làm sáng tỏ việc giận dữ riêng của Ngài Thân Loan mà thôi, sẽ sinh ra một sự ngộ nhận to lớn. "Giáo Hạnh Tín Chứng" dù cho có đến đâu đi nữa thì tất cả chúng sanh đều được cứu, đã được chứng minh đối với thế giới to lớn của Đại Thừa Phật Giáo là điều có thể suy nghĩ như thế.

CHƯƠNG THỨ NĂM: KHÓA ĐỀ CỦA "GIÁO HẠNH TÍN CHỨNG" VÀ PHƯƠNG PHÁP LUẬN

1.- HAI LOẠI KHÓA ĐỀ

Về sự tình Ngài Thân Loan Thánh Nhơn đã phải viết ra quyển "Giáo Hạnh Tín Chứng", dẫu nói thế nào đi chăng nữa thì khởi đi từ pháp nạn Thừa Nguyên, đấu tranh với Thánh Đạo Môn, điều luận tranh to lớn là "Tồi Tà Luân" của Minh Huệ, cho nên chủ yếu chính của việc phê bình kia có thể giới thiệu đơn giản là: "Sự sai trái dẫn đến sự phế bỏ Bồ đề tâm (nói về việc xưng danh niệm Phật, chủ yếu là việc không cần yếu về sự khác biệt của Ngài Pháp Nhiên"). Điều đó để đối lại với việc "xưng danh niệm Phật một lần được đọc lên của Ngài Pháp Nhiên Thượng Nhơn nơi "Tuyển Trạch Tập". Nói rằng nếu không có tín tâm ở "tín tâm hoan hỷ" Ngài Pháp Nhiên cho rằng đó là không niệm Phật. Cho nên tín tâm dựa vào việc niệm Phật là điều rất quan trọng. Tín tâm nguyên như vậy thì không thể nói là Bồ đề tâm được, nhưng tín tâm chính là sự nuôi lớn Bồ đề tâm và sự tu hành thêm vào, sẽ rộng được việc giác ngộ mà với sự xưng danh niệm Phật của kẻ phàm phu, không thể khai mở được con đường giác ngộ". Đó là sự phê bình.

Minh Huệ chủ trương rằng tín tâm rất cần thiết và trên thực tế khi Ngài Thân Loan Thánh Nhơn và Ngài Pháp Nhiên Thượng

Nhơn, Thầy trò truyền trao cho nhau cũng đã nghị luận về hai việc, trước tiên là để giải quyết những vấn đề tinh tế ấy. Thứ nhất là đối với việc cứu giúp tất cả chúng sanh qua việc xưng danh niệm Phật của Pháp Nhiên Thượng Nhơn, mà Ngài Thân Loan Thánh Nhơn vì thọ nhận sự cứu giúp kia về tín tâm của chúng sanh, không phải là đã đứng trên lập trường về tín tâm của tha lực để chủ trương sao? Việc chủ trương của Thân Loan và việc phê bình của Minh Huệ dẫu cho có khác nhau về tự lực và tha lực đi chăng nữa, thì những điểm đối với tín tâm ở trước mắt, cuối cùng cũng giống nhau ở điểm ”tín tâm vi bổn = lấy tín tâm làm gốc”.

Một điểm khác nữa với Ngài Pháp Nhiên Thượng Nhơn về niệm Phật là sự nỗ lực của chúng sanh và năng lực không cần thiết đã được nói đến qua “hành của bất hồi hướng” (Chơn Tông Thánh Điển trang 189); nhưng không phải chỉ đơn thuần là lực riêng của chúng sanh mà điều chẳng hiểu được rõ ràng ở đây là với lực nào có thể bước đi trên con đường đạo được? Với việc nầy Ngài Thân Loan Thánh Nhơn qua “Đại Kinh” đã xác minh qua “Bổn Nguyện lực hồi hướng” niệm Phật là khai mở “thệ nguyện nhứt Phật thừa”. Chẳng phải đã làm sáng tỏ việc nương vào Bổn Nguyện lực của Đức Như Lai sao?

Ngài Pháp Nhiên Thượng Nhơn vì có trách nhiệm với việc độc lập của Tịnh Độ giáo nên đã đứng trên lập trường của “Quán Kinh” để tuyên dương về xưng danh niệm Phật một niệm, nhưng đối với Ngài Thân Loan Thánh Nhơn thì vì muốn chứng minh cho Phật đạo của nhứt thừa là điều kia phải hoàn toàn, nên đã đứng trên tín tâm của “Đại Kinh” để làm rõ tất cả ý nghĩa của Bổn Nguyện lực hồi hướng vậy. Những việc nầy là do Thân Loan Thánh Nhơn chủ trương, mà Ngài Pháp Nhiên Thượng Nhơn đã hoàn toàn thừa nhận. Sự nghi vấn về niệm Phật hay tín tâm thì với Ngài Pháp Nhiên qua “sự quyết định của 2 chỗ ngồi về tín hành” đã được xác nhận lúc ngồi bàn nói về chữ tín rồi. Vấn đề của “Bổn Nguyện lực hồi hướng" ở "vấn đáp của tín tâm đồng nhất" đã nói đến ngôn từ "tín tâm nầy được ban ra từ Như Lai"; giữa hai việc nầy đã được xác định như vậy.

Đứng về phía Ngài Thân Loan Thánh Nhơn để xem, thì tín tâm là điều rất cần thiết giữa Thầy trò là những vấn đề đã được bàn qua tường tận, nên khi gặp việc phê phán của "Tồi Tà Luân" thì như thế nào? Thật ra với tín tâm của Bổn Nguyện lực hồi hướng phải đáp ứng nghi vấn kia, cảm thấy đó là một trách nhiệm to lớn vậy.

Thật là chán ngắt, nhưng với mục tiêu của Đại Thừa Phật Giáo là "Đại Niết Bàn (giác ngộ nhứt thừa)". Đây chẳng phải là con đường của Bồ Tát tự lực, mà phải khai mở dựa vào Bổn Nguyện lực của Như Lai. Việc xác nhận công khai qua "Đại Niết Bàn đạo" và "Bổn Nguyện lực hồi hướng" như vậy là khóa đề của "Giáo hạnh tín chứng". Những việc nầy như chúng ta đã hiểu thì cũng nên giải thích thêm một ít nữa vậy.

2.- "TUYỂN TRẠCH TẬP" LÀ MỘT QUYỂN SÁCH TUYÊN NGÔN ĐỘC LẬP CỦA TỊNH ĐỘ GIÁO

Ở "Tuyển Trạch Tập" của Pháp Nhiên Thượng Nhơn qua 48 lời nguyện của "Đại Kinh" cũng như một niệm của lời nguyện thứ 18 là Vương Bổn Nguyện và đây là nương vào lời dạy của "Quán Kinh sớ" của Ngài Thiện Đạo Đại Sư về: "Nếu kỳ vọng nơi ý của Bổn Nguyện thì một lòng phải chuyên niệm danh hiệu của Phật Di Đà"; ở trong 48 lời nguyện, đặc biệt là lời nguyện thứ 18, căn cứ vào đó để đưa ra việc nguyện cầu của việc niệm Phật vãng sanh. Điều chủ yếu của Ngài Pháp Nhiên Thượng Nhơn là dẫu cho những người ác đi chăng nữa, cũng được Đức A Di Đà Như Lai cứu về nơi hạ phẩm hạ sanh qua việc tuyển chọn một lần xưng danh niệm Phật; cho nên ở lời nguyện thứ 18 là lời nguyện của việc niệm Phật vãng sanh, chính là Nguyện Vương thuộc về Bổn

Nguyện của Đức A Di Đà Như Lai như đã rõ biết. Từ nơi "Quán Kinh" có phần xưng danh niệm Phật về nơi hạ phẩm hạ sanh, với lời thệ nguyện vãng sanh của "thập phương chúng sanh" ở "Đại Kinh" nếu đọc ở nơi Bổn Nguyện, trên thực tế đây là một sự cảm phục về việc đọc được đó.

Ví dụ như cha mẹ đối với con cái, chỉ mong muốn con mình học tập chăng? Hay là muốn được làm việc ở trong một xã hội tốt? Hoặc giả muốn được kết hôn với người ưng ý? Cả hằng tá mong muốn không dừng nghỉ như vậy, nhưng những việc nầy riêng đối với người con chỉ xuất hiện một sự mong mỏi duy nhất là hạnh phúc cho con trẻ kia. Việc nầy cũng giống như vậy, sự mong ước của Đức A Di Đà Như Lai ở trong 48 lời nguyện, nhưng trong đó lời nguyện thứ 18 với một lần niệm Phật nếu được, phải nên hiểu tường tận. Tại sao Ngài Pháp Nhiên Thượng Nhơn đọc được nơi Bổn Nguyện của "Đại Kinh" từ việc xưng danh niệm Phật kia để được cứu giúp qua lời dạy của Ngài Thiện Đạo, nên mới xưng là Ngu si Pháp Nhiên Phòng của "hãy nhứt tâm chuyên niệm danh hiệu Đức Di Đà".

Tuy nhiên hãy nhìn cách khác những bài viết của Pháp Nhiên Thượng Nhơn ngoài "Tuyển Trạch Tập" thì không những chỉ có dựa vào nơi lời nguyện thứ 18 về một câu Phật hiệu cho việc niệm Phật vãng sanh. Với Ngài Thân Loan Thánh Nhơn ở nơi "Giáo hạnh tín chứng" thì cột trụ về sự chơn giả ở trong 8 lời nguyện, mà lời nguyện thứ 22 không có thể chỉ công nhận là lời nguyện về Hoàn Tướng hồi hướng, nhưng ngoài điều nguyện nầy ra, tất cả Ngài Pháp Nhiên Thượng Nhơn đã dùng để đưa ra rồi. Hơn thế nữa Ngài Thân Loan Thánh Nhơn khi còn học, là môn hạ của Pháp Nhiên thì việc chơn giả ở 7 lời nguyện đã được Ngài Pháp Nhiên chỉ bày cho rồi, nhưng chỉ ý nghĩa của lời nguyện thứ 22 thì chưa được dạy, cho nên ý nghĩa lời nguyện nầy với Ngài Thân Loan Thánh Nhơn tự chính mình căn cứ vào "Đại Kinh" cùng "Tịnh Độ luận" và "Tịnh Độ luận chú", để đo lường và minh xác cho việc độc học (học riêng) đó.

Từ những việc nầy Ngài Pháp Nhiên Thượng Nhơn đương nhiên đã giải thích rõ ràng về đạo lý của Bổn Nguyện qua "Đại Kinh", mà những sự phiền não đã trói buộc kẻ phàm phu, với thế giới của Như Lai phải nên hướng đến như thế nào? Nếu điều nầy không có thì Ngài Thân Loan Thánh Nhơn và Ngài Pháp Nhiên Thượng Nhơn không có được đời sống của một vị Thầy. Nếu là như vậy thì hãy nên nhìn lại toàn thể tư tưởng của Ngài Pháp Nhiên Thượng Nhơn qua "Tuyển Trạch Tập", thì một câu niệm Phật của Tuyển Trạch Bổn Nguyện đã được đưa ra, chúng ta phải hiểu rõ ràng nơi sách vở về tánh cách sắc bén trước tiên đó.

Pháp Nhiên Thượng Nhơn có tổng cộng hơn 380 đệ tử, vừa đối quyết với Thánh Đạo Môn, vừa phải sống để phụng sự cho việc độc lập của Tịnh Độ giáo. Vì vậy hầu hết những học Tăng đều thuộc về Thánh Đạo Môn là những môn hạ đệ tử, những đệ tử nầy cũng đã thân cận với "Quán Kinh" cho đến Bổn Nguyện của "Đại Kinh" mà họ rõ biết. Lại nữa nếu hỏi về tín tâm ấy có thuần hay chẳng thuần, thì điều tất yếu có thể kết tập (gom lại) những đệ tử ấy, với một câu Phật hiệu để xưng danh niệm Phật qua "Quán Kinh", mà đã đưa ra được một câu niệm Phật làm Bổn Nguyện Vương. Như vậy với Ngài Pháp Nhiên Thượng Nhơn, thì ý nghĩa của Bổn Nguyện nơi "Đại Kinh" đã được rõ biết như bên trên, là vì trách nhiệm đối với sự độc lập của Tịnh Độ Tông, nên có thể suy nghĩ rằng: "Tuyển Trạch Tập" được đưa ra một câu danh hiệu niệm Phật là điều gặp nhau ở đó.

3.- TÍNH CÁCH RIÊNG BIỆT CỦA "GIÁO HẠNH TÍN CHỨNG"

Theo "Quán Kinh" Đức Thích Tôn đã nói cho Bà Vi Đề Hy về Định Thiện và tự lực của Tán Thiện về việc thực hành. Với tự lực sẽ không được cứu độ để được giác ngộ; ở nơi "Đại Kinh" thuộc

Bổn Nguyện được hướng dẫn theo kinh điển. Với ý nghĩa được hướng dẫn về sự cứu độ của Bổn Nguyện thì "Quán Kinh" chỉ nói và dạy về phương tiện, với tự lực vô hiệu thì điều kiện tất yếu để giác ngộ là phải vào Bổn Nguyện; cho nên "Đại Kinh" đã phụ thêm phần thệ nguyện sâu dày với "Quán Kinh" chính là nói về yếu môn vậy.

Mặt khác ở "Đại Kinh" Ngài Thân Loan Thánh Nhơn đã nói về "Lời dạy chân thật" rằng: Sự giác ngộ của Như Lai là con đường được khai mở Đại Niết Bàn, đã được nói đến qua Bổn Nguyện của 48 lời kia. "Quán Kinh" thì Đức Thích Tôn thuyết pháp cho Bà Vi Đề Hy hướng dẫn việc cứu độ; nhưng ở "Đại Kinh" thì nói đến Bổn Nguyện của 48 lời kia, cho nên kết cuộc với kẻ phàm phu, hướng dẫn chỉ bày cho con đường từ tự lực đến tha lực; còn ở nơi "Đại Kinh" thì ở trong tự thể đã đầy đủ rồi.

Bởi vì với tâm đại bi của Như Lai rõ ràng là được đón nhận bởi tín tâm của Bổn Nguyện thành tựu rồi, cho nên Ngài Thân Loan Thánh Nhơn đã thành lập (Tín quyển) về tín tâm của tha lực thuộc Bổn Nguyện thành tựu ở giáo quyển, hạnh quyển, chứng quyển; ngoài ra còn Chơn Phật độ quyển đã được hiển bày rõ ràng. Bởi vì ở nơi tín quyển chính tự thân mình lấy làm lập trường, nên ở biệt tự đã sẵn sàng cho việc biệt khai nầy. Lúc đương thời Ngài Thân Loan Thánh Nhơn đã lấy các vấn đề ở các quyển, đặc biệt là nơi "Tồi Tà Luân" v.v... Căn cứ vào đó để phê phán về Thánh Đạo Môn là: "Phàm phu không thể giác ngộ được, do vậy không thể bước đi trên con đường thành Phật", tất cả đều đã đáp ứng đúng như thế.

Ở Giáo quyển "Lời dạy của sự chơn thật" đối với sự tuyên dương của "Đại Kinh", nhưng ở đó thế giới của con người vì nương vào tự lực, nên địa ngục, ngạ quỷ, súc sanh đã hiện ra với "địa ngục nhất định"; để cứu việc nầy phải chỉ bày việc chơn thực, chỉ duy nhất có nơi "Đại Kinh" được khai mở để nương vào Như Lai hồi hướng. Ngoài ra sự thực tiễn kia được nói ở hạnh quyển về đại hạnh là: "xưng tụng danh hiệu Vô Ngại Quang Như Lai". Căn cứ từ Đại Hạnh nầy có thể giác ngộ siêu chứng Đại Niết Bàn về nan tư nghì vãng sanh và ở chứng quyển đã hiển thị việc nầy. Như vậy "Giáo hạnh tín chứng" toàn thể là hiển bày con đường Phật nương vào Bổn Nguyện tha lực, còn ở "Kinh Pháp Hoa" thì trọng tâm là bao gồm nội dung những sách vở với phương tiện về Phật đạo của tự lực.

Cho nên với Ngài Pháp Nhiên Thượng Nhơn ở "Tuyển Trạch Tập" thì ưu tiên nhiều hơn trong Đại Thừa Phật giáo, nên đứng trên lập trường đối với tín tâm của Bổn Nguyện thành tựu; còn từ phía Bổn Nguyện của "Đại Kinh" chứng minh từ sách vở nơi "Giáo hạnh tín chứng". Vì ở nơi "Đại Kinh" đã biểu hiện của luận ấy rồi; ở phần mới vào đã tuyên dương về mục tiêu đưa ra là: "Kinh Đại Vô Lượng Thọ, lời dạy của sự chơn thật và Tịnh Độ Chơn Tông".

Tiếp theo ở phần sau cùng của Chứng quyển có cho đăng tải phần văn chương có tính cách cần thiết, nên chúng ta hãy cùng xem nào!

Sự phê bình chơn ngôn của Đại Thánh, thật ra thì chẳng hiểu. Việc chứng Đại Niết Bàn là được vun trồng từ việc hồi hướng của nguyện lực. Sự lợi ích của hoàn tướng là sự hiển bày chánh ý của sự lợi tha. Ở đây với luận chủ (Thiên Thân) tuyên bố với một tâm đại vô ngại, thông thường để khai hóa quần manh về sự tạp nhiễm thậm nhẫn (nhẫn chịu sự tạp nhiễm lâu đời). Tông sư (Đàm Loan) đã hiển thị về hồi hướng của đại bi vãng hoàn (vãng tướng và hoàn tướng); thật tế thì để hoằng dương về ý nghĩa thâm sâu của tha lợi, lợi tha (làm lợi ích cho người khác). Hãy ngưỡng vọng và phụng trì! Đặc biệt phải nên tôn kính. (Chơn Tông Thánh Điển trang 298).

Câu văn nầy, Ngài Thân Loan Thánh Nhơn vì ở phần sau cùng đã hiển bày tất cả về các quyển giáo, hạnh, tín, chứng nên hãy nghe với cả tấm lòng. Cho đến bây giờ đã nói qua việc hồi hướng của Nguyện Lực về việc xưng danh niệm Phật nương tựa vào Đại Niết Bàn, dùng ngôn ngữ của chơn lý để rộng được, nhưng chúng ta đã rõ hết chưa? Cho nên Đức Thích Tôn đã nói nơi "Đại Kinh" rằng đây là tâm điểm của sự giáo hóa của Thích Ca Như Lai. Điều đó bởi vì sự lợi ích của hoàn tướng hồi hướng. Nương vào lời dạy nầy Ngài Thế Thân đã chứng minh rõ ràng rằng: "Dầu cho có còn phàm phu phiền não nhưng chỉ dùng một tín tâm của tha lực cũng có thể rộng được sự giác ngộ của Đại Niết Bàn. Ngài Đàm Loan Đại Sư thì: Đức A Di Đà Như Lai đã khai mở về hai loại hoàn tướng và vãng tướng một cách trịnh trọng, là để giáo hóa việc hoàn tướng hồi hướng cho những thiện tri thức, cũng chẳng phân biệt kẻ phàm phu, nên đã dạy ý nghĩa thâm sâu về tha lợi, lợi tha. Nên cung kính lời dạy nầy và nên tôn kính vậy".

Từ câu văn cuối cùng nơi "Giáo hạnh tín chứng" ở "Đại Kinh" (Đức Thích Tôn); "Tịnh Độ Luận" (Ngài Thế Thân); "Tịnh Độ Luận Chú" (Ngài Đàm Loan) nương vào những nơi nầy mà ghi tên là Ngu Ngốc Thích Thân Loan; với kẻ phàm phu ở nơi tín tâm tin vào danh hiệu ở nơi Bổn Nguyện lực đã được hiển bày, khai mở giác ngộ con đường Phật của Đại Niết Bàn nên đã hiểu rõ như vậy.

Ngài Pháp Nhiên Thượng Nhơn ở nơi "Tuyển Trạch Tập" nương vào nơi xưng danh niệm Phật cũng đã làm sáng tỏ cho kẻ phàm phu muốn vãng sanh về Tịnh Độ với con đường Phật qua việc niệm Phật vãng sanh, cho nên Tịnh Độ giáo đã được hoàn thành. Nhưng ở đây Minh Huệ với "Tồi Tà Luân" đã phê bình một cách triệt để. Với ông ta lấy cơ điểm (điểm cơ bản) dùng tự lực vô hiệu để tồn đọng lại nơi một câu xưng danh niệm Phật thì không thể giải thích về Tịnh Độ giáo được.

Ngài Thân Loan Thánh Nhơn qua "Tuyển Trạch Tập" đã chứng minh cho thấy về điều ưu thắng ở trong Đại Thừa Phật Giáo. Cho nên với Ngài Pháp Nhiên thì con đường Phật của niệm Phật vãng sanh đã đặt ngay vào ở giữa miền đất của Đại Thừa.

Với cơ hội nầy niệm Phật vãng sanh của Tịnh Độ giáo ở nơi "Đại Kinh" đã đứng ngay trên lập trường của "Hiện sanh chánh định tụ" thuộc về Đại Bát Niết Bàn Đạo. Vì sao lại nói về Tịnh Độ vãng sanh? Mà ở Thánh Đạo Môn thì hầu như ở hướng đối lập lại? Chẳng phải Tịnh Độ giáo đã vì kẻ phàm phu mà làm phương tiện để giáo hóa người nghèo khổ kia, mà kẻ phàm phu nếu không được giác ngộ thì sẽ một lần nữa chạy trốn; do vậy Đại Thừa giáo nghĩ rằng dẫu cho có là Tông phái nào đi chăng nữa thì sự tu hành cũng phải cầu giác ngộ của Niết Bàn. Niệm Phật vãng sanh cho đến con đường của Niết Bàn là căn nguyên hóa (gốc rễ hóa) và điều nầy là trung tâm ưu việt của Đại Thừa Phật Giáo đã được chứng minh qua sách vở; mà với "giáo, hạnh, tín, chứng" của Ngài Thân Loan Thánh Nhơn là như thế.

* Định thiện, tán thiện:

Đối với những người thực hành tự lực để cầu vãng sanh về Tịnh Độ theo "Quán Kinh" đã được nói thì Định Thiện có nghĩa là "tức lự ngưng tâm" (lo cho tâm có thể dừng đọng lại); đây quan niệm về Tịnh Độ với Đức Phật A Di Đà. Tán Thiện nghĩa là "phế ác tu thiện" (việc ác phế bỏ và tu việc lành). Chung lại gọi là: Định tán nhị thiện.

4.- PHƯƠNG PHÁP LUẬN CỦA "GIÁO HẠNH TÍN CHỨNG"

Về phía tôi (Tác giả) những khóa ở Đại Học Viện (Cao Học và Tiến Sĩ) có những buổi nghiên cứu về "Giáo hạnh tín chứng". Những viện sanh của Bác sĩ và Tu sĩ. Danh từ và học vị nầy dùng để chỉ cho tất cả các ngành học ở Nhật, sau khi tốt nghiệp. Ví dụ như Bác sĩ Văn học, Bác sĩ Y khoa, Bác sĩ Dược khoa, Bác sĩ ngôn ngữ học v.v...); đảm trách điều tra về phần văn chương cho hoàn bích. Hầu như tất cả đều là những câu văn trích dẫn từ "Giáo hạnh tín chứng", việc trích dẫn văn nầy ví dụ như ở "Vô Lượng

Thọ Như Lai hội" nguyện văn thứ mấy và mục tiêu nào, hay ở "Tịnh Độ luận chú" thuộc về ý nghĩa của câu văn nào, điều nầy với những câu văn được trích dẫn ở "Quán Kinh sớ" nguyên cách đọc và Ngài Thân Loan thì thay đổi cách đọc ra sao, về những nội dung đó thì thật là rõ ràng trót lọt. Vì lẽ kinh điển nên đã bắt đầu từng thứ theo ý nghĩa của câu văn trích dẫn hiểu rất rõ ràng tường tận; nhưng phần chính yếu ý nghĩa toàn thể của "Giáo hạnh tín chứng" thì không hiểu lắm. Cho nên khi đọc sách nầy, trong đó cũng có những người thiếu kiên nhẫn để cảm nhận được. Nguyên nhân chính đầu tiên về tánh cách của quyển sách "Giáo hạnh tín chứng" nầy, rồi Ngài Thân Loan Thánh Nhơn viết những gì trong nầy thì không rõ biết lắm.

Ngay cả khi mọi người tìm sách ở tiệm bán sách, đầu tiên là xem nhan đề của quyển sách; kế đó xem "Lời nói đầu" và đọc "Lời kết" và đa phần thấy vừa ý thì mua ngay và những gì được viết trong sách đó thì đại khái chỉ xem qua loa. Khi đọc sách, ý muốn của người viết, lại là việc gì? Nếu không hiểu được một cách rõ ràng về những phương pháp như thế nào thì dẫu cho có bao nhiêu câu văn trong đó có rõ biết việc chú giải đi nữa, thì việc lý giải về quyển sách ấy sẽ không có khả năng hiểu biết.

Như đã viết lại, cho đến giờ nầy thì Ngài Thân Loan Thánh Nhơn với "Giáo hạnh tín chứng" đã hiển bày những việc gì là quan trọng để giúp thêm cho việc hiểu biết? Việc nầy nói lặp lại Ngài Pháp Nhiên với vai trò là Thầy của "Tuyển Trạch Tập", đã tuyên dương về việc niệm Phật vãng sanh theo con đường Phật của người phàm phu. Tuy nhiên việc nầy đối với Tịnh Độ giáo thì Thánh Đạo Môn bắt đầu kể từ khi pháp nạn của Thừa Nguyên và cả 3 lần pháp nạn cũng như tấu trạng của chùa Hưng Phước và "Tồi Tà Luân" của Minh Huệ v.v... đón nhận sự phê bình có tính cách tư tưởng; cho nên nếu nói điểm chính yếu về việc phê bình kia thì Tịnh Độ giáo hướng dẫn sự giác ngộ của phàm phu làm phương tiện, như Ngài Pháp Nhiên đã nói là việc xưng danh niệm Phật không thể khai mở con đường giác ngộ được, vì kẻ phàm phu không đi trên con đường Phật, đó là điểm chính. Từ việc nầy của Thánh Đạo Môn thì ở bất cứ thời đại nào cũng có thể trỗi lên được sự phê phán. Truyền thống của Bổn Nguyện bắt đầu từ 7 vị Tổ, những vị nầy tùy theo quốc độ và thời đại khác nhau, nhưng vì đã đáp ứng được sự phê phán đó, có khi dẫn đến tranh đấu quyết liệt, khi nhìn ở phương diện lịch sử thì việc nầy chẳng sai chút nào chăng?

Ngài Thân Loan Thánh Nhơn cũng vì để đáp ứng cho sự phê phán kia, nên ở Tín quyển của "Giáo hạnh tín chứng" đã khai mở "tam tâm nhứt tâm hồi đáp", dẫu cho là kẻ phàm phu đi nữa thì tín tâm của tha lực có thể khai mở giác ngộ con đường đến Niết Bàn (tất khả siêu chứng Đại Niết Bàn) với việc nầy dẫu cho là người phàm phu đi chăng nữa có thể bước đi trên con đường Phật sinh hoạt theo tín tâm của Bổn Nguyện lực hồi hướng. (Hành nhơn của Kim Cang tâm) việc nầy đã được sáng tỏ rồi. Với người niệm Phật thì đã được chứng minh qua "Phật Tử chơn chánh". Điều nầy đối với Tịnh Độ giáo là cứ điểm được trồng vào nơi mảnh đất của Đại Thừa Phật Giáo, đó là "Giáo hạnh tín chứng" vậy. Hơn thế nữa mục tiêu của Ngài Thân Loan Thánh Nhơn là muốn đưa cao trồng thẳng qua việc niệm Phật để vãng sanh Tịnh Độ, căn cứ vào "Đại Kinh" Đại Thừa Phật Giáo (Đại Bát Niết Bàn Đạo). Do vậy mà chẳng phải chỉ có ba bộ kinh, mà "Hoa Nghiêm Kinh" nương vào "Bồ đề tâm" và "Vô ngại đạo" ở nơi "Kinh Niết Bàn" gọi đây là "Phật tánh"; vừa dẫn dụng nhiều kinh điển Đại Thừa cần yếu, vừa chứng minh cho được sự ưu thắng hơn cả trong Đại Thừa Phật Giáo, mà Ngài Pháp Nhiên Thượng Nhơn đã làm sáng tỏ qua việc niệm Phật vãng sanh.

Bắt đầu từ đây những việc trọng đại đã đến. Ngài Thân Loan Thánh Nhơn đã chọn nhặt ra phương pháp luận mà ở chương thứ nhứt đã được trình bày. Nhưng tại sao ở mỗi quyển đều tuyển ra Bổn Nguyện với cách chọn ra phương pháp khó như vậy? Điểm chính ấy nằm ở đâu? Việc nầy mong được tìm hiểu tiếp theo sau đây.

5.- SỰ CHUYỂN HOÁN QUAN NIỆM VỀ PHẬT ĐẠO

Căn cứ vào Phật đạo của chúng sanh ở "Đại Kinh" phần Bổn Nguyện thì thấy được phương pháp mà trong 7 vị Tổ đầu tiên đã chọn của những vị đi trước, nhưng với Ngài Thân Loan Thánh Nhơn hoàn toàn tôn kính Đàm Loan Đại Sư của Trung Quốc. Ngài Đàm Loan đã viết "Luận Chú". Hãy cùng đưa mắt để nhìn xem.

"Luận Chú" nghĩa là sách giải thích, chú giải từng chữ, từng câu về "Tịnh Độ luận" của Ngài Thế Thân. Ở đây nếu đọc kỹ thì từ chú thích ngoài ra còn có từng bộ phận. Điều nầy ở phần đầu căn cứ ở quyển thượng gọi là: "Nhị đạo thích"; ở cuối quyển thượng thì gọi là "Bát phiên vấn đáp".

Nhị đạo thích nghĩa là nói về A Bệ Bạt Trí của Long Thọ ở "phẩm Dị hành" của "Thập Trụ Tỳ Bà Sa Luận" (sự giác ngộ của bất thoái chuyển). Căn cứ vào Bổn Nguyện lực của Như Lai được nói giống với Chánh Định Tụ của Tịnh Độ. Ngoài ra Ngài Long Thọ đã nói về sự giác ngộ của Đại Thừa Bồ Tát đạo về hiện sanh bất thối. Nhưng Ngài Đàm Loan thì với việc nầy rằng khi được sanh về Tịnh Độ thì sẽ được ở vào ngôi vị Chánh Định Tụ.

Ở đây con đường để được giác ngộ của Đại Thừa Bồ Tát Đạo, Ngài Long Thọ đã nói ở dị hành đạo của tín phương tiện; không ở nơi tự lực, mà đã chỉ ra rõ ràng con đường Phật nương theo Bổn Nguyện lực của A Di Đà Như Lai. Cho nên ở đây giải thích về 2 con đường ấy, lại có sự chú thích của "Tịnh Độ luận" và chính nơi đây Ngài Đàm Loan đã biểu thị về Phật đạo quan của người kia vậy. Đặc biệt nơi Ngài Đàm Loan với "luận chú" nầy muốn biểu minh làm sáng tỏ về Phật đạo nương vào Bổn Nguyện lực của A Di Đà

Như Lai.

Đối với việc nầy ở phần vấn đáp thứ 8 vào cuối quyển thượng, Ngài Thế Thân ở phần sau cùng của "Nguyện sanh kệ" đã ngâm vịnh rằng: "Tất cả chúng sanh đều giống nhau, hãy vãng sanh về nước An Lạc". "Hầu hết chúng sanh" là ai vậy? Hãy nên tìm hiểu về việc nầy. Ngài Đàm Loan thì cho rằng: "Ngũ nghịch và kẻ hủy báng chánh pháp", khi tìm hiểu thì đúng như vậy. Về Bổn Nguyện lực của Đức A Di Đà Như Lai là cứu giúp chúng sanh và nói ngay cả người ác như "ngũ nghịch và hủy báng chánh pháp"; cho nên ở phần vấn đáp thứ 8 Ngài Đàm Loan đã đứng nơi Phật đạo của Bổn Nguyện để biểu minh rõ ràng về nhơn gian quan của người đó.

"Nhị đạo thích" và "Bát phiên vấn đáp" đã cậy vào nhau để chú thích của "Nguyện sanh kệ" cho nên Ngài Đàm Loan đã chú thích về "Tịnh Độ luận" của Ngài Thế Thân rằng: Với người ác cũng được cứu giúp nương vào Bổn Nguyện lực Phật đạo, đã trở thành chỗ làm sáng tỏ.

Nguyên "Tịnh Độ luận" là sách vở được viết ra ở Ấn Độ. Vì ở Ấn Độ, Đại Thừa Phật Giáo thường biểu hiện qua con đường Bồ Tát là sự bình thường; cho nên ở luận thơ của "Đại Kinh" cũng như Thế Thân đã biểu minh ở con đường Bồ Tát. Ở đây Đàm Loan thì với "Nguyện sanh kệ" cũng dùng để ca ngợi về con đường Bồ Tát, nên đã chú thích thành tán ca (ca ngợi tán dương) của Bổn Nguyện khi cứu giúp những kẻ phàm phu. Như vậy "Luận Chú" của Đàm Loan đơn thuần là chú thích sách "Tịnh Độ luận" không dừng nghỉ ở những ý nghĩa cần thiết sâu sắc.

Đàm Loan đã biểu hiện ở "Tịnh Độ luận" của Thế Thân về Tịnh Độ (Nhứt thừa nương vào lời thệ nguyện) để chứng minh rằng ngũ nghịch và hủy báng chánh pháp không ngoại trừ. Đối với việc nầy nếu nhìn từ Đại Thừa Bồ Tát Đạo thì "Tịnh Độ luận" chính là sự biểu hiện ngay thẳng nơi Phật đạo về việc cứu vớt kẻ phàm phu. Lại nữa ở Đại Thừa Bồ Tát Đạo thì Phật đạo của phàm phu đã được chuyển hoán. Như thế việc chú thích là công việc căn cứ vào Phật đạo quan để chuyển hoán, nhưng với Đàm Loan ở "Luận chú" thì lại càng chứa đựng nhiều hơn như thế nữa.

Ngài Thân Loan Thánh Nhơn đã được hướng dẫn bởi "Luận Chú" nầy và ngược lại với Đàm Loan là "Giáo hạnh tín chứng" vì suy nghĩ rằng: sự niệm Phật vãng sanh của phàm phu là sự chuyển hoán nơi Đại Thừa Phật Giáo. Quá chán nản nhưng ở "Luận chú" của Đàm Loan là đi đến Phật đạo của phàm phu với Bồ Tát Đạo của Đại Thừa. Thân Loan với "Giáo hạnh tín chứng" thì hướng đến "giáo hạnh tín chứng" về việc niệm Phật vãng sanh của phàm phu đến với Đại Thừa Phật Giáo. Như vậy "Luận chú" và "giáo hạnh tín chứng" chung quy là vừa phản đối về phương hướng và sự khác nhau về công việc chuyển hoán Phật Đạo quan (quan điểm về con đường đi đến thành Phật); cho nên phải tham khảo đầu tiên nơi "Giáo hạnh tín chứng" để làm sách vở; và ở "Tịnh Độ luận" của Thế Thân cùng "Luận chú" của Đàm Loan. Cả hai vị ấy chúng ta đã đón nhận với danh xưng của Thân Loan là "Giáo hạnh tín chứng", là lý do để viết ra quyển sách nầy, hãy nên hiểu như vậy.

* Ngũ nghịch. Hủy báng chánh pháp:

Nghĩa là sát hại cha mẹ v.v... phạm vào 5 tội gồm tiếp là: giết A La Hán, làm thân Phật ra máu và phá hòa hợp Tăng.

Kẻ hủy báng chánh pháp ở "Đại Kinh" nơi lời nguyện thứ 18 là: "Duy trừ ngũ nghịch phỉ báng chánh pháp (trừ tội ngũ nghịch và tội hủy báng chánh pháp)". Từ sự cứu độ của Bổn Nguyện thì trừ ra để chỉ cho sự tồn tại nầy, nên "câu văn của duy trừ" được nói như vậy.

6.- SỰ CHỨNG THỰC CỦA BA NGUYỆN

Ở "Luận chú" về con đường Bồ Tát Đại Thừa bởi vì đã được hoán chuyển để cứu giúp kẻ phàm phu theo con đường của Phật qua việc "những kẻ phạm tội ngũ nghịch và hủy báng chánh pháp", cho nên Ngài Đàm Loan đã chú thích tất cả, trải qua không biết bao nhiêu khổ nhọc một cách phi thường. Đặc biệt ở quyển hạ, phần sau cùng của "Luận chú". Bồ Tát nương vào Nam Mô A Di Đà Phật (ngũ niệm môn) để "thành tựu mau được chứng A Nậu Đa La Tam Miệu Tam Bồ Đề (giác ngộ Niết Bàn)" hãy tìm hiểu xem tại sao như vậy? "Nghiêm khắc với việc cầu nguyện căn bản nầy để trở thành tăng thượng duyên với Đức A Di Đà Như Lai" và nói "Đối với Bổn Nguyện lực của Đức A Di Đà Như Lai trở thành trợ duyên vậy". Lại nữa với "Đàm Loan" thì tìm đến chỗ thích hợp rằng: "Nếu Bồ Tát tìm đến căn nguyên để được giác ngộ nơi Niết Bàn thì với Bổn Nguyện lực của A Di Đà Như Lai trở thành cái duyên vậy". Bởi vì đây là việc chú thích của "Tịnh Độ luận" và cho đến bây giờ chủ ngữ là Bồ Tát, nhưng Đàm Loan với ý chính là bao quát cả sự đương nhiên duy trừ của phàm phu.

Bởi lẽ ở nơi Đại Thừa Phật Giáo, kẻ phàm phu không thể giác ngộ được, đó là chuyện bình thường; còn Đàm Loan ở phần sau cùng của "Luận chú" đã cắt đứt, cho vào việc phá bỏ việc bình thường kia, thật là vấn đề có tính cách căn nguyên vậy. Kẻ phàm phu có thể mau được giác ngộ Niết Bàn đã được minh xác đáp lại rằng: "Duyên nơi Bổn Nguyện lực của Đức A Di Đà Như Lai". Ở đây tất cả chúng sanh đều cho đứng vào Phật đạo và trở thành rõ ràng là với sự thệ nguyện bất tư nghì kia.

Đàm Loan về sau nầy vì để chứng minh lời thệ nguyện bất tư nghì kia từ trong 48 lời nguyện có tính cách cụ thể, đã tuyển chọn ra 3 lời nguyện . Thứ nhất: đối với "lời nguyện thứ 18 là lời nguyện của chí tâm tín nhạo"; thứ hai: "Nguyện thứ 11 là lời nguyện liền đến diệt độ" và cuối cùng lời nguyện thứ Ba là: "Lời nguyện thứ

22, lời nguyện về hoàn tướng hồi hướng". Cuối cùng với phàm phu mau chứng được giác ngộ Niết Bàn và con đường ấy đã được thành lập, mà có tính cách cụ thể của việc nầy là việc duy trì qua Bổn Nguyện lực của ba nguyện trên, là một hiện thật đã được làm sáng tỏ.

Có một ít khó khăn cần phải giải thích thêm. Lời nguyện thứ 11 là nguyện tất chí diệt độ, khi sanh về Tịnh Độ thì chúng sanh liền được ở ngôi Chánh Định Tụ và kẻ đó thệ nguyện đương nhiên được giác ngộ Niết Bàn; Lời nguyện thứ 18 là lời nguyện của Chí tâm tín nhạo, tất cả nội dung của lời thệ nguyện đều đến được diệt độ, nhưng đây là những lời thệ nguyện được thực hiện với tín tâm tha lực của người phàm phu. Cả hai nguyện nầy đều là lời nguyện của tự lợi; với Như Lai thực hiện điều nầy để trở thành Như Lai.

Lời nguyện thứ 22 là lời nguyện về hoàn tướng hồi hướng đối với tất cả chúng sanh được giác ngộ Niết Bàn, như sự giáo hóa của Ngài Phổ Hiền Bồ Tát, mang lời nguyện đến vì sự lợi tha. Lòng từ bi lợi tha của Đức Như Lai hiển thị cho thấy có tính cách cụ thể ở trong đời nầy; từ Tịnh Độ trở lại có nghĩa là sự giáo hóa sâu xa nầy cho những thiện tri thức, mà chúng ta là phàm phu nương vào tín tâm để được ở trong cõi Niết Bàn.

Như vậy ở quyển hạ của "Luận chú" nầy, đưa ra lời nguyện thứ 18 là lời nguyện của chí tâm tín nhạo, lời nguyện thứ 11,lời nguyện tất chí diệt độ và lời nguyện thứ 22, lời nguyện của hoàn tướng hồi hướng; ở đây việc tự lợi lợi tha của Như Lai biểu hiện qua 3 lời nguyện nương vào năng lực và nói về sự hoàn thành Phật đạo của chúng sanh. Nếu nói ngay thẳng từ chúng sanh về việc nầy thì tín tâm của tha lực (nguyện thứ 18) nương vào đó để đến Niết Bàn; (nguyện thứ 11) là con đường đã được xác định. Con đường ấy từ Tịnh Độ trở về lại để dạy cho những thiện tri thức; (lời nguyện thứ 22) để nương vào đó triệt để. Cho nên ở đây đã đưa ra ba bổn nguyện lực của Đức A Di Đà Như Lai, mà đây là chứng cứ cho mục đích là Đại Niết Bàn đạo của phàm phu và ở đây được gọi là: "Tam nguyện đích chứng".

Với Ngài Đàm Loan như vậy, đầu tiên ở trong 7 vị Tổ đã đưa ra được Bổn Nguyện có tính cách cụ thể mà phàm phu và để chỉ ra rõ ràng con đường đi đến thành Phật là điều tất yếu. Ngài Thân Loan Thánh Nhơn của "Giáo hạnh tín chứng" thì hiển bày căn cứ vào Bổn Nguyện lực, phàm phu có thể chắc chắn thành tựu con đường thành Phật; cho nên ở Phật đạo của tự lực trong "Kinh Pháp Hoa" có chỗ sai khác. Ở mỗi quyển của "Giáo hạnh tín chứng" căn cứ nương vào Bổn Nguyện của Như Lai để thành lập, thì điều nầy chỉ tượng trưng mà thôi. Như vậy Phật đạo quan, trước tiên đã biểu hiện nơi "Giáo hạnh tín chứng" mà Ngài Đàm Loan của "Luận chú" gọi chắc chắn là "Tam nguyện đích chứng". Ngài Thân Loan Thánh Nhơn đã mở rộng thêm tầm mắt về sự dạy dỗ to lớn của Ngài Đàm Loan; ở nơi mục tiêu của mỗi quyển có thể nghĩ rằng luôn đề cao về Bổn Nguyện.

7.- TIÊU CHÍ CỦA "GIÁO HẠNH TÍN CHỨNG"

Ban đầu cũng đã nói đến rồi; nhưng ở "giáo hạnh tín chứng" của Ngài Thân Loan Thánh Nhơn đa phần nương vào "tam nguyện đích chứng" của Ngài Đàm Loan, thật hư của 8 nguyện xin được đơn cử ra đây.

Ở giáo quyển nếu đưa ra ở phần nguyện danh về "Kinh Đại Vô Lượng Thọ - Lời dạy chơn thật - Tịnh Độ Chơn Tông" (Chơn Tông Thánh Điển trang 150) thì ở "Đại Kinh" cũng đã có tuyên dương, từ đây trở đi ở mỗi quyển đều có đưa ra mục tiêu cả, giống như nơi Bổn Nguyện được đưa ra như sau:

Hành quyển:

Lời nguyện của chư Phật xưng danh (Lời nguyện thứ 17) hạnh của Tịnh Độ chơn thật, hạnh của tuyển trạch Bổn Nguyện.

(Chơn Tông Thánh Điển trang 156).

Tín quyển

Nguyện của chí tâm tín nhạo (Nguyện thứ 18) cơ duyên của Chánh Định Tụ.

(Chơn Tông Thánh Điển trang 210)

Chứng quyển

Lời nguyện của tất chí diệt độ (Lời nguyện thứ 11)
nan tư nghì vãng sanh.

(Chơn Tông Thánh Điển trang 279)

Chơn Phật độ quyển

Lời nguyện của Quang Minh Vô Lượng (Lời nguyện thứ 12)
Lời nguyện của Thọ Mệnh Vô Lượng (Lời nguyện thứ 13)

(Chơn Ngôn Thánh Điển trang 299)

Phương Tiện hóa thân độ quyển

Ý của Kinh Vô Lượng Thọ Phật
Nguyện của sự chí tâm phát nguyện (Nguyện thứ 19)

Tà định tụ cơ

Song thọ lâm hạ vãng sanh
Trở thành ý của kinh A Di Đà
Nguyện của chí tâm hồi hướng (Nguyện thứ 20)

Bất định tụ cơ

Nan tư vãng sanh

(Chơn Ngôn Thánh Điển trang 325)

Ngoài ra việc hoàn tướng hồi hướng của chứng quyển đã bắt đầu; ở lời nguyện thứ 22 đã đưa ra nguyện danh của hoàn tướng hồi hướng. Ngài Thân Loan Thánh Nhơn ở trong 48 lời nguyện của "Đại Kinh" tuyển chọn ra 8 lời nguyện để tạo thành "Giáo hạnh tín chứng". Đây chính là việc khai nhãn (mở mắt) cho việc niệm Phật của Bổn Nguyện khi gặp Ngài Pháp Nhiên Thượng Nhơn, bao gồm tất cả những kẻ phàm phu có thể giác ngộ đến Niết Bàn, bởi vì đã tuyên dương về lời nguyện có thể bước đến Phật đạo khi hướng về đời sống Đại Niết Bàn; cho nên dẫu sao đi nữa thì phương pháp nầy có tính cách thật tiễn, được học từ "tam nguyện đích chứng" của Ngài Đàm Loan mà Ngài Thân Loan Thánh Nhơn đã chính mình đọc qua nơi "Đại Kinh". Trên thật tế thì ở trong "Đại Kinh" cũng đã nói về tám lời nguyện thật hư của câu văn thành tựu. Sự thể nghiệm khi gặp Pháp Nhiên Thượng Nhơn qua thành tựu văn của "Đại Kinh" từ đó bị tư tưởng hóa, mà tư tưởng ấy được biểu hiện nơi "Giáo hạnh tín chứng". Như toàn thể thì các văn loại đều được biểu hiện nương vào Bổn Nguyện của A Di Đà Như Lai, nên tâm tư của Thân Loan không hề xuất hiện. Ở "Giáo hạnh tín chứng" là sự tương ưng việc giác ngộ qua "Đại Kinh" với ý nghĩa là "quyển sách của vô ngã", là lý do có tính cách quyết định như vậy.

Nơi ấy, kể từ đây Thân Loan Thánh Nhơn đọc như thế nào qua "Đại Kinh" hay là cũng nên tìm hiểu thêm về những điểm chính yếu nơi "Giáo hạnh tín chứng" vậy.

CHƯƠNG THỨ SÁU: SỰ GIẢI THÍCH RÕ RÀNG VỀ "ĐẠI KINH" CỦA THÂN LOAN THÁNH NHƠN VỀ "GIÁO HẠNH TÍN CHỨNG" VÀ NHỮNG ĐIỂM THEN CHỐT

I.- "ĐẠI KINH" QUYỂN THƯỢNG SỰ GIAN KHỔ CỦA ĐỨC A DI ĐÀ NHƯ LAI VÀ SỰ TRANG NGHIÊM CỦA TỊNH ĐỘ

1.- CÁCH ĐỌC "ĐẠI KINH" CỦA THÂN LOAN THÁNH NHƠN

Thân Loan Thánh Nhơn đã bắt đầu từ đâu khi đọc "Đại Kinh" vậy? Nếu xem ở "Giáo hạnh tín chứng" ở phần giáo quyển thì sẽ hiểu. Giáo quyển nơi "Đại Kinh" chứng minh tại sao là chơn thật giáo? Cho nên từ nơi lời ngỏ đầu tiên của "Đại Kinh" đã bắt đầu; đặc biệt câu văn của xuất thế bổn hoài, lấy đó làm trung tâm để dẫn văn. Ở phần lời ngỏ phát xuất là một bộ phận ở "Đại Kinh" được nói ra về Nhơn Duyên và Động cơ. Việc dẫn văn nầy tiếp tục ở phần bản dịch khác của "Đại Kinh" phần "Vô Lượng Thọ Như Lai Hội" và "Bình Đẳng giác kinh" từ đó làm cơ sở dẫn dụ ra những chỗ giống nhau. Cho nên Ngài Thân Loan Thánh Nhơn từ lời đầu phát khởi của "Đại Kinh" nếu đọc hết thì sẽ hiểu.

Nếu nói từ thể nghiệm của Thân Loan Thánh Nhơn vì sự khai mở nầy dưới con mắt nương vào thế giới của Bổn Nguyện của "Đại

Kinh" khi gặp nhau và được dạy bởi Ngài Pháp Nhiên rằng: "Nếu chỉ niệm Phật thì sẽ không được Đức Di Đà cứu vớt". Cho nên cùng với tự thân thể nghiệm thêm vào; nên khi đọc đến lời ngỏ phát khởi, đó là chuyện đương nhiên chăng? Điều nầy có thể suy nghĩ như vậy.

Cách của Ngài Thân Loan Thánh Nhơn đọc "Đại Kinh" là không những chỉ bắt đầu học vấn và giáo lý của Thánh Đạo Môn, mà trên thực tế thì với tính cách thể nghiệm cũng như tính cách thực tiễn. Để cứu được Phật đạo cho tấm thân nầy toàn thể, không thể chỉ có học vấn và giáo lý, mà với thân nầy của đời trước đối với một con người phải vừa khóc lóc và chỉ một lòng khai mở lắng nghe âm thanh của Bổn Nguyện, mà điều cần yếu quan trọng là nên tìm gặp những thiện tri thức, cho nên Ngài Thân Loan Thánh Nhơn vừa lắng nghe những lời dạy của Đức Phật cho Ngài A Nan khi gặp gỡ và đồng thời xâm nhập vào thế giới của Bổn Nguyện của Đức A Di Đà Như Lai.

Như vậy thì đầu tiên hãy nghe thử về việc dạy dỗ từ giáo quyển vậy. Ở giáo quyển:

Đang mang cái gì đây? Nếu muốn được rõ biết trở thành sự kiện lớn của xuất thế. (Chơn Tông Thánh Điển trang 152). Đó là câu văn của Ngài Thân Loan Thánh Nhơn và bắt đầu dẫn dụ từ "Đại Kinh". Với ý nghĩ rằng: "Căn cứ vào điều gì ở "Đại Kinh" có thể rõ biết để nói về việc xuất thế bổn hoài của Nhứt Thừa". Nhưng đây mới là sự bắt đầu của việc dẫn dụ câu văn theo kinh điển làm mào đầu cho câu văn, mà ở "Giáo hạnh tín chứng" chỉ có điều nầy. Chỉ có điều nầy theo câu văn chỗ thiết yếu là:

Câu "xuất thế đại sự" là lời nói được nói ra ở "Kinh Pháp Hoa" phẩm "Phương tiện", có thể suy nghĩ rằng đó là "một đại sự nhân duyên" với ý thức. Ở nơi "Kinh Pháp Hoa" việc xuất thế bổn hoài của Thế Tôn được đề cập đến là: "Chư Phật Thế Tôn chỉ có một đại sự nhân duyên, cho nên thị hiện ra nơi đời nầy". Điều nầy có nghĩa rằng: "Đầu tiên là Đức Thế Tôn cùng chư Phật chỉ vì nói đến một sự chơn thật của nhứt thừa mà thị hiện ra nơi đời nầy". Ở đây "Nhứt đại sự nhơn duyên" nghĩa là: "một thừa chơn thật" cho nên ở nơi "Kinh Pháp Hoa vì nói đến "nhứt thừa chơn thật"; cho nên Đức Thích Tôn đã thị hiện ra nơi đời nầy.

Thế nhưng "Nhứt thừa chơn thật" bởi vì đây là chỉ thực hiện nương vào lời thệ nguyện của Đức Phật A Di Đà, cho nên nói "mang theo cái gì? Nếu muốn rõ biết được trở thành việc lớn của sự xuất thế" và nói như ngôn ngữ "Kinh Pháp Hoa" thì vừa ý thức, vừa nói lên được bổn nguyện mà Ngài Thân Loan qua "Đại Kinh" thật sự ra chính là việc xuất thế bổn hoài kinh vậy.

Ở đây như đã tường thuật thì nơi Đại Thừa Phật Giáo có hai loại xuất thế bổn hoài kinh. Đó là: "Đại Kinh" và "Pháp Hoa Kinh"; nhưng cả hai Ngài Thân Loan Thánh Nhơn đã học qua và đã xác tín được việc trải qua những lời dạy về nhứt thừa chơn thật của Bổn Nguyện mà phàm phu được cứu độ thì xuất thế Bổn Hoài kinh đã hiện ra rõ ràng nơi "Đại Kinh". Ở đây "Đại Kinh" là vị Phật vậy; do vậy sắc mặt của Ngài Thân Loan Thánh Nhơn trở nên hớn hở hơn.

2.- LỜI THỈNH VẤN CỦA A NAN

Lời văn được dẫn ở lời ngỏ lúc đầu là: Nếu nói ở "Kinh Đại Vô Lượng Thọ" thì: Hôm nay Đức Thế Tôn, mọi gốc rễ đều rõ ràng, sắc diện thanh tịnh, ánh sáng rực rỡ, sáng trưng như tấm gương, làm cho hình ảnh thanh tịnh. Uy dung hiển diệu, được hiện ra nhiều vô số kể. Nếu chưa chiêm ngưỡng thấy được thù diệu ấy, thì ngay bây giờ có thể thấy được". (Chơn Tông Thánh Điển trang 152 - 153).

Nghĩa là bắt đầu từ văn chương. Hơn thế nữa ở nơi "Đại Kinh" đã được nói như thế nầy: "Hôm nay Đức Thế Tôn từ nơi thân thể đầy đủ an ổn, hình ảnh thanh tịnh, vẻ mặt sáng tỏ như đỉnh Himalaya, lại có thể cao hơn thế nữa, như tấm kiếng phản chiếu lại ánh sáng của mặt trời và mặt trăng, và trí tuệ của Đức Như Lai cùng ánh sáng ấy xuyên suốt qua tận bên kia của tấm kiếng. Với hình tướng ấy, ánh sáng huy hoàng nương vào nơi đức Phật, tạo ra ưu thế so với tất cả trong đời thì đây siêu tuyệt vô lượng, mà với ta chưa được bái kiến tôn dung vi diệu ưu thắng nầy". Đây chính là ngôn từ kinh ngạc của Ngài A Nan.

Ngài A Nan không thể lường được khi phát ra sự suy nghĩ như vậy, nên ở đây khi gặp Đức Thế Tôn với sự sáng tỏ của trí tuệ được chiếu ra, rất cảm động, mà thốt nên lời cảm động về Đức Vô Lượng Thọ, siêu tuyệt lên trên tất cả mọi vật trên đời nầy. Tuy rằng ánh sáng của mặt trời và mặt trăng không thể xuyên qua cõi tâm, nhưng nay với vô minh hôn ám ấy của A Nan được bái kiến, được vô ngại quang ấy chiếu đến.

Không những là ánh sáng của trí tuệ cũng nói đến sự đặc biệt, mà Đức Thích Tôn đã thuyết pháp. Chúng ta đề cập đến ngôn ngữ của lời dạy thì đầu tiên nên cố gắng lý giải việc gắng sức nghe pháp. Thế nhưng lời dạy của Đức Phật thì vượt lên trên sự phân biệt (mang theo trí tuệ và lý tánh của nhân gian); cho nên thật ra khó có thể giải thích việc nầy được.

Dẫu là như vậy, việc nghe pháp khó khăn ấy chồng chất lên nhau, đồng thời khi thời cơ thành thục, lúc cúi đầu xuống với câu Nam Mô A Di Đà Phật, thì ngôn ngữ của lời dạy ấy không phải là đối tượng của sự lý giải, mà là sự chuyển đổi từ ánh sáng của trí tuệ đến, qua việc chiếu ra ở toàn thể nơi sự tồn tại của nhơn gian. Lời dạy ấy là sự chiếu dọi vào kẻ ngu muội, ánh sáng kia của trí tuệ sẽ được thay đổi. Với Vô Ngại Quang nầy, cả thiện lẫn ác, cả ưu lẫn liệt, cả thắng lẫn bại lan đến từng góc cạnh, mà gốc rễ của địa ngục là sự tự kỷ chấp trước; tất cả đều được chiếu sáng đến.

Với chúng ta ở trong sự khổ nầy so sánh trong tương đối nhưng điều nầy để tạo ra một quyển sách là sự ngu si phiền não của sự tự kỷ chấp trước. Nếu ở đó có ánh sáng dọi vào thì sẽ biết đến sự so sánh tương đối của sự ngu si kia. Trong khi sống cũng với hình thức Nam Mô A Di Đà Phật và khi chết cũng với dạng thái Nam Mô A Di Đà Phật, sẽ vượt qua khỏi sự tương đối ấy với trí tuệ của Vô Lượng Thọ, bước đi trên con đường tự giác.

Với Vô Lượng Thọ, Vô Lượng Quang nầy, là năng lực của Đức A Di Đà Như Lai, cho nên qua lời dạy của Đức Thích Tôn mà trong đó Ngài A Nan đã bái kiến Đức A Di Đà Như Lai. Cho nên từ đó sự gặp gỡ với khế cơ nầy, đồng thời đã được nghe nói đến bổn nguyện của Đức Như Lai.

Tiếp tục câu văn ở trước của Ngài A Nan, chính mình cảm động và nội dung được thuật lại như sau:

Ngày nay Đức Thế Tôn ngự nơi pháp đặc biệt. Hôm nay Đức Thế Hùng ở nơi chốn của Phật. Hôm nay Đức Thế Nhãn ở nơi hạnh của một Đạo Sư. Hôm nay Đức Thế Anh ở nơi đạo của tối thắng, Hôm nay Đức Thiên Tôn thực hành cái đức của Như Lai. Phật của khứ lai hiện (quá khứ, tương lai và hiện tại), việc gặp nhau giữa Phật và Phật để nhớ về nhau. Bây giờ Đức Phật cùng với chư Phật nhớ nghĩ về nhau, không có việc gì là chẳng được, không có gì có thể hơn uy thần của ánh sáng kia; ánh sáng ấy là như thế. (Chơn Tông Thánh Điển trang 153).

Việc hỏi nầy của A Nan với ý nghĩa như sau: “Ngày nay Đức Thế Tôn, đặc biệt đứng ở pháp ưu tú; ngày nay Đức Thế Tôn là bậc hùng của thế gian, đứng trên cảnh địa của Phật. Hôm nay Đức Thế Tôn đã mang trí tuệ đến phá trừ kiến chấp của thế gian, đứng trên cương vị là Đạo Sư hướng đạo của tất cả chúng sanh, ngày nay Đức Thế Tôn là bậc trí tuệ ưu thế đối với thế gian, ở trong cuộc đời nầy đứng trên tất cả những con đường tối thắng. Hôm nay Đức Thế Tôn của chư Thiên là bậc Trung Tối Tôn, là cái đức chơn thật của Như Lai, hiện ra một cách thực tiễn. Cả chư Phật trong quá khứ, chư Phật của vị lai và chư Phật trong hiện tại, đều cùng nhau nhớ nghĩ về nhau. Hôm nay Đức Thế Tôn cũng như vậy, cùng với chư Phật nhớ nghĩ đến nhau. Tại sao hôm nay với uy thần trí tuệ của Như Lai mà hiện ra ánh sáng chói lòa nầy vậy" ?

"Kim Nhật" nói như thế là kính ngưỡng 5 đức của Như Lai Thế Tôn; nói là "ngũ đức thụy hiện". Đây là năng lực quang minh vô lượng của Như Lai, mở bày ra 5 loại để ghi nhớ lại. Lại nữa nói "kim nhật" là việc nhớ nghĩ về nhau giữa Phật với Phật; là nói: "Phật Phật tương niệm". Ở đây không giới hạn bởi quá khứ, hiện tại và vị lai mà thuật lại việc Đức Vô Lượng Thọ. Thật cảm động khi gặp nhau là sự chân thật của các Đức Như Lai, bất cứ khi nào lúc gặp nhau đều biểu hiện là "kim = bây giờ". Chữ "kim = bây giờ" nầy là nương vào nơi sự gặp nhau của thiện tri thức. "Kim = Nay" qua khỏi thế giới nầy, gặp Đức Vô Lượng Thọ. Vì lẽ Ta Bà cùng Siêu Thế của hiện tại trùng lập lên nhau. Sự cảm động của Siêu Thế như trước đã học là "vĩnh viễn của bây giờ" đây là ngôn ngữ đã được dạy. Ngài A Nan với "Kim nhật = ngày hôm nay = bây giờ = nay" đã cảm động tường thuật lại, và đó là lý do của việc thỉnh vấn nầy.

3.- XUẤT THẾ BỔN HOÀI

A Nan cảm động thuật lại "ngũ đức thụy hiện" và khen tặng đức ấy của Như Lai nhưng A Nan vì là đệ tử chưa ly dục của Đức Phật, nên có thể nói khi gặp lời dạy chơn thật, chỉ có thể tường thuật lại một cách kinh ngạc để minh xác về cái đức của Như Lai.

Thêm vào việc nầy còn nói thêm về Phật Phật tương niệm của quá khứ hiện tại và vị lai. Quá khứ Phật theo "Đại Kinh" trong đó đề cập đến là 53 vị Phật trong quá khứ (dịch giả: xin xem nơi Kinh Hồng Danh Bảo Sám) và Phật vị lai thì gồm 56 ức 7 ngàn vạn năm nữa để trở thành Phật là Ngài Di Lặc Bồ Tát. Còn hiện tại Phật chính là Đức Thích Tôn, mà "kim nhật A Nan đã bái thỉnh với Đức A Di Đà Như Lai. A Di Đà Như Lai là Phật cội gốc, cho nên vì thế mà thuật lại một cách cảm động về Đức Vô Lượng Thọ một cách thông suốt của quá khứ và vị lai. Nhưng vì chưa lìa dục nên A Nan đã được khai mở cho con mắt đối với thế giới của Phật và chư Phật. Cho nên điều nầy lại cũng làm cho kinh ngạc.

Do vậy từ phía Đức Thế Tôn:

Ngươi đã cho lời dạy của chư Thiên đến hỏi Phật chăng? Hay là tự mình do huệ kiến (thấy bằng trí tuệ) mà hỏi uy nhan như vậy? (Chơn Tông Thánh Điển trang 153) Được nghe như thế? Lại nữa xác nhận với A Nan rằng: "Nầy A Nan! Chư Thiên, thiện Thần chỉ bày cho ông để đến tham vấn uy nhan của Như Lai là lý do hay sao? Hay điều nầy là do chính trí tuệ tự nhiên của ngươi vậy ?".

Vì sao vậy? Mãi cho đến bây giờ chỉ dạy 50 giai đoạn để đạt được Thánh Đạo Môn. Nếu không đạt được Đẳng Giác, Diệu Giác để đến được sự giác ngộ của Như Lai như Bồ Tát thì không thể hiểu được Như Lai.

Như phía trước đã tường thuật về các giai tầng tu hành của Đại Thừa Phật Giáo về Thập Tín, Thật Trụ, Thập Hạnh, Thập Hồi Hướng, Thập Địa, Đẳng Giác, Diệu Giác được hiểu gồm 52 giai đoạn. Người xuất gia gìn giữ giới luật đầu tiên kẻ phàm phu đối với việc giữ Thập Tín thì không thể trọn vẹn (ngoại phàm phu), vượt khỏi qua được cảnh giới tu hành; còn Thập Trụ, Thập Hạnh, Thập Hồi Hướng thì để cho những phàm phu ưu việt (nội phàm phu) đầy đủ việc tu hành qua khỏi các cảnh giới, đồng thời sẽ chứng được ngôi vị Bồ Tát; gọi là thất địa trầm không (đến địa thứ 7 vẫn còn chìm nổi) mà cửa ngõ của Bồ Tát còn khó đột phá được đến thập địa là con đường trọn vẹn của Bồ Tát; lúc đó mới thành tựu sự giác ngộ giống như Đức Như Lai ở ngôi vị Đẳng Giác. Rồi từ sự giác ngộ của Như Lai, sau đó tiến đến quả vị của Diệu Giác.

Từ xưa đến nay việc không đến được Đẳng Giác, Diệu Giác là việc không rõ biết được nội dung về sự giác ngộ của Như Lai. Còn ở đây với Ngài A Nan là kẻ chưa ly dục cho nên thỉnh hỏi về thế giới giác ngộ của Như Lai, từ đó đã xác nhận nơi gặp gỡ để thỉnh vấn Đức Thích Tôn. Điều nầy cho đến bây giờ là cách nói qua lời Phật dạy, hầu như không thể giải thích được, việc bất tư nghì khi gặp nhau đã được bắt đầu.

Hỏi A Nan rằng:

Chư Thiên đến để yêu cầu ta dạy bảo, có việc nầy chăng? Hay tự chính từ chỗ thấy (của ông) mà tìm đến để hỏi ý kiến nầy?

(giống như trước)

Và câu đáp rằng. Điều nầy được thọ nhận từ lời đáp của A Nan: "Con không nhận được bất cứ lời chỉ dạy của ai cả. Chỉ tự chính con rõ thấy, nên đến thăm hỏi về ý nghĩa", Đức Thích Tôn đã tự nói về sự xuất thế bổn hoài của mình.

Lành thay A Nan! Lời hỏi thật là sâu xa thích thú. Đầy đủ trí tuệ, phát ra sự biện tài chơn diệu về lòng thương tưởng đến chúng sanh; nên mới hỏi những điều ý nghĩa trí tuệ nầy. Như Lai với lòng đại bi không bị che khuất thương cảm ba cõi; cho nên xuất hiện trong đời nầy, làm cho đạo giáo quang đãng, cứu vớt quần manh, mong muốn được lợi ích chơn thật với trí tuệ. Từ vô lượng ức kiếp đã gặp và nay thấy được, như hoa linh thụy gặp lúc đã nở. Bây giờ với những lời thưa thỉnh thật là lợi ích cho nhiều người. Tất cả Chư Thiên, loài người đều được khai hóa. A Nan nên rõ biết, chánh giác của Như Lai không thể đo lường sự hiểu ấy hết được, làm kẻ dẫn đường cho nhiều người. Với Huệ Kiến Vô Ngại không có sự ngăn cấm.

(giống như trên)

Ý nghĩa của câu văn nầy như sau:

"Lành thay A Nan! Sự thưa thỉnh của ngươi rất là tuyệt vời! Với trí tuệ thâm sâu và ngôn từ đẹp đẽ cùng tài năng phát huy. Vì thương cảm tất cả chúng sanh chưa có thể giác ngộ được và lo lắng mang điều nầy đến thưa thỉnh. Như Lai với lòng đại bi không bị che khuất, thương cảm thế giới bị mê mờ trong cõi dục, cõi sắc và cõi vô sắc, muốn ra khỏi thế giới nầy. Với xuất thế bổn hoài, vì để cứu giúp cho những loài quần manh được rõ biết con đường Phật ở nơi ba cõi, nên muốn dùng trí tuệ để chỉ bày về Bổn Nguyện của Đức A Di Đà Như Lai. Với Như Lai việc nầy đã gặp được, nên thật chẳng khó, giống như khó được gặp trong vô lượng ức kiếp. Ví dụ như hoa linh thoại 3.000 năm mới một lần nở hoa. Bây giờ ngươi đến thưa thỉnh vì sự lợi ích to lớn của loài người. Tất cả Chư Thiên và giáo hóa chúng sanh để có thể đứng vào trong Phật đạo. Nầy A Nan! Hãy nên khéo rõ biết! Trí tuệ giác ngộ của Như Lai khó thể đo lường, việc hướng dẫn chúng sanh rộng rãi chẳng có hạn lượng. Với trí tuệ ấy không có bất cứ một chướng ngại nào cả. Việc nầy không có gì có thể ngăn ngại cả".

Việc ra đời của Đức Thích Tôn đã được thuật lại một cách chính xác tường tận như vậy, chỉ nương vào "Đại Kinh". Việc xác định rõ ràng về sự xuất thế bổn hoài nầy Ngài Thân Loan Thánh Nhơn đã nương vào kinh điển "Kinh Đại Vô Lượng Thọ" của Ngài Khương Tăng Khải dịch là một lý do để suy nghĩ. Ở đây việc "vì cứu vớt quần manh mà nói về Bổn Nguyện của A Di Đà Như Lai" gọi đây là lời dạy của Tịnh Độ giáo và khai mở cho tất cả chúng sanh để được thành.

"Quần manh" nghĩa là thời kỳ khô hạn con người đạp lên đất bị vỡ ra thấy như trà màu đỏ ở Ấn Độ; đến mùa mưa thì đồng loạt thay đổi xanh tươi, đây là việc của cây cỏ. Cho nên ở "Đại Kinh" Phật giáo cho đến bây giờ vì thấy bị vứt bỏ và Đức A Di Đà mới dùng lòng đại bi huệ cố đến mọi người và việc cứu mọi người nầy là một tuyên ngôn vậy.

Việc thưa hỏi của A Nan về khế cơ được dạy về Bổn Nguyện, cho đến bây giờ với Thánh Đạo Môn ngược lại với tánh phương hướng. Giác ngộ không phải là mục tiêu tu hành, mà đối với những người không có nhân duyên với Phật Giáo, được dạy cứu độ cho tất cả chúng sanh. Đại diện cho kẻ phàm phu, Ngài A Nan đã thưa hỏi đầy đủ và đã nói về sự xuất thế bổn hoài của Đức Thích Ca Như Lai. Với Đức Như Lai sẽ nhận cứu độ hết tất cả chúng sanh không sót một người nào, việc của Như Lai đã được chứng minh. Cho nên việc thưa hỏi của Ngài A Nan đối với Đức Thích Tôn thực tế thì đạt được ở Đức Như Lai.

"Lành thay A Nan! Việc thưa thỉnh thật có ý nghĩa thâm sâu trí huệ, phát ra biện tài chơn diệu, vì sự thương tưởng đến chúng sanh, nên mới dùng trí tuệ để hỏi đến nghĩa nầy". Điều nầy có nghĩa là một việc đáng khen.

"A Nan! Hãy lắng nghe đây! Không biết là ngươi có hiểu không, chứ việc thưa thỉnh của ngươi không có hạn định sự thâm sâu, từ trí tuệ làm cội gốc cho sự chơn thật, đại diện cho những kẻ phàm phu mà không thể để thưa hỏi, nay sẽ đáp lại lời thưa hỏi đó. Dẫu cho ở trong thế giới nầy kẻ phàm phu không được giác ngộ đi nữa, Như Lai hiểu lời dạy của mình sẽ nói cho đến một ngày họ hiểu được". Đây là ý nghĩa vậy.

Ở đây, cho đến bây giờ thì Đại Thừa Phật Giáo và tính chất khác lạ, đang là phàm phu nhưng tin tưởng nương tựa và Đức A Di Đà Như Lai thì sẽ được khai mở ra thế giới của Như Lai, từ đó trở thành lời dạy của Tịnh Độ vậy.

4.- ĐỨC PHẬT THẾ TỰ TẠI VƯƠNG VÀ QUỐC VƯƠNG CÙNG SỰ GẶP GỠ

Mọi người trong chúng ta khi gặp nhau nương vào sự

trưởng thành của con người. Căn cứ theo nơi đất nước được sinh ra và hoàn cảnh gia đình, cha mẹ, Thầy trò, bạn bè lúc gặp gỡ nhau, có cả việc tốt lẫn việc xấu, hầu hết sẽ trở thành nội dung của việc riêng tư cá nhân. Trở thành sự nhận thức và hầu như chỉ là chuyện riêng tư. Dẫu cho là chuyện của cha mẹ, chuyện của thầy trò, chuyện của bạn hữu đi nữa thì ảnh hưởng kia sẽ từng việc một nếu có thể được chữa khỏi và dẫu cho có là chuyện cá nhân thì nó cũng sẽ thành con số không.

Sự tồn tại của con người nếu nhìn từ phía Đức Như Lai thì việc dạy cho việc niệm Phật và việc được gặp gỡ ấy là đề cập đến con đường của Phật giáo đối với chúng sanh. Cho đến phần nầy thì người xuất gia giữ giới luật để tu hành mà gọi là Phật Giáo thì không đúng mấy, với năng lực của chúng ta và tư chất cũng như sự nỗ lực không có sự liên hệ gì nhau, trên thật tế thì khi gặp lời dạy ấy và vì được nghe việc khai mở chơn thật của xuất thế gian, nên chỉ riêng việc nầy thôi ở nơi "Đại Kinh" không xem là việc hoàn hảo.

Giống như việc dạy cho sự niệm Phật, vì chẳng bao giờ hỏi đến năng lực hay sự nỗ lực của chúng sanh; ở về phía Đức Như Lai đã vì lòng đại bi mà khổ công mang lại. Chỉ có điều là nương vào việc nghe pháp, tin tưởng vào Đức A Di Đà Như Lai, được hay chẳng được thì đó sẽ trở thành là trách nhiệm của chúng sanh.

"Đại Kinh" với Đức Thích Tôn đã mở ra sự chơn thật của Như Lai đối với tín tâm của phàm phu, nương vào nơi Bổn Nguyện của Đức A Di Đà Như Lai để nói ra. Bắt đầu dạy về Bổn Nguyện và sự đón nhận việc xuất thế bổn hoài, nhưng ở đó Đức Phật Thế Tự Tại Vương và Quốc Vương bắt đầu gặp nhau, cho nên hãy thử cung kính đọc vậy.

"Lúc bấy giờ Quốc Vương nghe Phật thuyết pháp, tâm nhớ nghĩ an ổn, phát khởi ý tưởng tìm đến con đường Vô thượng chánh chơn. Bỏ đất nước, xả bỏ vương vị, thực hành hạnh Sa Môn, hiệu là Pháp Tạng".

(Chơn Tông Thánh Điển trang 10)

"Vô Thượng Chánh Chơn Đạo" nghĩa là sự so sánh có ý nghĩa qua khỏi Phật đạo của sự chơn thật. Cho nên có vị Quốc Vương nghe Đức Phật Thế Tự Tại Vương thuyết pháp, khi ấy tâm của ông phát khởi so sánh không có gì hơn Phật đạo, nên Quốc Vương đã xả bỏ ngôi vị và trở thành Sa Môn Pháp Tạng, vì để dạy dỗ về Bổn Nguyện vậy.

Khi chúng ta sống trong đời nầy, vàng bạc và địa vị cũng như danh dự hay tìm cầu để sinh sống. Hầu hết tất cả những thứ kia đều lọt vào tay quốc vương cả, cho nên nếu nói với tính cách tượng trưng thì người sống trong thế gian nầy, chúng ta ít hay nhiều cũng đều muốn tìm cầu ngôi vị Quốc Vương thì tốt phải không nào? Thế nhưng ở đây vì muốn chỉ bày cho Bổn Nguyện, nên Quốc Vương đã bắt đầu từ bỏ ngôi vị của mình. Do vậy từ đó cũng để dạy cho mọi người biết rằng người thế gian dẫu cho thế nào đi chăng nữa không thể nào có được đầy đủ một cách tuyệt đối nơi tâm cả, cho nên mới dạy như vậy.

Đức Phật Thế Tự Tại Vương thì ngược lại với vị Quốc Vương, với thế gian nầy không mang theo một vật gì cả. Thế nhưng theo như tên gọi chúng ta hiểu rằng ở trong thế gian tương đối ấy cũng đã có được sự Tự Tại; cho nên khi thấy Đức Phật Thế Tự Tại thì Quốc Vương liền xả bỏ vương vị, vì thế chính mình không phải thích việc của thế gian, mà thật ra để nương vào lời nguyện vậy. Có thể điều ước nguyện đó ra khỏi với sự tự do của xuất thế gian và bình đẳng để dạy cho mọi người.

Trước khi chết chính tự thân mình cũng muốn giải phóng để được tự do, nên khi thấy Đức Phật Thế Tự Tại thì liền giác ngộ hiểu rằng chẳng có gì cần thiết để có thể so sánh được với sự đầy đủ của tự thân mà chẳng được tôn quý, nên Quốc Vương chính mình theo sự mong cầu được giác ngộ và đã trở thành Pháp Tạng Tỳ Kheo. Cuối cùng thì Đức Phật Thế Tự Tại đã gặp Ngài Pháp Tạng Bồ Tát và giữa Đức Thích Tôn cùng A Nan cũng đã khởi lên ý niệm và đã gặp nhau, rồi từ đó đã dạy cho ý nghĩa thâm sâu kia. Đức Thích Tôn như Ngài Thế Tự Tại Vương, còn A Nan giống như Bồ Tát Pháp Tạng.

5.- NĂM KIẾP TƯ DUY

Pháp Tạng Bồ Tát khi gặp rất cảm động, nên đã thán lên một bài kệ Phật rằng:

Hình dáng nguy nga, uy thần không có gì có thể sánh. Chung quanh ánh sáng bao phủ, bình đẳng với tất cả. Ví như mặt trời, mặt trăng, ánh sáng của trân châu, diệm diệu cũng không thể sánh bằng, so ra còn tối tăm. (Chơn Tông Thánh Điển trang 11) rồi ngâm vịnh lên.

"Thế Tôn (Đức Phật Thế Tự Tại Vương) với dung nhan trang nghiêm cao quý; năng lực của trí tuệ thật là to lớn không gì bằng, không có ánh sáng nào có thể sánh được. Ở trước ánh sáng kia ngay cả mặt trời, mặt trăng hay ánh sáng của bảo thạch long lanh đi nữa cũng không thể vượt qua khỏi ánh quang minh đó, chung quanh tất cả đều tối hơn". Lời lẽ tán thán nầy giống hệt như lúc A Nan gặp Đức Thích Tôn tán thán. Bài "Thán Phật Kệ" nầy ở phần sau Ngài Pháp Tạng Bồ Tát tự chính mình qua lời nguyện đã biểu tỏ rõ ràng là: "Khi ta thành Phật những đất nước ở trong 10 phương thế giới, điều thứ nhứt nguyện rằng (lược bớt) với lòng từ bi của ta, làm cho tất cả chúng sanh đều sẽ giác ngộ được Niết Bàn". Cuối cùng thì ngâm rằng: "Ví dụ như tự thân bị chìm vào địa ngục A Tỳ đi nữa thì ta sẽ tinh tấn tu hành, với sự kham nhẫn kia cho đến cuối cùng, không có gì hối hận cả. "Thán Phật Kệ" đã xong. Từ đây sẽ nói về sự khổ công trải qua vĩnh kiếp và tư duy trong 5 kiếp của Đức A Di Đà Như Lai qua sự ngâm vịnh có tính cách tượng trưng vậy.

Sự tư duy trong 5 kiếp nghĩa là Pháp Tạng Bồ Tát dùng tất cả thời gian lâu dài để suy nghĩ và nói ra sự khó nhọc để kiến lập nên 48 lời nguyện. Điều nầy là vì sao vậy? Ở "Đại Kinh" được nói như sau: Ngài Bồ Tát Pháp Tạng nương vào Tịnh Độ "sanh tử chất chồng, nhổ khỏi gốc của cần khổ" (Chơn Tông Thánh Điển trang 13) theo lời nguyện ước. Lại nữa tất cả chúng sanh đều được sanh về cõi Tịnh Độ; ở đó phá bỏ sự phân biệt có tính cách tương đối của nhơn gian khi không được đón nhận vào lúc chết mà khi còn sống làm điều lành, vì muốn loại trừ căn nguyên của sự khổ não kia qua lời nguyện. Thầy là Đức Phật Thế Tự Tại Vương đã cho thấy cõi Tịnh Độ của chư Phật tương ưng với lời nguyện của Pháp Tạng Bồ Tát 210 ức kiếp như vậy. Ngài Pháp Tạng Bồ Tát như vậy ở trong quần manh kia muốn cứu giúp, thì điều tất yếu là gì vậy? Ở trong thời gian 5 kiếp suy nghĩ, vì muốn kiến lập cõi Tịnh Độ thanh tịnh là việc làm thật tiễn để tuyển chọn đón nhận vào. Đây có thể suy nghĩ rằng là sự khổ lao trong 5 kiếp tư duy của Pháp Tạng Bồ Tát.

Sau cùng Đức Phật Thế Tự Tại Vương đã khuyến khích Ngài Pháp Tạng Bồ Tát hãy biểu minh lời nguyện ấy, ngay lúc bấy giờ vui vẻ hớn hở phát ra với đạo tâm đối với tất cả chúng sanh. Đáp lại việc nầy Ngài Pháp Tạng đã nói ra 48 lời Bổn Nguyện.

6.- BỔN NGUYỆN CỦA ĐỨC A DI ĐÀ NHƯ LAI

Bổn Nguyện của "Đại Kinh" là 48 lời nguyện của Pháp Tạng Bồ Tát; nhưng không thể xem hết toàn thể mà chỉ xem thử một vài lời nguyện vậy.

Đầu tiên nguyện thứ nhứt là "lời nguyện vô tam ác thú = không có 3 cõi ác".

Giả sử khi ta được thành Phật thì ở nước ta nếu có địa ngục, ngạ quỷ và súc sanh thì ta sẽ không giữ ngôi Chánh Giác (Chơn Tông Thánh Điển trang 15) được nói ra như vậy. "Nếu ta (Pháp Tạng Bồ Tát) được thành Phật, ở cõi An Lạc Tịnh Độ ấy nếu còn có địa ngục, ngạ quỷ và súc sanh thì không thành A Di Đà Phật". Lời nguyện như vậy.

Lời nguyện thứ 2 là "lời nguyện của bất canh ác thú = chẳng rơi vào ác thú".

Giả sử khi ta thành Phật, người trời trong nước của ta, sau khi mạng chung, nếu rơi vào ba đường ác, thì sẽ không giữ ngôi Chánh Giác".

Được nói như vậy.

"Nếu ta được thành Phật, khi sanh về cõi Tịnh Độ xong mà nếu còn trở lại nơi ba đường ác thì sẽ không thành Phật A Di Đà". Đây là lời thệ nguyện.

Lời nguyện thứ ba là: "lời nguyện của tất giai kim sắc = tất cả đều có màu vàng".

Giả sử khi ta thành Phật, người trời ở trong nước của ta, tất cả nếu không có màu hoàng kim thì sẽ không giữ ngôi Chánh Giác.

(giống như trước)

Được nói như thế.

"Nếu ta được thành Phật mọi người khi sanh về cõi Tịnh Độ mà không có sắc vàng thì sẽ không thành Phật A Di Đà". Đó là lời nguyện.

Lời nguyện thứ tư là: "lời nguyện của vô hữu hảo xú = không có tốt xấu".

Giả sử khi ta thành Phật, trời người trong cõi nước ta, hình sắc chẳng đồng, nếu có tốt xấu thì sẽ không giữ ngôi Chánh Giác.

(Chơn Tông Thánh Điển trang 15 – 16).

Được nói ra như thế.

Giả sử khi ta thành Phật, khi sanh về cõi Tịnh Độ, nếu có đẹp xấu, thì sẽ không thành Phật A Di Đà.

Lời thệ nguyện như vậy.

Ngoài ra trong 48 lời nguyện ấy, lời nguyện thứ 18 là lời nguyện tối ư quan trọng.

Giả sử khi ta thành Phật, mười phương chúng sanh, tâm tưởng tin vui, muốn sanh về nước ta, cho đến 10 niệm. Nếu chẳng được thì sẽ không giữ ngôi Chánh Giác, duy trừ ngũ nghịch và hủy báng chánh pháp.(Chơn Tông Thánh Điển trang 18).

Được nói như vậy.

"Giả sử khi ta thành Phật, tất cả chúng sanh tin tưởng Đức Phật A Di Đà, xưng danh niệm Phật và muốn sanh về cõi Tịnh Độ, mà nếu không được thì sẽ không thành Phật A Di Đà; chỉ trừ những kẻ dùng tự lực để phạm tội ngũ nghịch và hủy báng chánh pháp" thệ nguyện như vậy.

Giống như 48 lời Bổn Nguyện được triển khai. Nếu suy nghĩ thật chín chắn thì rốt cuộc Tịnh Độ là thế giới của chư Phật, cho nên ở lời nguyện thứ nhất đã được nói là nơi ấy không có địa ngục, ngạ quỷ, súc sanh của ba đường ác. Cho nên khi sanh về Tịnh Độ thì được vô lượng thọ; cho nên ở lời nguyện thứ hai thì được nói rằng hầu như không có sự được sanh về đó rồi biến đổi lúc chết. Cho nên điều nầy với những bổn nguyện của Tịnh Độ là một thế giới như thế nào, không biểu hiện ra ba đường ác khi chúng sanh chúng ta được sanh ra nơi đó để chẳng phải là dạy cho dạng thức của sự thật chăng? Tất cả chúng sanh thấy được trí tuệ chiếu sáng của Đức A Di Đà Như Lai nương theo lời nguyện, thì vì đây là điểm chính của sự thành tựu của Bổn Nguyện, sẽ đi vào chỗ suy nghĩ thêm một ít nữa để xem sao.

Đầu tiên được thấy từ lời nguyện thứ nhất là: "lời nguyện không có 3 cõi ác". Ở lời nguyện nầy "Ở thế giới giác ngộ của Như Lai không có địa ngục, ngạ quỷ, súc sanh. Trải qua ba đường ác ở nơi Ta Bà của các ngươi. Không phải vậy! Hãy nói chính xác hơn là rơi vào địa ngục là chính do tự lực của các người vậy". Ngài Thân Loan Thánh Nhơn đã dạy rằng: "Nếu bản thân không có thực hành, thì địa ngục nhất định không tránh khỏi". Việc nầy đã chẳng biểu minh rõ ràng rồi chăng?

Thứ hai với "Lời nguyện của bất canh ác thú = chẳng rơi vào cõi ác" chẳng phải được dạy rằng: "Tự sát và chiến tranh sẽ trở lại nơi ba đường dữ; không phải chỉ là chuyện của ngày hôm nay. Kể từ khi nhân loại có mặt đến nay, sự sanh và sự chết đã đến đi nhiều lần từ quá khứ cho đến tương lai, bản thân của ngươi do chính tự lực của mình trải qua thời gian (thân của nhiều đời) đã qua lại nhiều lần nơi ba đường ác".

Thứ ba với: "Lời nguyện của tất giai kim sắc = tất cả đều màu vàng" qua lời thệ nguyện rằng: "Các ngươi đã vì màu da và sắc tộc khác nhau, nên đã giết hại lẫn nhau nhiều lần. Cho nên việc vãng sanh về Tịnh Độ đã trở thành màu hoàng kim giống như Đức Phật A Di Đà, thì hãy thử so sánh và đột phá việc nầy vậy".

Thứ tư với lời thệ nguyện rằng: "Lời nguyện của không có tốt xấu", "các ngươi ngờ vực về việc tốt, so sánh việc tốt xấu, trải qua ba đường ác, tạo ra địa ngục. Rồi muốn được sanh về Tịnh Độ thì chẳng cần thiết để so sánh với kia là sự ngờ vực việc tốt, chê việc đẹp, không nên như vậy".

Tối quan trọng là lời nguyện thứ 18 "Nguyện của chí tâm tín nhạo" đã được thệ nguyện rằng: "Hãy có lòng tin để được bảo bọc từ Như Lai (Chơn Tông Thánh Điển trang 639) những kẻ ngu muội hay nương vào tự lực hãy chấm dứt vậy! Nương vào nơi tín tâm kia mà niệm Phật và hãy nguyện sanh về cõi Tịnh Độ của Đức A Di Đà. Nếu niệm Phật mà không sanh về được cõi Tịnh Độ thì ta sẽ không thành A Di Đà. Chỉ trừ những kẻ phạm tội ngũ nghịch và hủy báng chánh pháp do dùng tự lực thì tuyệt đối không thể sanh về Tịnh Độ.

Với lòng từ bi to lớn và trí tuệ kia của Đức A Di Đà Như Lai như thế, cho nên Ngài đã dạy có tính cách triệt để cho những kẻ ngu muội dùng tự lực, không thể hiểu bằng tri thức của con người được. "Hãy nương vào tín tâm của tha lực để đột phá. Ở đó sẽ được Đức A Di Đà mở cửa vào Tịnh Độ. Dùng tự ngã để so sánh về sự khác biệt của màu da hay ngay cả việc đẹp việc xấu, mà ra khỏi thế giới của tự thể mãn túc. Cho nên không cần đến sự cần thiết để so sánh hay không có sự bình đẳng. Điều nầy ở đây được khai mở hoàn toàn đầy đủ, gọi là tuyệt đối hạnh phúc" và lời dạy là như vậy.

7.- "TAM THỆ KỆ - KỆ CỦA BA LỜI THỆ NGUYỆN"

Ngài Pháp Tạng Bồ Tát ở trước Đức Phật Thế Tự Tại Vương phát ra 48 lời nguyện và sau khi xong liền ngâm "3 câu kệ thệ nguyện" nữa. Vì nói chung với 48 lời nguyện; nên cũng thường được sử dụng khi tu tập và gọi là "trọng thệ kệ = kệ thệ nguyện chồng lên nhau" và kế tiếp đây là ba lời nguyện được biểu minh như sau:

Đầu tiên câu thứ nhất:

"Ta kiến lập lời nguyện siêu thế, chắc chắn đến được Vô Thượng Đạo. Nếu lời nguyện nầy không đầy đủ, thệ nguyện rằng không giữ ngôi Chánh Giác". (Chơn Tông Thánh Điển trang 25) được lập lời thệ nguyện như vậy.

"Ta thiết lập Phật Đạo của Vô Thượng cho chúng sanh tất nhiên qua khỏi thế gian nầy, để có thể giác ngộ vào Đại Niết Bàn. Nếu lời nguyện nầy không được đầy đủ, thì thệ nguyện sẽ không thành Phật A Di Đà" và ở lời nguyện nầy, thệ nguyện "siêu thế". Với Phật giáo dẫu cũng có các tông phái, nhưng cũng có đề cập đến việc cứu độ "siêu thế" với "siêu thế" nầy vì lời nguyện của sự cộng thông với toàn thể Phật Giáo; đây với ý nghĩa bao quát tất cả Phật Giáo; đây cũng có thể nói nguyện nầy là tổng quát của nguyện vậy. Ngài Pháp Tạng Bồ Tát đầu tiên với lời nguyện nầy là lời nguyện thứ nhất.

Lời nguyện thứ hai:

Ta từ vô lượng kiếp làm đại thí chủ, nếu không cứu giúp được mọi người, thệ nguyện rằng sẽ không thành Chánh Giác.

Đó là lời nguyện "Ta là đại thí chủ của vô lượng kiếp, bố thí cho tất cả những kẻ phàm phu không có năng lực và trí tuệ. Nếu sự khổ ấy không cứu giúp được, thệ nguyện sẽ không thành Phật A Di Đà". Ở đây lời nguyện là: "Thệ nguyện cứu giúp cho kẻ phàm phu".

Lời nguyện thứ ba:

Ta cho đến khi thành Phật, tên tuổi qua khỏi mười phương. Nếu không nghe được sự cứu cánh thì thệ nguyện sẽ không thành Chánh Giác. (giống như trước)

Đó là lời nguyện "Ta nương vào Bổn Nguyện danh hiệu để cứu tất cả chúng sanh, mong mỏi hoàn thành Phật đạo. Nếu danh hiệu ta mà không qua khỏi mười phương, âm thanh ấy nếu chúng sanh không thể nghe được, thì thệ nguyện không thành Phật A Di Đà". Ở lời nguyện nầy căn cứ vào "danh thinh" thệ nguyện để cứu độ tất cả chúng sanh. Danh hiệu ấy đối với chúng sanh là âm thanh của Bổn Nguyện đến được, cho nên ở đây là lời thệ nguyện về "danh thinh" vậy.

Phần thứ 2 là "cứu những phàm phu"; phần thứ ba là "cứu nương vào danh hiệu". Bởi vì chỉ có riêng Đức A Di Đà Như Lai mới có lời nguyện đặc biệt nầy mà các vị Phật khác không có. Đối với tất cả các lời nguyện thì đây là biệt nguyện.

"Tam Thệ Kệ" ở đây là ba lời thệ nguyện, sau khi đã nói xong 48 lời nguyện, ngay lập tức ngâm vịnh; cho nên trong 48 lời nguyện của Pháp Tạng Bồ Tát có thể nghĩ rằng chọn ra từ ba lời nguyện này. Đầu tiên là nương vào sự giác ngộ của Đại Niết Bàn, thệ nguyện "siêu thế". Ngoài ra còn lời nguyện đặc biệt chỉ có nơi Đức A Di Đà Như Lai về "cứu giúp phàm phu" và "danh hiệu Bổn Nguyện" là hai loại. Đồng thời với tất cả quần manh nương vào danh hiệu của Đức Phật mong muốn được cứu độ về cảnh giới giác ngộ của Đại Niết Bàn.

Phần thứ ba là ý nghĩa có tính cách gốc rễ của toàn thể 48 lời nguyện của Pháp Tạng Bồ Tát; đây là đặc trưng quan trọng Bổn Nguyện của Đức A Di Đà Như Lai. Với ý nghĩa nầy về "siêu thế", "cứu giúp phàm phu" và "danh hiệu Bổn Nguyện" là ba điều mà Đức Thích Ca đã chỉ dạy qua "Đại Kinh", có thể nghĩ rằng đây là "Chơn Tông Đại Cương" vậy.

Đại Cương có nghĩa là cương yếu to lớn khi trích dẫn làm cương yếu dẫn đường, ở đây không thể cắt riêng cương ra. Việc nầy cũng giống như "siêu thế", "cứu giúp phàm phu" và "danh hiệu bổn nguyện" cả ba không thể thiếu một, nếu vậy thì sẽ không thành Tịnh Độ Chơn Tông. Ngài Thân Loan Thánh Nhơn đã thuật lại không biết bao nhiêu lần, lấy căn bản cần thiết của "Giáo hạnh tín chứng" để làm đại cương cho Chơn Tông. Nhưng theo "Đại Cương" đã tường thuật về ba điều với Chơn Tông đại cương rồi.

"Tam Thệ Kệ" nầy xong rồi thì vì cứu độ tất cả phàm phu, vì để kiến lập cõi Tịnh Độ; nên mười phương chúng sanh tuyển ra lấy một loại danh hiệu để vãng sanh mà trải qua bao nhiêu kiếp lâu dài tu hành của Bồ Tát Pháp Tạng. Ở sau cùng nói về quang minh vô lượng, thọ mệnh vô lượng là cái nhân ưu việt hành trì để về cõi

Tịnh Độ của Đức A Di Đà Như Lai; cho nên "Đại Kinh" ở quyển thượng đã nói rằng: cứu giúp những quần manh là trung tâm việc trang nghiêm Tịnh Độ và sự lao khổ của Đức A Di Đà Như Lai.

II. "ĐẠI KINH" QUYỂN HẠ ĐỐI VỚI CHÚNG SANH THỰC HIỆN PHẬT ĐẠO

1.- LÀM SAO ĐỂ CÓ THỂ VÃNG SANH VỀ TỊNH ĐỘ

Bây giờ theo quyển thượng của "Đại Kinh" nói rằng: Để kiến lập cảnh giới Tịnh Độ, Như Lai đã khổ sở nhọc nhằn để cứu giúp tất cả chúng sanh, nhưng điều nầy ở quyển hạ thì nói rằng ở quyển thượng đã được đề cập đến tiêu điểm việc có thể vãng sanh cứu chúng sanh. Cho nên ở quyển hạ của "Đại Kinh" chúng ta sẽ có được những điều đặc biệt quan trọng.

Cuối cùng Đức Thích Tôn đã nói những gì thuộc về Bổn Nguyện của Đức A Di Đà Như Lai vậy? Đó có thể hiểu là việc cứu được chăng? Suy nghĩ về chiếc chìa khóa nầy để có thể thấy rõ được điều nầy vậy.

Chiến hậu (sau năm 1945) như chúng ta nếu thấy đất nước Nhật Bản thì sẽ hiểu, chúng ta đã trở nên giàu có hơn và sức khỏe cũng rất là tiện lợi, mau thích nghi với việc tìm cầu nầy. Điều nầy với hiện đời thì trình độ thực hiện đã làm cho tâm con người thay đổi trở nên trống rỗng và cô độc. Vì sao vậy? Bởi vì con người chỉ thực hiện những điều nầy qua sự mong cầu và những việc như vậy đối với sự cứu giúp con người cũng như triển vọng của tương lai chẳng có gì cả. Như vậy nguyên nhân từ đâu? Có phải do được phủ kín của chủ trương tự kỷ (ích kỷ cho riêng mình) gom lại, với đất nước thì chiến tranh và bạo lực đã lặp lại; từ đó về phương hướng đột phá thấy thất bại và tương lai càng khổ sở thêm hơn, tình huống trở nên bế tắc.

Lý do chính về việc nầy là gì? Chỉ là đứng trên lập trường khẳng định của tự kỷ, hướng ngoại với ước muốn sung túc là kết quả liên quan để con người tồn tại. Từ đó sinh ra mọi vấn đề. Bởi vì mong mỏi tìm cầu sự tự do và bình đẳng hướng ra bên ngoài, ở điểm cuối cùng là chia ra tranh giành với nhau, kết cuộc là cùng sát hại lẫn nhau, không thể tránh được. Điều nầy gọi là con đường bên ngoài.

Đối với Bổn Nguyện của Phật đạo thì phía bên trong của tự kỷ đó, thật tế mong muốn tìm cầu đến tận cùng thì phải nên so sánh với tự ngã cũng như đột phá, rồi thì thế giới đồng nhất của chư Phật sẽ được khai mở. Điều nầy chính là nội quan đạo (quán sát con đường bên trong) đã vượt lên khỏi ở bên trong của con người. Với ý nghĩa nầy Phật đạo đã vì con người phủ định một cách triệt để mà đứng lên vậy.

Phần tường thuật phía sau ở quyển hạ của "Đại Kinh" nói về đoạn ba độc năm ác (Chơn Tông Thánh Điển trang 58 -) vì chấp trước tự kỷ (ngu si) một cách sâu xa và trung tâm chính đó là ước vọng của sân nhuế cùng tham dục, nên bản tánh của con người được nói đến. Nền tảng nầy đề cập đến việc niệm Phật vãng sanh trong sự sinh hoạt niệm Phật của chúng ta. Thế nhưng Đức Thích Tôn đã căn cứ vào Bổn Nguyện lực của Đức A Di Đà Như Lai, làm cho được sanh về, vượt khỏi phiền não của ba độc (tham, sân, si); cho nên đã khuyên bảo. Căn cứ vào Bổn Nguyện lực của Đức Như Lai, sự ước vọng của con người sẽ được siêu thoát chỉ là việc nầy, nhưng con người của hiện tại trong thế giới nầy vì muốn có cách cứu độ. Nên dẫu cho con đường kia đã có và việc giáo hóa dẫu cho là một người để được sanh theo Bổn Nguyện thì có thể nghĩ rằng: Đó là trách nhiệm của chúng ta.

* Tam độc phiền não: tham dục, sân nhuế và ngu si. Đây là 3 loại phiền não.

2.- BỔN NGUYỆN LÀ GÌ VẬY ?

Ở đây chúng ta chắc rằng sẽ không nhớ hết được những ký ức khi còn bé bỏng, lúc ấy tự ngã chưa hình thành; con chó con mèo cũng như cây cỏ tất cả những sinh mệnh ấy không phải đều có cùng đời sống chăng? Từ đó cũng không có sự chấp trước vào mỗi cá thể, và mỗi cá thể cũng chẳng suy nghĩ về trọng tâm kia, ở trong hay ở ngoài chỉ là một. Tự ngã được hình thành kể từ khi con người có ý thức; chính mỗi cá thể lấy làm trung tâm để có được xấu hay tốt, thắng hay bại và chỉ có tính cách tương đối mà thôi. Nhưng với đứa bé hoàn cảnh cùng chủ thể là một, chỉ là một. Thế giới nhứt như đó có thể suy nghĩ về thế giới của chư Phật sẽ không có sự sai khác mấy.

Tùy theo từng độ tuổi, khi lên 4 hay 5, tự ngã bắt đầu xuất hiện, rồi những ký ức về trước của thế giới nhất như không còn nữa chăng? Thế nhưng ký ức tuy không còn (thay vào đó) ý thức lại trỗi dậy và tồn tại sâu xa trong chúng ta. Về phía kinh nghiệm đối với thế giới của chư Phật được xuất hiện, chẳng phải đang hoạt động sao?

Giả sử nếu con người chỉ sống với tự ngã thì sẽ chỉ có sự thắng hay bại. Khi thắng thì vinh hoa vui mừng và khi thắng tại sao lại phải phản tỉnh (hối hận). Điều nầy là do vượt khỏi tự ngã, qua sự liên hệ làm chứng cứ.

Lại nữa lịch sử của loài người là lịch sử của chiến tranh; một lần sát hại nhiều người ở trong thế giới nầy, ai lại kỳ vọng nơi điều đó? Sự sống là có thể được sống "sinh mạng tất cả đều được sống"; như thế là điều mà tất cả nhân loại nên cầu nguyện. Sự nguyện cầu ấy có thể cảm nhận đầy đủ được là nơi thế giới của chư Phật vượt ra khỏi thế gian nầy.

Từ đó có thể nói rằng trải qua kinh nghiệm của thế giới trẻ thơ là thế giới của chư Phật, mà sự tồn tại của con người là cố hương có tính cách gốc rễ đó. Từ đó sự nỗ lực chẳng phải là theo lời dạy về Bổn Nguyện Lực của Đức A Di Đà Như Lai sao? Cho nên từ Tịnh Độ của Đức A Di Đà Như Lai, việc xưng danh hiệu Nam Mô A Di Đà Phật là dùng trí tuệ thậm thâm để phá bỏ sự phân biệt của thế gian. Về phía của chúng ta với ý nghĩa của danh hiệu đó, khi nghe nhận được về sự khổ lao khi nghe pháp, ngoài ra không có gì khác hơn nữa.

Đồng thời khi thời cơ đã thành thục, lúc thân nầy tiếp xúc với câu Nam Mô A Di Đà Phật thì ánh sáng trí tuệ của Bổn Nguyện, mà thế gian bị các dục làm ô nhiễm, có thể chiếu đến tận địa ngục với sự chấp trước lấy tự ngã làm trung tâm. Lúc ấy dẫu còn là phàm phu, nhưng từ phía Bổn Nguyện lực sẽ khai mở bảo bọc sự giác ngộ để đến với Đại Niết Bàn. Bởi vì dục vọng từ thân, cho nên phải đứng lên hướng về Đại Niết Bàn, để tiến đến Phật Đạo. Như thế ba độc của lòng dục sẽ qua khỏi và con người sẽ là con người tối thượng bước đi trên đường đạo. Sự tiến bước đó là việc dạy cho sự vãng sanh của Tịnh Độ giáo vậy.

Từ điểm xuất phát đó Đức Thích Tôn và Ngài A Nan gặp nhau cũng như Pháp Nhiên Thượng Nhơn và Ngài Thân Loan Thánh Nhơn gặp nhau. Năng lực của Bổn Nguyện từ Tịnh Độ và chúng ta trên hết cần hoàn thành danh hiệu nầy, mà qua “Đại Kinh” thì ở đó sẽ được dạy về ngôn từ thành tựu của Bổn Nguyện của Đức A Di Đà Như Lai. Chúng ta đã nghe nói ở quyển thượng về việc có thể vãng sanh về Tịnh Độ như thế nào rồi, thì ở quyển hạ Đức Thích Tôn đã dạy cho biết về sự thành tựu của việc nương vào Bổn Nguyện.

3.- BỔN NGUYỆN THÀNH TỰU VĂN

Sự gặp gỡ có tính cách Tôn Giáo với việc gặp nhau của thế gian khác nhau, chắc hẳn một điều là để thực hiện sự chơn thật qua khỏi lòng ham muốn của ba cõi. Đức Thích Tôn phần đầu của quyển hạ là thành tựu văn của Bổn Nguyện đã dạy cho Ngài A Nan. Việc nầy sẽ cùng nhau xem vậy.

Đức Phật bảo Ngài A Nan rằng:

(1) "Nếu có chúng sanh nào về quốc độ nầy thì tất cả đều ở nơi Chánh Định Tụ. Vì sao vậy? Vì ở trong nước Phật đó hầu hết là tụ và bất định tụ phải không có nơi đó".

(2) "Mười phương hằng sa chư Phật Như Lai tất cả đều cùng xưng dương tán thán bất khả tư nghì uy thần công đức của Đức Phật Vô Lượng Thọ".

(3) "Tất cả chúng sanh khi nghe đến danh hiệu thì tín tâm hoan hỷ, cho đến một niệm. Mang tâm ấy hồi hướng và nếu nguyện sanh về quốc độ kia thì liền được vãng sanh, trụ nơi bất thối chuyển. Chỉ trừ những người phạm tội ngũ nghịch và phỉ báng chánh pháp".

(Chơn Tông Thánh Điển trang 44 "số thứ tự do Tác giả viết vào")

Câu văn nầy với ý nghĩa như sau:

"Đức Thích Tôn bảo Ngài A Nan như sau:

(1) "Chúng sanh được sanh ra nơi cõi Tịnh Độ của Đức A Di Đà Như Lai, mọi người lần lượt đều ở vào ngôi Chánh Định Tụ, tất nhiên kẻ đó luôn hướng về sự giác ngộ của Như Lai. Tại sao như thế? Có thể nói rằng: Ở cõi Tịnh Độ của Đức A Di Đà Như Lai vì không có tà định tụ và bất định tụ".

(2) "Mười phương thế giới của các Đức Như Lai nhiều như cát sông Hằng, tất cả đều cùng xưng danh hiệu của Phật Vô Lượng Thọ, tán thán việc cứu giúp tất cả chúng sanh thật là bất khả tư nghì, đầy oai thần lực của Đức A Di Đà Như Lai".

(3) "Đối với bất cứ chúng sanh nào đi nữa khi nghe đến ý nghĩa

của danh hiệu, thì chư Phật Như Lai sẽ mở cửa và cho đến khi lâm chung chỉ cần một niệm tín tâm hoan hỷ, thì Như Lai sẽ căn cứ vào hành tín ấy để được hồi hướng đón nhận vào nơi chơn tâm, nếu muốn sanh về quốc độ kia, liền được vãng sanh về Tịnh Độ và ở nơi Chánh Định Tụ Bất Thối Chuyển. Chỉ trừ những kẻ phạm tội ngũ nghịch và hủy báng chánh pháp cũng như kẻ dùng tự lực của mình".

Ở đây với ba phần của Bổn Nguyện Thành Tựu Văn, những chúng sanh hồi tâm được chỉ dạy. Đầu tiên ở phần đầu số (1) thì bất cứ người nào cũng được sanh về Tịnh Độ, được nói rằng tất nhiên sẽ có được sự giác ngộ của Như Lai và người đó hướng đến Đại Niết Bàn. Nơi cõi Tịnh Độ đó nói là ở ngôi Chánh Định Tụ. Nhưng ở cõi Tịnh Độ kia được dạy rằng nơi đó không có sự phức tạp của sự tự lực là tà định tụ và bất định tụ. Điều nầy qua khỏi ba cõi, vì hướng đến sự giác ngộ của Như Lai; ở quyển thượng nếu nói "Tam thệ kệ" thì tương đương với "siêu thế" vậy. Giống như vậy, đầu tiên ở lời nguyện thứ 11 được nói nơi nguyện thành tựu văn của tất cả chí diệt độ.

Kế đến số (2). Trong thế giới của chư Phật Như Lai những kẻ niệm Phật xưng danh, chúng sanh ấy hướng đến con đường của Phật, mà dùng tự lực của Phật giáo để tu hành tìm cầu sự khai mở giác ngộ; nhưng ở "Đại Kinh" vì chỉ dạy về tha lực của Phật giáo, cho nên sự nỗ lực của chúng sanh nương vào đó tu hành không thể đứng nơi con đường Phật được, căn cứ từ Thầy dạy để được dạy cho việc nầy. Mọi người cũng như sự ảnh hưởng của ai, đối với lời dạy của Phật có thể do nhân duyên vậy. Nếu nói việc nầy qua "Tam Thệ Kệ" tương đương với "sự vượt lên khỏi diệu thinh mười phương". Cũng giống như vậy ở phần thứ 2, nơi lời nguyện thứ 17 nói về Nguyện Thành Tựu Văn của niệm Phật xưng danh.

Cuối cùng ở số (3). Lời dạy của Thầy khai mở để lắng nghe toàn thể thân thể thì với tín tâm người phàm phu được cứu qua lời nguyện thứ 18, được nói ở chí tâm tín nhạo của Nguyện Thành Tựu Văn. Bởi vì đây được nói về việc dựa vào tín tâm, nên kẻ phàm phu được cứu. Cho nên nếu nói "Tam Thệ Kệ" thì ở đây tương đương với "sự cứu độ kẻ bần khổ".

Nếu xem ngay từ đầu ở quyển thượng, thì trong 48 lời nguyện được nói ra đều tuyển chọn của thành tựu văn nầy; nhưng ở "Tam Thệ Kệ" khi tìm hiểu thì "siêu thế", "danh hiệu của Bổn Nguyện" và "Cứu độ phàm phu" là ba việc lấy làm Chơn Tông Đại Cương. Lại nữa vì đối với chúng sanh thực hiện sự đón nhận của Chơn Tông, nên Đức Thích Tôn đã tuyển ra ba loại Thành Tựu Văn nầy để dạy cho A Nan, như kẻ phàm phu hướng đến trụ nơi con đường Phật.

4.- NGUYỆN THÀNH TỰU VĂN CỦA TẤT CHÍ DIỆT ĐỘ

(1) Hiện sanh Chánh Định Tụ.

Đầu tiên ở lời nguyện thứ 11 là nguyện thành tựu văn của tất chí diệt độ. Đức Thích Tôn bảo Ngài A Nan rằng: Các ngươi có chỗ nơi Tịnh Độ ở ngôi Chánh Định Tụ và đương nhiên trở thành người hướng đến Đại Niết Bàn. Nguyên thủy của Chánh Định Tụ là ngôn ngữ xưa được sử dụng từ thời kỳ Phật Giáo Nguyên Thủy. Đây là ngôn từ dùng để biểu hiện cho những chúng sanh ở bên phía trên đã thực hiện về Phật đạo. Điều nầy đối với ở đây chỉ được sử dụng với ý nghĩa là tất nhiên hướng về chỗ đạt được ở Niết Bàn. Cho nên Chánh Định Tụ là ngôi vị được sanh về nơi Tịnh Độ. Có thể suy nghĩ rằng đó là việc sau khi chết. Ở đây Đức Thích Tôn đã vì Ngài A Nan mạnh khỏe nói pháp; ở "Đại Kinh" cho rằng Tịnh Độ không phải là sau khi chết, mà đối với những người có tín tâm của Bổn Nguyện được nêu ra để nói về Tịnh Độ, hãy hiểu rõ như vậy.

Sự tình đúng với việc nầy được giẫm lên và về Chánh Định Tụ nầy, Ngài Thân Loan Thánh Nhơn đã giải rõ ràng độc đặc (độc lập và đặc biệt) để triển khai. Chúng ta có thể thấy ở "Nhứt niệm đa niệm văn ý".

"Giả sử khi ta thành Phật, trời người trong quốc độ ta mà không ở ngôi Chánh Định Tụ, không chắc chắn được diệt độ, thì ta sẽ không thành Phật" (Đại Kinh - lời nguyện thứ 11). Có thể gần với ý nầy. Lại nữa có thể thấy thêm một ít sai biệt ở "Nếu ta không thành Phật, những chúng hữu tình ở quốc độ đó, nếu muốn quyết định trở thành Đẳng Chánh Giác, nếu không chứng được Niết Bàn thì sẽ không thành Phật" (Như Lai Hội - lời nguyện thứ 11), cũng giống như việc nầy gần được với Pháp Tạng Bồ Tát. Đức Thích Ca Như Lai hiện thân ra ở cõi đời ngũ trược nầy là vì chúng ta, qua câu văn "Ở đó chúng sanh được sanh về quốc độ đó, tất cả đều được ở ngôi Chánh Định Tụ. Nếu chẳng được như vậy thì ở nơi nước Phật đó đương nhiên sẽ không có ai ở tà tụ cùng bất định tụ"

(Chơn Tông Thánh Điển trang 535-536, bên trong ngoặc do Tác giả viết.

Được tường thuật như vậy.

Hãy giải thích một ít thử xem sao. Như Ngài Thân Loan Thánh Nhơn nói về lời nguyện của Tất Chí Diệt Độ mà ở "Đại Kinh" Ngài Bồ Tát Pháp Tạng đã nói rằng: "Người trời ở trong nước đó"; "Đại Kinh" là một Kinh điển của bản dịch khác trong "Vô Lượng Thọ Như Lai Hội" cũng giống nhau, vì được nói rằng: "Những chúng sanh hữu tình ở trong nước"; cho nên Chánh Định Tụ dẫu cho ở cõi Tịnh Độ nào cũng được sanh về ở ngôi vị đó. Ngoài ra Đức Thích Tôn cũng đã nói về Bổn Nguyện Thành Tựu Văn rằng: "Nếu những chúng sanh kia không được sanh về nước đó". Nhơn nguyện cũng như Thành tựu văn bên nào cũng được sanh về ở ngôi vị Chánh Định Tụ tại Tịnh Độ.

Thế nhưng khi thuyết pháp về Bổn Nguyện Thành Tựu Văn của Đức Thích Tôn thì đã chỉ dạy cho chỗ ở của Phật đạo là: "Vì những kẻ phàm phu được sinh ra nơi cõi đời ngũ trược", cho nên Tịnh Độ của "Đại Kinh" không phải là Tịnh Độ sau khi chết. Trên phương diện biểu hiện thì cũng đã trở thành "Ai nếu sanh về quốc độ kia"; với ý nghĩa có thể đọc và nhận được từ cách nói ấy là "Những người được sanh về quốc độ kia". Cho nên Ngài Thân Loan Thánh Nhơn có thể thay đổi cách đọc khi những người nầy được sanh về Tịnh Độ ở quốc độ đó". Việc sanh về Tịnh Độ và tín tâm của Bổn Nguyện sanh về được đón nhận trước.

Đồng thời vì với thân thể phàm phu nầy mà nói sanh về Tịnh Độ thì không thể; nhưng đối với việc sanh về Tịnh Độ là do nơi tín tâm nguyện về của Bổn Nguyện, thì từ phía Bổn Nguyện sẽ khai mở Tịnh Độ cánh cửa Chánh Định Tụ, hiểu một cách rõ ràng như vậy. Với ý nghĩa ở "Đại Kinh", "Quán Kinh" và "A Di Đà Kinh" nói về Tịnh Độ sau khi chết khác biệt nhau. Bây giờ có được từ phía Bổn Nguyện lực của tín tâm được khai mở đối với Tịnh Độ là điểm mạnh. Ở đây Ngài Thân Loan Thánh Nhơn vì dùng đến tư tưởng của độc tự (độc lập riêng của mình) gọi là "Hiện Sanh Chánh Định Tụ".

Cho nên ở điểm nầy có thể nói rằng đây là ý riêng của Ngài Thân Loan Thánh Nhơn, mà ở Thành Tựu Văn không có cách đọc thay đổi. Nguyên thủy ở Bổn Thành Tựu Văn của lời nguyện thứ 18 được nói rằng: "Những ai nếu nguyện sanh về quốc độ kia, được vãng sanh ở ngôi bất thoái chuyển", với tín tâm của Bổn Nguyện gọi là: "Nếu người nào muốn sanh về quốc độ kia, lại được vãng sanh ở bất thoái chuyển"; đối với tín tâm của Bổn Nguyện gọi đây là "được vãng sanh về cõi Tịnh Độ" và "ở ngôi Bất Thoái Chuyển". Cả hai việc nầy đều được nói đến.

Như trước đã tường thuật ở "Đại Kinh" có dạy cho đại chúng về hai nhóm được chia ra. Thứ nhất là 5 vị Tỳ Kheo và A Nan là đệ tử trực tiếp. Vì là đệ tử chưa được ngộ, nên ở nhóm nầy là nhóm được nói rộng bao gồm cho cả phàm phu. Còn một nhóm khác là Ngài Phổ Hiền, Văn Thù và Di Lặc làm trung tâm với tư cách là những vị Bồ Tát của Đại Thừa. Cả hai nhóm nầy vì cùng lúc được dạy, nói ra, nhưng với những người phàm phu thì được cứu giúp qua "được sanh về cõi Tịnh Độ". Tuy nhiên với nguyên nhân như vậy đối với các vị Đại Thừa Bồ Tát thì là việc "ở nơi bất thoái chuyển". Đó là lời của Đức Thế Tôn đã dạy.

Ngài Đàm Loan đã giải thích về Dị Hành Đạo của "Tịnh Độ Luận Chú" rằng: Nếu muốn hiểu rõ ràng về Bổn Nguyện Thành Tựu Văn nầy thì hãy xem cách nói như sau:

"Dị Hành Đạo" nói chỉ những ai có nhân duyên tin Phật có lời nguyện muốn được sanh về cõi Tịnh Độ, thì Phật nguyện lực được bước lên, đồng thời có thể được vãng sanh về cõi thanh tịnh đó. Phật lực trụ trì (ở giữ Phật lực) lại được nhập vào Tụ của Đại Thừa Chánh Định. Chánh Định đó còn được gọi là sự thành tựu của A Bệ Bạt Trí. (Chơn Tông Thánh Điển trang 168).

Ý nghĩa được giải thích như sau:

"Nương vào Bổn Nguyện lực thì Phật đạo dễ làm, căn cứ vào niềm tin với Đức A Di Đà Như Lai, nguyện muốn sanh về cõi Tịnh Độ. Như vậy thì với năng lực của Bổn Nguyện lực, được sanh về cõi Tịnh Độ và ở ngôi Chánh Định Tụ. Việc được sanh về ở Chánh Định Tụ nầy và Ngài Long Thọ gọi là A Duy Việt Trí Địa đều giống nhau.

Chánh Định Tụ là ngôn ngữ cổ xưa được sử dụng từ thời kỳ Phật Giáo Nguyên Thủy, nhưng chữ Bất Thoái Chuyển là ngôn ngữ mới, được sử dụng theo Đại Thừa Bồ Tát Đạo. Đức Thích Tôn ở nơi Bổn Nguyện Thành Tựu Văn đã nói về hai việc nầy. Đàm Loan lấy lời dạy ấy làm quy tắc, nương vào Bổn Nguyện lực Chánh Định Tụ và Ngài Long Thọ nói về Hiện Sanh Bất Thoái (ở trong đời nầy có thể Bất Thoái Chuyển). Vì đây cũng là cách nói giống nhau với A Duy Việt Trí. Cho nên ở đây cũng muốn nói đến việc sau khi chết, sanh về Tịnh Độ, mà Ngài Long Thọ cho rằng cùng lúc "Hiện Sanh bất thoái" và "Ở Tịnh Độ được Chánh Định Tụ";

còn Ngài Thân Loan Thánh Nhơn thì biểu minh tư tưởng độc tự của mình là "Hiện Sanh Chánh Định Tụ"; nhưng ở "Đại Kinh" nơi Bổn Nguyện Thành Tựu Văn và Long Thọ, Thế Thân, Đàm Loan của "Đại Kinh" truyền thống thì hay giẫm chân lên nhau để giải cho rõ, phải rõ biết điều nầy vậy.

(2) Thuận tự của Bổn Nguyện Thành Tựu Văn.

Cho đến nay ở lời nguyện thứ 11, Nguyện Thành Tựu Văn của Tất Chí Diệt Độ, thực hiện Chánh Định Tụ và được thuật lại bằng cách giải thích rõ ràng của Thân Loan Thánh Nhơn độc tự (độc lập và chính Ngài) về "Hiện Sanh Chánh Định Tụ". Từ điểm nầy ở quyển hạ của "Đại Kinh" ở trong phần Bổn Nguyện Thành Tựu Văn tại sao phần đầu nhất lại được nói đến Nguyện Thành Tựu Văn của Tất Chí Diệt Độ? Chúng ta suy nghĩ có thể tìm hiểu về việc nầy vậy. Việc thưa ở đây là chuyện bình thường của chúng ta, đầu tiên theo lời dạy của Sư khi gặp nhau là trở về với câu Nam Mô A Di Đà Phật, có thể suy nghĩ rằng khi tín tâm khởi lên thì sẽ ở vào nơi Chánh Định Tụ. Nếu sự thật là như thế thì khi dạy cho những Thiện Tri Thức biểu hiện nơi lời nguyện thứ 17, nói về việc đầu tiên là Nguyện Thành Tựu Văn của chư Phật xưng danh. Căn cứ vào sự dạy nầy đối với chúng sanh là niềm tin khởi ở lời nguyện thứ 18, nói đến lần thứ hai về Nguyện Thành Tựu Văn của Chí Tâm Tín Nhạo; đối với tín tâm kia là vì sự khai mở sự giác ngộ của Đại Niết Bàn, cho nên ở phần cuối cùng của lời nguyện thứ 21 được nói về Nguyện Thành Tựu Văn của Tất Chí Diệt Độ; đây có thể suy nghĩ rằng nói như vậy là cách nói theo sự thuận chiều. Ở đó Đức Thích Tôn đã phá vỡ việc thường thức của chúng ta mà đầu tiên nói về Nguyện Thành Tựu Văn của Tất Chí Diệt Độ. Cho nên ở đây đối với ý nghĩa rất là cần thiết của Tịnh Độ Giáo độc đặc (độc lập và đặc biệt). Cho nên việc nầy có thể suy nghĩ thử xem.

(3) Bao gồm cả việc giác ngộ Vô Thượng Đại Niết Bàn.

Trong 7 vị Tổ Sư đầu tiên là Ngài Thế Thân đã xác minh cách tín tâm của Bổn Nguyện. Rất dễ rõ biết qua phần mở đầu của “Nguyện Sanh Kệ” về việc biểu minh của tín tâm nầy rằng: “Thế Tôn ngã nhứt tâm, quy mệnh tận thập phương, Vô Ngại Quang Như Lai, Nguyện sanh An Lạc quốc”. Nếu để ý kỹ về câu văn nầy thì sẽ thấy: “Thế Tôn ngã nhứt tâm (Thế Tôn, con một lòng)” đây gọi là tín tâm nhưng ở nội dung của cả hai đều tường thuật. Thứ nhất là: “Quy mệnh tận thập phương, Vô Ngại Quang Như Lai (trở về với tất cả 10 phương Vô Ngại Quang Như Lai)” gọi đây là sự biểu minh của “Nhứt tâm quy mệnh”. Một loại khác nữa là: “Nguyện sanh An Lạc quốc (Nguyện sanh về nước An Lạc)” gọi đây là sự biểu minh của “Nhứt tâm nguyện sanh”.

Vì biểu hiện đối với cách của sự hồi tâm (tâm hồi hướng), cho nên đối tượng ấy là tận đến 10 phương các Đức Vô Ngại Quang Như Lai. Lại còn một việc nữa là việc bắt đầu sinh hoạt niệm Phật ở hồi tâm theo cách “Nhứt tâm nguyện sanh”. Vì điều đó ở “Đại Kinh” vãng sanh hay ở Nan Tư Nghì vãng sanh có nói đến. Cho nên đối tượng của sự vãng sanh là Tịnh Độ. Từ đó “Nguyện Sanh kệ” được biểu hiện đến 29 loại khác nhau về năng lực của Tịnh Độ; rồi từ đó triển khai thành 29 loại trang nghiêm công đức.

Sự thật thì Ngài Thân Loan Thánh Nhơn đã thọ nhận hai loại biểu minh nầy của Ngài Thế Thân là: “Nhứt tâm quy mệnh” và “Nhứt tâm nguyện sanh”. Ở Tín quyển của lời nguyện thứ 18 là: “Tam tâm nhứt tâm vấn đáp” được chia ra thành 2 lời nguyện của Chí Tâm Tín Nhạo. Nửa phía trước là “Tất cả chúng sanh, khi nghe được danh hiệu kia thì tín tâm hoan hỷ, cho đến một niệm” là một phía và Nhứt Tâm (Chí Tâm – Tín Nhạo) là việc được chứng minh sự khai mở việc giác ngộ của Đại Niết Bàn. Nửa phần sau: “Chí tâm hồi hướng, nếu nguyện sanh về quốc độ kia, lại liền được vãng sanh và ở ngôi Bất Thoái Chuyển. Chỉ trừ những kẻ phạm tội ngũ nghịch và phỉ báng chánh pháp” ở một phía khác, mà chúng ta thấy ra được nơi dục sanh tâm của Như Lai đối với Bổn Nguyện lực hồi hướng; nương vào việc kia để thực hiện làm rõ việc Nan Tư Nghì vãng sanh (Đại Kinh vãng sanh). Như vậy thì tín tâm Bổn Nguyện của "Đại Kinh" là khai mở Niết Bàn về "Nhứt tâm quy mệnh" của hồi tâm (tâm hồi hướng) và hướng về Niết Bàn để vãng sanh của "Nhứt tâm nguyện sanh"; đây gọi là dạng thức của hai loại đối với chúng sanh hiện ra.

Đối với hồi tâm kia Ngài Thân Loan Thánh Nhơn lần lượt tường thuật như sau về "Duy Tín Sao Văn Ý". Những ngôn ngữ quan trọng cần thiết, nên ở đây đưa ra để biết.

"Hồi Tâm" gọi là tâm của tự lực bay bổng để nhóm thành (lược bớt) gọi đây là tự lực của tâm, đồng thời ở mọi người lớn nhỏ Thánh, Người, của phàm phu lành dữ chính tự mình nhìn và nghĩ tốt, khi nhìn không có mong cầu, tâm trống trải, không thấy lại, một sợi dây cột chặt sự phàm ngu, kẻ hạ loại giết mướn... nếu có tin vui nơi danh hiệu của Quảng Đại Trí Huệ của Bổn Nguyện bất khả tư nghì của Vô Ngại Quang Phật, ngay cả đầy dẫy việc phiền não cũng có thể đến được Vô Thượng Đại Niết Bàn. (Chơn Tông Thánh Điển trang 552).

Ý nghĩa của câu văn nầy như sau: "Hồi tâm có ý nghĩa là tâm của tự lực bay khỏi (lược bớt) việc bỏ ấy với tự lực không có ý nghĩa là không sanh. Điều nầy dẫu cho ưu thế như Thánh nhơn hay cả kẻ phàm phu đi nữa thì với tư cách của bản năng đối với mỗi tự thân có ưu việt cảm (cảm nhận tánh cách tốt) với việc lành, vượt qua khỏi sự yếu đuối của liệt đẳng cảm (cảm nhận những việc yếu). Cuộc sống nầy chỉ do sợi dây phiền não cột chặt kẻ phàm phu; nhưng khi xả bỏ tự lực, nếu nương vào bổn nguyện danh hiệu để tin tưởng, thì với nguyên trạng của thân phiền não đi nữa nương vào Bổn Nguyện lực bất khả tư nghì, thì nhứt định sẽ đến được Vô Thượng Đại Niết Bàn".

Như vậy Ngài Thân Loan Thánh Nhơn hồi tâm ấy được gọi là vượt lên trên cả sự phân biệt tương đối của liệt đẳng cảm và ưu việt cảm; đề cập đến phiền não của thân y nguyên như vậy cũng có thể đến được Vô Thượng Đại Niết Bàn. Nương vào nơi hồi tâm nầy để hướng về Vô Thượng Đại Niết Bàn, bắt đầu gọi đây là niệm Phật sinh hoạt Nan Tư Nghì vãng sanh. Cho nên Nan Tư Nghì có nghĩa là sự suy nghĩ của chúng ta không cùng với ý nghĩa; cho nên gọi là Nan Tư Nghì Vãng Sanh và nương vào bất khả tư nghì của sự thệ nguyện để vãng sanh. Con người bởi vì gọi là tự lực của lương tâm và Chánh nghĩa cảm là tự lực sau cùng; cho nên nương vào sự vãng sanh kia để suy nghĩ. Tuy nhiên với toàn thể thì trở về với danh hiệu, nếu không nương vào Bổn Nguyện lực thì không thể đứng vào nơi Nan Tư Nghì vãng sanh được.

Căn cứ vào danh hiệu của Bổn Nguyện thì Ngài Thân Loan Thánh Nhơn ở nơi “Nhứt niệm đa niệm văn ý” lần lượt nói như sau: Bởi vì ở đây văn chương rất quan trọng, nên đưa ra một ít vậy.

Nói về công đức chơn thật, trở thành danh hiệu. Diệu lý của nhứt thật chơn như, đầy đủ thêm lên, trở thành đại bảo hải. Cũng gọi là Nhứt Thật Chơn Như, trở thành Vô Thượng Niết Bàn (lược bớt). “Đại Bảo Hải” nghĩa là chung quanh thiện căn công đức rộng lớn giống như biển. Nếu người nào hay tin vào công đức nầy thì mau được gần con đường đạo đức giác ngộ. (Chơn Tông Thánh Điển trang 543-544).

Đã được tường thuật như vậy.

Câu văn nầy với ý nghĩa như sau:

“Với Danh hiệu của Bổn Nguyện là năng lực của sự Chơn Thật. Cho nên Danh hiệu có nghĩa là vượt qua khỏi sự phân biệt tương đối của thế gian, đầy đủ chơn lý của sự nhất như. Do vậy lời ví dụ ấy lớn như biển cả chứa đầy đồ quý giá. Chơn lý nhất như có nghĩa là việc giác ngộ Đại Niết Bàn của Như Lai. Đối với Đại Bảo

Hải nầy là đầy đủ căn lành để cứu vớt tất cả chúng sanh của Đức A Di Đà Như Lai. Cho nên dụ cho biển quý hiếm to lớn. Đối với trung tâm của người có niềm tin tưởng vững chắc nơi Bổn Nguyện Danh Hiệu thì mau được, kể cả tật đố, với năng lực đầy đủ ấy sẽ rõ biết được Vô Thượng Đại Niết Bàn. Vì thế dụ cho Đại Bảo Hải".

Ở đây Ngài Thân Loan Thánh Nhơn gọi một cách bao quát về biển công đức ấy là Vô Thượng Đại Niết Bàn của nguyên trạng thái phiền não của thân mà bên trong tâm luôn tin tưởng vào danh hiệu Bổn Nguyện. Sự tường thuật ấy rất là cảm động. Như thế bây giờ chúng ta tìm hiểu về ngôn từ của Ngài Thân Loan Thánh Nhơn nương vào "Đại Kinh" về sự hồi tâm để hiểu rõ hơn việc bao gồm cả sự giác ngộ nhất như của Như Lai đối với thân hình còn phiền não.

Hồi tâm cũng gọi như Ngài Thân Loan Thánh Nhơn là: "Tâm của tự lực hãy buông bỏ, nói ra" có nghĩa là sự tự lực vô hiệu, nói mạnh mẽ như vậy. Nhưng điều nầy ở nơi Bổn Nguyện của "Đại Kinh" là khế cơ của việc mở mắt giác ngộ của Bổn Nguyện. Đây chẳng phải là mục tiêu. Điểm nầy ở "Quán Kinh" trở thành mục tiêu của tự lực vô hiệu ấy.

Với sự cứu giúp của Bổn Nguyện nơi "Đại Kinh" vì sự tự lực vô hiệu của sự tự giác là tất yếu; cho nên "Quán Kinh" vì đó mà gọi là yếu môn để dạy cho phương tiện. Tuy nhiên sự cứu vớt tất cả chúng sanh dẫu nói cách nào đi chăng nữa thì đối với Bổn Nguyện lực của "Đại Kinh" ngoài chuyện mở mắt để thấy sự giác ngộ ra thì không có gì khác hơn.

Nương vào Bổn Nguyện kia kể cả hoan hỷ bao trùm cả với Vô Thượng Đại Niết Bàn thì vượt qua khỏi sự khổ sở giới hạn tương đối, mà điều đó đã trở thành sự cảm động to lớn là dẫn dụ như "Một đại bảo hải". Như thế sự biểu hiện của Hồi Tâm qua "Nhứt tâm quy mệnh" bao gồm cả thân vẫn còn phiền não nguyên như vậy, có thể vào Vô Thượng Đại Niết Bàn. Ngài Thân Loan Thánh Nhơn với Bổn Nguyện lực kia đã tường thuật lại về sự cứu vớt kia như vậy.

(4) Từ cái quả, đến bắt đầu con đường Phật.

Thánh Đạo Môn với cái nhơn là tự lực và cái quả là đi tìm cầu sự giác ngộ nơi Niết Bàn. Thế nhưng với tự lực nếu căn cứ vào "Đại Kinh" thì phiền não vẫn còn vây bủa; cho nên cũng có thể nói Phật đạo ấy, sự hà hơi càng chồng chất lên nhau, đó là thực tế. Nếu có gom lại thì vạn lần chỉ được một.

Đối lại việc nầy Tịnh Độ giáo lấy cái nhơn là niềm tin vào Bổn Nguyện; chỉ có điều nầy đối với Vô Thượng Niết Bàn được xuất phát từ sự cảm động dung thông. Theo lời nguyện thứ 11 là cái quả của Nguyện Thành Tựu Văn về Tất Chí diệt độ, cho nên bắt đầu từ sự vãng sanh nơi Đại Kinh. Nếu lấy tín tâm làm nhơn để phát nguyện thì cái quả sẽ nương vào Bổn Nguyện lực để giác ngộ là chuyện tất nhiên vậy.

Thân Loan Thánh Nhơn ở nơi Tín quyển đã nói về điều nầy.

Khiển trách đối với sự nông nổi của kẻ phàm ngu, lưu chuyển trong quần sanh, nên chẳng thể thành tựu nơi Vô Thượng Diệu Quả; cho nên có sự tin vui chơn thật, thật là khó khăn. Hỏi tại sao vậy? Do nơi gia uy lực (thêm sức mạnh) của Như Lai là cái nhơn đối với lực rộng lớn đại từ quảng huệ đó.

Việc nầy đã biểu minh như vậy.

Ý nghĩa được giải thích như sau:

"Chúng ta là quần sanh thường bị phiền não làm cho lưu chuyển chồng chất lên nhau, cho nên khó được giác ngộ nơi Vô Thượng Niết Bàn. Do vậy cái nhơn về tín tâm của sự chơn thật cũng khó có. Nếu hỏi tại sao? Với tín tâm của tha lực thì lực của tự lực không thể được. Cho nên do trí huệ của quả ấy là do tận 10 phương Vô

Ngại Quang Như Lai, phải nương vào cái nhơn của trí tuệ Bổn Nguyện lực rộng khắp lớn lao đối với vô lượng sinh mệnh".

Việc có được tín tâm là cái nghiệp thật khó. Thế nhưng với Đại Niết Bàn bắt đầu bao trùm tất cả rất cảm động như sự vãng sanh của "Đại Kinh". Nếu nhơn của tín tâm được rộng mở, thì cái quả nương vào sự bất khả tư nghì lực của Bổn Nguyện, tất nhiên là Niết Bàn. Đối với tín tâm làm nhơn thì cái quả là Đại Niết Bàn sẽ xuất hiện. Bắt đầu từ cái quả của Niết Bàn đến Phật đạo. Ở đó là đặc trưng ưu việt của Tịnh Độ Chơn Tông. Vì để hiểu được việc nầy nên Đức Thế Tôn điều thứ nhứt của Bổn Nguyện Thành Tựu Văn nơi lời nguyện thứ 11 có thể nghĩ rằng đã biểu dương Nguyện Thành Tựu Văn của Tất Chí diệt độ.

Bây giờ đón nhận điều nầy sẽ nói về lời nguyện thứ 17 là phần thứ hai, hãy nên tìm hiểu ý nghĩa của Nguyện Thành Tựu Văn của Chư Phật xưng danh vậy.

5.- NGUYỆN THÀNH TỰU VĂN CỦA CHƯ PHẬT XƯNG DANH

(1) Sự dưỡng dục của các Đức Như Lai.

Ở nơi lời nguyện thứ 17, Nguyện Thành Tựu Văn của chư Phật xưng danh như bên dưới được nói như sau:

Thập phương hằng sa chư Phật Như Lai, tất cả đều tán thán bất khả tư nghì uy thần công đức Phật Vô Lượng Thọ. (Chơn Tông Thánh Điển trang 44)

Ý nghĩa của câu văn nầy như sau:

"Chư Phật Như Lai ở trong thế giới, nhiều vô số như cát của sông Hằng, tất cả đều xưng danh niệm Phật tán thán với Bổn Nguyện của Đức A Di Đà Như Lai, ưu việt vượt qua khỏi thế gian". Điều nầy với chúng ta được hướng dẫn đến Phật đạo cũng tương tự như những người đi trước niệm Phật, xưng danh hiệu của Phật và khuyến khích chỉ dạy lại. Ngài A Nan đứng nơi Phật đạo của Bổn Nguyện chẳng phải chỉ là năng lực của cá nhân và tư chất cũng như sự nỗ lực. Sự đơn lẻ ấy là nương vào sự hộ trì dưỡng dục của Đức Thích Tôn, khuyến khích cho tín tâm niệm Phật.

Đồng thời Ngài Thân Loan Thánh Nhơn cũng đã nhận được sự giáo dục từ Pháp Nhiên Thượng Nhơn tin vào tha lực để thấy rõ sự giác ngộ qua chương thứ 2 của "Thán Dị Sao" đã được truyền lại.

Duy nhất chỉ một niệm, sẽ được Đức Di Đà cứu độ, bao trùm cả mọi người, ngoài niềm tin ra không có gì tử tế hơn (lược bớt). Nếu chỉ thực hành theo tự lực với thân nầy, thì nhứt định không tránh khỏi địa ngục.

Ở đây là lời dạy của Ngài Pháp Nhiên "Chỉ niệm Phật thôi! để được cứu độ theo Bổn Nguyện của Đức Di Đà" và nói cho Ngài Thân Loan Thánh Nhơn biết về sự vô hiệu tự lực của việc giác ngộ "Nếu chỉ thực hành nơi tự thân, thì điều xuống địa ngục là nhất định".

Lại nữa Ngài Thân Loan Thánh Nhơn căn cứ vào tự lực vô hiệu vì để rõ biết được Bổn Nguyện lực, cho nên việc dạy của Ngài Pháp Nhiên Thượng Nhơn đã thuật lại ngoài niềm tin kia ra, không có gì cả. Việc rõ thấy tự lực vô hiệu nầy cả cuộc đời của Ngài Thân Loan Thánh Nhơn đã thông suốt đứng vững, cho nên với Phật Đạo của Chơn Tông nên đối với sự tự lực luôn là sự bài trừ hoàn toàn vậy. Lời dạy của Thầy mình đã gặp nhau giống như thế. Đây có phải là sự dạy dỗ của Ngài Pháp Nhiên Thượng Nhơn là vì sự nỗ lực và lao khổ ở Tỉ Duệ Sơn cho đến khi gặp được chăng? Năng lực của chính mình tất cả đều không đề cập đến. Đức Thích Tôn ở lời nguyện thứ 17 nói về Nguyện Thành Tựu Văn của chư Phật xưng danh, việc dạy đó gặp được tất cả như sự giáo dục của mười phương chư Phật Như Lai vậy. Đầu tiên là Thầy Pháp Nhiên Thượng Nhơn đứng trên Bổn Nguyện truyền thống như là bậc đi trước để hộ trì dưỡng dục.

Căn cứ vào việc truyền thừa thì Đức Thích Tôn khi ở tại núi Linh Thứu nói "Kinh Pháp Hoa" thì phần giữa nơi "Quán Kinh" là truyền đạt lại vũ đài bi kịch của thành Vương Xá xảy ra. Việc giảng "Kinh Pháp Hoa" giữa chừng bị gián đoạn và từ núi Linh Thứu Đức Thích Tôn đã nhìn thấy rõ về nghiệp lực của con người đã xảy ra trong đời sống. Ở Thánh Đạo Môn thường là khuyến khích với nghiệp của thế gian, tất cả có thể dứt trừ để xuất gia tu hành, Đức Thích Tôn cũng đã giống như vậy và việc tu hành được khuyến khích; nhưng với Tịnh Độ giáo thì ngược lại, Đức Thích Tôn đã chiếu cố đến trong sự sinh hoạt của con người và từ đó tổng hợp lại để dạy vậy.

Đối với việc kia, dạy cho Bổn Nguyện và vì nói ra để cứu giúp cho toàn thể sự sinh hoạt, cho nên ở trong đầu của chúng ta, dù cho ngôn ngữ ấy có đề cập đến đi nữa, cũng là ngôn ngữ để chỉ về thân nầy của túc nghiệp (nghiệp đời trước). Với việc nghe pháp lâu dài thân nầy được tích chứa sự thật. Điều nầy gọi là "Văn huân tập" (nghe lâu thành thói quen). Đồng thời khi thời cơ đã chín muồi nương vào lời dạy của Thầy, "như thế nào đi chăng nữa thì tự thân mình chẳng thể thực hành", đó là kết quả thực tế. Lúc đó việc nghe từ ngữ của pháp đã thay đổi ý nghĩa, với ánh sáng của trí tuệ vượt qua khỏi sự lý giải, thân tâm chúng ta toàn thể được chiếu sáng. Cho nên việc nầy đã gặp nhau với Thầy của mình.

Sự tìm cầu giác ngộ qua tự lực vô hiệu ở chương thứ 9 của "Thán Dị Sao", Ngài Thân Loan đã biểu minh như sau: Phật vì sự khổ của chúng sanh, phàm phu đầy dẫy phiền não, nếu không có sự thị hiện bi nguyện về tha lực, tất cả đều vì chúng ta.

Ý nghĩa như sau:

"Ta của ngày nay nương vào việc niệm Phật" (chỉ thực hành tự thân) là phàm phu từ trước đây muốn tìm sự giác ngộ, với Như

Lai, vì tất cả chúng sanh phàm phu bị phiền não dẫy đầy nên đã cứu nguy. Đây là Bổn Nguyện của trí tuệ và lòng đại bi, vì nghiệp khổ trầm luân của chúng ta vậy".

Việc tìm cầu giác ngộ của kẻ phàm phu đầy dẫy phiền não phải nương vào Bổn Nguyện để phát nguyện. Chúng ta với thân nầy mặc dù có tích chứa bao nhiêu tri thức đi chăng nữa, cũng không thể nào rõ biết hết được. Nhờ vào từ xưa đến nay trải qua 5 kiếp với sự niệm Phật của trí tuệ đã nhận ra được. Đến cả 10 phương Vô Ngại Quang Như Lai đó đầu tiên phải cúi đầu. Với tín tâm của Bổn Nguyện như vậy, là năng lực của một người với Bổn Nguyện Đại Bi; cho nên ở đây chính là lòng đại bi của Đức A Di Đà Như Lai.

Tổng thể nói về lời dạy của Tịnh Độ cho chúng ta là ân đức của Đức Thích Tôn. Con người ai cũng vậy, tùy theo nội dung khi gặp nhau, nói về việc của chính mình đã có thể tự nói về mình; điều nầy đã được ảnh hưởng từ cha mẹ và Thầy dạy cũng như bạn bè về nội dung đó. Cho nên Tịnh Độ giáo cũng dạy cho ta khi gặp nhau là làm sao hiểu được Phật Giáo. Khả năng nghe cũng như tư chất và sự nỗ lực, không phải chỉ sự quan hệ, mà nên gặp nhau để nghe và hiểu nhau hơn về Phật Giáo. Tịnh Độ giáo đối với việc kia, có sự xuất thế bổn hoài của Đức Thế Tôn mà ta đã được đón nhận.

Lòng đại bi của Như Lai (A Di Đà) và lòng đại bi của Đức Thích Tôn (Thích Ca Mâu Ni), đối với ân đức của hai Ngài đã ban cho tín tâm của Bổn Nguyện. Nếu đứng từ tín tâm ấy thì tổng thể cả việc tốt lẫn việc xấu của nhân sinh đều có cả, đưa ta đến gặp Phật đạo, nên bái nhận.

Lời nguyện thứ 17 về Nguyện Thành Tựu Văn của chư Phật xưng danh, việc nầy là ngôn từ được dạy rằng: "Trong thế giới chư Phật, Như Lai nhiều như cát của sông Hằng, tất cả đều cùng nhau xưng danh niệm Phật, Bổn Nguyện lực của Đức A Di Đà Như Lai, ưu việt vượt qua khỏi thế giới nầy và được tán thán như vậy".

(2) Túc nghiệp của thân.

Ở đây có tính cách cá nhân, khi tường thuật cũng hơi lo ngại. Đó là việc thân phụ của Tác giả không phải là người xuất thân từ cửa chùa. Lúc còn trẻ làm Tăng lữ thuộc Chơn Tông, phái Otani (Đại Cốc) và sống tại Huyện Fukuoka (Phước Cương Huyện) thuộc núi Hikosan (Anh Ngạn Sơn) ở nơi một ngôi làng nhỏ. Vào thời kỳ chiến tranh 1945 (Chiêu Hòa 20, tháng 11 ngày 12) một đại thảm kịch đã xảy ra trong làng. Trong thời chiến những đường hầm của xe lửa lấy chỗ làm kho chứa lửa đạn (dược) = thuốc nổ; nhưng sau thời chiến đã trở nên ma mị. Việc trở nên trọng đại là tiến trú quân (quân đội hành quân) của Mỹ đã từ Huyện Fukuoka, đóng binh ở Tiểu Sáng đã đến và dùng lửa đốt cả hai đầu của đường hầm. Vì vậy cả thôn đều bị tiêu diệt bởi các chất nổ lớn, phá cả núi to. Một thôn nhỏ có 500 hộ gia đình, với sự cố ấy đã bị cướp đi 147 sinh mệnh. Những người thanh niên trở về từ chiến tranh, đã gặp phải sự cố khi hoạt động phòng chống lửa; nên sau đó chỉ còn sót lại thiếu niên, những bà mẹ cùng con nhỏ và hầu hết là những người già.

Những tảng nham thạch bị rớt vào nhà và ruộng nương cũng bị rơi xuống đầy đất cát. Cho nên người còn lại phải khổ lao, thật là chuyện chẳng đặng đừng. Chẳng phải giống như hiện tại mà thời kỳ đó chẳng có máy móc gì nặng ký cho nên phải làm bằng tay trần lấm lem bởi bùn đất, để trở lại như ruộng xưa phải cần bao nhiêu năm như vậy.

Ông thân thỉnh thoảng lại vào làng ấy và lấy nhà kho làm phòng chữa cháy đã hư, một nửa làm chỗ ở và những người còn sót lại sau nầy những thảm trạng bi thương đã lọt vào tai. Còn tôi (Tác giả) được sanh vào năm 1948 (Chiêu Hòa năm thứ 23) cho nên lúc nhỏ với tôi còn sót lại là những người với ống bơm nước, sống dưới những mái nhà tranh đầy nước mắt, không còn nhớ gì khác hơn thế nữa. Cha tôi thường đăm chiêu để nghe người ta nói "có vẻ khỏe đấy" nhưng chẳng phải là việc gắng sức và để đo lường việc nầy.

Nói về sinh hoạt của chúng tôi thì cả lớp chẳng có một căn chòi, đồ xây dựng của chùa cũng không có, cho nên rất là bi thảm. Nghĩ lại khi còn nhỏ thường hay bị đói. Mẹ lúc nào cũng than là không có đồ ăn, còn cha bảo "Nếu gạo không có thì ăn khoai không được sao?" Mẹ vừa nói vừa khóc "Nói như vậy không đúng, với sự sinh hoạt nầy, làm sao con cái có thể lớn được". Cha đã có một thời kỳ vừa nói rồi tự quyết định rằng: "Chẳng bao lâu sẽ có thay đổi, hãy ủy thác hết cho Đức Phật vậy".

Cha mình cũng giống như mọi người cùng sống với họ trong sự buồn tẻ ấy, rồi thì núi Anh Ngạn Sơn trở thành nơi chốn tự chôn chân lấy mình và có lẽ đây là sự quyết tâm vậy. Sự sinh hoạt của người trong thôn trở nên lo lắng. Những viên chức của làng xã và giáo viên thay thế không có nên phải đi tìm; nhưng "tôi là ông Thầy chùa", rồi tất cả đều cắt đứt đoạn tuyệt. Dưới mái tôn nghèo khó với đời sống của một vị Trụ Trì đã chấm dứt. Điều ấy đã làm cho mọi người tôn kính chăng? Nhưng tại sao phụ thân lại làm như vậy? Sự sinh hoạt của cha tôi như ngạt thở và với tôi là một sự nghi ngờ lớn.

Những bà cụ già ở chung quanh là những người rất là tuyệt vời. Họ mang đến củ cải và những rau bẹ cải trắng cũng như một ít gạo cho chúng tôi. Với đứa trẻ như tôi (Tác giả) lúc nào bụng cũng đói, nên khi nhớ lại, nước mắt vừa chảy và vừa vui. Cùng với đồ ăn, lòng đại bi của Như Lai đối với những cụ già nầy là ưu việt và với tôi (Tác giả) nghĩ rằng đã nhiễm được việc làm ấy cùng với thân thể của mình. Mặt trời thiêu đốt đen thui mặt mũi, quần áo tả tơi, tay chân lấm bùn và nói: "Chàng Tăng trẻ kia khi lớn lên thì sẽ trở thành ông Thầy chùa nhé". Đó là sự dưỡng thành (cho tôi = Tác giả) vậy.

Đời sống của con người dẫu sao đi nữa thì cũng có không biết bao nhiêu lần không chấp nhận được như vậy; nhưng với những cụ già kia theo tôi (Tác giả) họ là những con người mang theo đầy đủ dũng khí của Ngài Thân Loan Thánh Nhơn. Tiếp đó vẫn là những việc khổ tâm, nhưng điều tôi (Tác giả) đã muốn nói là: "Sinh ra được làm người là một việc tốt", "với tôi, ở nơi tôi, thật là tốt". Lời cầu nguyện như vậy đã được đáp ứng và xin cảm ơn lời dạy của Ngài Thân Loan Thánh Nhơn, mà những cụ già (trong làng) đã tin như vậy. Cho nên sự dạy dỗ của Ngài Thân Loan Thánh Nhơn vừa nhớ lại chuyện xưa thời còn nhỏ, thì tôi (Tác giả) đã nhận được sự dưỡng thành như vậy.

Nhưng đến khi lên Trung học thì sự sinh hoạt của thân nầy phụ thuộc vào giá trị quan của thế gian. Sự khác biệt về vật chất và thấy rõ được nơi được sinh ra của chính mình, cũng cảm nhận được sự bi thảm vô cùng, muốn thay đổi ngôi nhà với mái tôn của Sở cứu hỏa thành ngôi nhà đẹp lớn hơn và tự nghĩ rằng từ chỗ nghèo khó đổi thành giàu có là điều tốt đẹp và tôi (Tác giả) suy nghĩ rằng dẫu sao đi nữa ít ra cũng không nghèo như thân phụ về đời sống và ông tuyệt nhiên không muốn điều ấy. Cho nên tôi chỉ muốn đi học Lý khoa hệ (phân khoa Lý hóa) ở Đại học, chứ không muốn đi học ở Đại Học Otani (Đại Cốc = là một Đại Học Phật Giáo của Tịnh Độ Chơn Tông), nhưng vì vận chẳng may nên đã trượt khi thi vào (Đại học Lý khoa).

Vào lúc đó sự cố chấp về thân phụ, mà phận làm con, tôi (Tác giả) phải chắp hai tay lại và cúi đầu vừa khóc vừa năn nỉ thưa: "Ở đời nầy dầu có trở thành kẻ hữu danh bao nhiêu đi chăng nữa, nếu mà chẳng hiểu về Phật Giáo, thì cuộc sống của con người giống như giấc mộng đã tàn rồi. Nếu hiểu được về Phật Giáo trước thì cuộc sống của con người tất đã đều thuộc về cuộc đời của chính mình. Cho nên để hiểu được Phật Giáo, con xin đi học Đại Học Otani". Đầu tiên thân phụ thấy tôi (Tác giả) khóc; chẳng có cách nào hơn; nên đã cho đi học Đại Học Otani.

Thế nhưng với Phật Giáo, không phải chỉ có việc học mà cũng thường tự vấn là: Tại sao mình sinh ra trong nhà nghèo như vậy? Tại sao lại là cha mẹ của mình? Tại sao phải trở thành tu sĩ của Phật Giáo? Giải quyết vấn đề của con người là gì? Chung quanh đều bị bao vây bởi những việc xấu, ngoài ra câu văn khi nói thì chìm nghiễm với ý thức của chính mình; chỉ là những chuyện bốc đồng tự nổi lên và tự bỏ đi.

Lúc bấy giờ có vị Thầy Matsubara Yùzen (Tùng Nguyên Hữu Thiện) nổi giận như lửa đốt và đập bàn bảo: "Nobutsuka! Hoàn cảnh tốt hay xấu, nói thích hay ngờ vực, thì tự giết sinh mệnh của chính mình chăng? Dẫu cho là việc tốt hay việc xấu đi nữa, từ khi bắt đầu chẳng phải việc chung quanh là việc của tự thân sao? Nếu chẳng thương được những việc chung quanh của chính mình, thì làm sao có được tính "ưu việt cho tha nhân?".

Với tôi cho đến khi đó đều nghĩ rằng tất cả việc xấu kia không phải là trách nhiệm của bản thân mình. Thế nhưng không thể đón nhận được sự ban tặng của việc được sinh ra, thì sự khác biệt về vật chất của tự thân tôi (Tác giả) không được dạy như vậy. Chỉ tìm cầu việc tốt và với người xấu không muốn có sự sai biệt về vật chất về ý thức của chính mình, nhưng sự khổ sở đó là gốc gác của sự chìm đắm vậy. Chung quanh tôi (Tác giả) không thể nói rằng toàn là do việc xấu ác cả.

Thuở ấy với tôi (Tác giả) không có được dũng khí như thân phụ về tương lai đối với những người không có cái gì để ăn. Tuy vậy qua lời dạy của Thầy Matsubara thì chuyện ăn hay không ăn không bằng chính mình phải suy nghĩ về vấn đề có tính cách gốc rễ chung quanh bản thân của mình. Thuở ấy thân phụ bảo rằng: "Nếu hiểu rõ được Phật Giáo dẫu cho giàu hay nghèo, tất cả đều trở thành cách sống của mỗi người"; rồi để ý để hiểu điều nầy. Rồi thì thay vì tự ngã mà ở nơi sâu thẳm dẫu cho có là việc xấu tiếp tục vây bũa chung quanh đi nữa thì vẫn thích được sống với sinh mệnh nầy qua câu Nam Mô A Di Đà Phật; sống bằng tất cả thân và tâm vậy.

Cuộc đời của tôi (Tác giả) hầu như đã nhận được nhiều việc không như ý, nhưng việc bất tư nghì là kể từ đó cho đến nay hầu như đã thấy rõ được sự quang huy rồi. Nói chung khi gặp những việc xấu đối với tôi (Tác giả) thì phá bỏ sự phân biệt tương đối của tự lực và quan tâm về sinh mạng của sự tuyệt đối qua câu Nam Mô A Di Đà Phật. Cho nên đúng là vậy.

Với người cha không chỉ đơn thuần là người thân mà phải được nhận ra là người đi trước đã sống với ánh sáng qua sự niệm Nam Mô A Di Đà Phật. Từ đó trở thành sự liên hệ cha con với nhau, khi sự nghèo khó xâm nhập vào vật chất qua người niệm Phật, thì cũng đã đón nhận được sự dưỡng thành rồi. Cho đến khi đó đối với người cha không còn bị đóng băng bởi những dấu tích nữa và việc nầy cho đến khi thân phụ qua đời, hầu như không bao giờ nói một lời nào nữa cả.

Còn mẹ là một người đã sống một đời sống khổ nhọc. Cả những rễ cây rau thơm cũng chưa bao giờ lãng phí, đều biến thành đồ ăn cả. Lặng lẽ với tất cả những gì có thể làm, giống như là một vị Bồ Tát vậy. Lại nữa sự ưu việt của những bà cụ chung quanh việc niệm Phật, bản thân tôi (Tác giả) đã nhận được nhiều sự thấm đậm. Khi mà tôi (Tác giả) bị chìm vào sự tuyệt vọng, cả bao nhiêu lần như thế đều được thoát khỏi khi nghe âm thinh đã bảo "Chú Tiểu ơi! Khi lớn lên nên làm Thầy tu nhé!". Điều nầy đối với tôi (Tác giả) vì họ đã hướng tôi về với Phật Giáo vậy.

Lời dạy của Thầy trở thành cái mỏ của con Hạc, nếu muốn đào xới lên nơi sanh mạng của mình với câu Nam Mô A Di Đà Phật thì với việc xấu hay cả với việc tốt đi nữa tôi (Tác giả) đều nghĩ rằng tất cả đều nên đưa vào Phật Giáo.

"Ở trong thế giới nầy chư Phật Như Lai nhiều vô số như cát của sông Hằng và tất cả các Ngài đều xưng danh niệm Phật với Bổn Nguyện lực của A Di Đà Như Lai đã vượt qua thế giới nầy một cách ưu việt và được ca ngợi tán thán". Điều nầy ở nơi lời nguyện thứ 17 được hiểu rằng: Đây là ý nghĩa của Nguyện Thành Tựu Văn của việc chư Phật xưng danh.

6.- NGUYỆN THÀNH TỰU VĂN CỦA CHÍ TÂM TÍN NHẠO

(1) Vương bổn Nguyện.

Vậy thì bây giờ phần mở đầu của quyển hạ nơi "Đại Kinh" ở trong đó có 3 loại thuộc về Bổn Nguyện Thành Tựu Văn; nơi cuối cùng được đề cập đến là lời nguyện thứ 18, hãy tìm hiểu về Nguyện Thành Tựu Văn của Chí Tâm Tín Nhạo vậy. Ngài Thân Loan Thánh Nhơn đầu tiên đã cho biết điều nầy như sau:

Có chúng sanh nào khi nghe đến danh hiệu mà tín tâm hoan hỷ cho đến một niệm, mang tâm ấy hồi hướng, nếu muốn nguyện sanh về nước kia thì liền được vãng sanh ở ngôi bất thối chuyển, chỉ trừ tội ngũ nghịch và hủy báng chánh pháp.

(Chơn Tông Thánh Điển trang 44)

Ý nghĩa như sau:

"Bất cứ chúng sanh nào khi nghe đến xưng niệm danh hiệu của chư Phật Như Lai, cho đến lúc lâm chung niệm một niệm với tín tâm hoan hỷ, nương vào nơi hành tín để hồi hướng đến chơn tâm với Đức A Di Đà Như Lai, nếu muốn nguyện sanh về quốc độ kia, liền được vãng sanh ở nơi bất thoái chuyển. Chỉ trừ những kẻ phạm tội ngũ nghịch và hủy báng chánh pháp".

Đầu tiên nói rằng: "Nếu có chúng sanh nào khi nghe danh hiệu kia" – Như trước đã nói về Lời nguyện thứ 17 ở nơi Thành Tựu

Văn của chư Phật xưng danh khi nghe đến việc xưng danh niệm Phật ”Chư Phật Như Lai của thập phương hằng sa”. Lại nữa từ ý nghĩa “Sự xưng danh niệm Phật của thiện tri thức, nghe và hiểu ý nghĩa” cho nên với Ngài Thân Loan Thánh Nhơn tin tưởng và dùng sự nghe về ý nghĩa và đón nhận sự niệm Phật xưng danh của Ngài Pháp Nhiên Thượng Nhơn, có thể rõ biết được.

Lại nữa ở sau cùng nói rằng: “Lúc vãng sanh sẽ được ở ngôi bất thối chuyển”. Ở đầu tiên của Nguyện Thành Tựu Văn đã được nói ở lời nguyện thứ 11 là “ở nơi Chánh Định Tụ”. Hỏi tại sao thì điều nầy gọi là: “tức đắc vãng sanh, trụ bất thoái chuyển” mà vì Ngài Thân Loan Thánh Nhơn không có một chút ngoại lệ nào để đọc rõ là “Chánh Định Tụ” (Nhứt niệm đa niệm văn ý) (Chơn Tông Thánh Điển trang 535) “Duy Tín Sao Văn Ý” (Chơn Tông Thánh Điển trang 550) từ những điểm nầy, ta đã rõ hiểu được.

Từ những điểm nầy, nơi thành tựu văn của lời nguyện thứ 18 và trước đó là Nguyện Thành Tựu Văn của thứ 17 và Nguyện Thành Tựu Văn của thứ 11; ý nghĩa đều bao quát cả đôi bên. Cho nên Ngài Pháp Nhiên Thượng Nhơn gọi lời nguyện thứ 18 là Vương Bổn Nguyện vậy. Nơi “Đại Kinh” trong 48 lời nguyện ấy thì đây là lời nguyện quan trọng nhất là cúi đầu đọc tụng vậy.

(2) Nguyện của sự niệm Phật vãng sanh.

Với lời nguyện thứ 18, Ngài Thân Loan Thánh Nhơn trước đó gọi là “Nguyện của việc niệm Phật vãng sanh”. Bây giờ hãy tìm hiểu xem, Ngài Pháp Nhiên Thượng Nhơn ở “Tuyển Trạch tập” đối với nguyện nầy gọi là một cách xưng danh niệm Phật đã được Tịnh Độ Tông đưa ra một cách độc lập. Thế nhưng điều nầy đã bị phẫn nộ hiện ra việc phản đối của Minh Huệ với “Tồi Tà Luân”. Minh Huệ thực hiện Bồ Tát Tâm của Bồ Tát để giác ngộ Niết Bàn và phê bình rằng với kẻ phàm phu việc xưng danh niệm Phật không thể thực hiện được.

Tiếp đó ở lời nguyện thứ 18 về Nguyện Thành Tựu Văn được nói về tín tâm của Chí tâm tín nhạo; nhưng việc chủ trương đối với Bồ Đề Tâm được trưởng dưỡng để giác ngộ đến Niết Bàn, mà Tịnh Độ giáo ở lời nguyện thứ 18 gọi làm nguyện danh, bị phê bình về lời nguyện của việc niệm Phật vãng sanh nầy, đồng thời cũng chỉ trích về cách đọc "lời nguyện của chí tâm tín nhạo".

Việc chỉ trích của Minh Huệ, Ngài Thân Loan Thánh Nhơn đã đón nhận cho vào y nguyên như vậy trong "Giáo hạnh tín chứng" mà ở mục tiêu đã đưa ra nơi Tín Quyển về "lời nguyện của chí tâm tín nhạo". Tuy nhiên ở Tín Quyển nơi "Đại Kinh" nói về tín tâm, Minh Huệ đã chủ trương là tín tâm của tự lực là việc sai biệt, mà tín tâm của Bổn Nguyện lực hồi hướng đã làm sáng tỏ. Do vậy cho nên điều nầy đã chứng minh cho sự phủ định của ông ta về việc xưng danh niệm Phật của kẻ phàm ngu, được mở ra sự giác ngộ đến Đại Niết Bàn. Điều nguyện thứ 18 mà đây là cách đọc riêng biệt của Ngài Thân Loan Thánh Nhơn vậy.

(3) Cách đọc về Bổn Nguyện Thành Tựu Văn.

Bây giờ ở lời nguyện thứ 18 của "Chơn Tông Thánh Điển"; nguyện Thành Tựu Văn của Chí tâm tín nhạo nơi "Đại Kinh" cũng như "Giáo hạnh tín chứng", tất cả cách đọc đều thống nhất giống nhau. Cho nên chúng ta cũng nên học cách đọc nầy để nhớ; nhưng ở đây thì Ngài Thân Loan Thánh Nhơn đã độc đặc bỏ cách đọc nầy. Ở chương thứ 4 cũng đã thấy đây là sự cải cách quan trọng, bỏ cách đọc ấy cần nên tìm hiểu. Đây là sự khổ lao của Ngài Thân Loan Thánh Nhơn cần để ý đến.

Nguyên thủy là chữ Hán; nên trước tiên nên khảo sát qua.
Chư hữu chúng sanh, văn kỳ danh hiệu,
Tín tâm hoan hỷ, nãi chí nhứt niệm,
Chí tâm hồi hướng, nguyện sanh bỉ quốc,
tức đắc vãng sanh, trụ bất thối chuyển,

duy trừ ngũ nghịch, phỉ báng chánh pháp.
(Chơn Tông Thánh Điển trang 44)

Ngoài Ngài Thân Loan Thánh Nhơn ra những vị Tổ Sư của Tịnh Độ giáo đã đọc câu văn nầy như sau:

Có những chúng sanh, khi nghe danh hiệu nầy, tín tâm hoan hỷ, cho đến một niệm, chí tâm hồi hướng, nếu muốn sanh về nước kia, liền được vãng sanh, ở ngôi bất thoái chuyển, duy chỉ trừ kẻ ngũ nghịch và hủy báng chánh pháp (Tịnh Độ Tông toàn thơ" quyển 1 trang 19).

Nếu đọc như thế nầy sẽ trở thành có ý nghĩa như sau: "Dẫu cho là chúng sanh nào đi chăng nữa khi nghe đến danh hiệu của chư Phật mà tín tâm hoan hỷ, cho nên khi lâm chung có một niệm hồi hướng niệm Phật và muốn sanh về được nước kia và nếu nguyện sanh về thì liền được vãng sanh về Tịnh Độ và ở ngôi bất thoái chuyển. Chỉ trừ những kẻ phạm tội ngũ nghịch và hủy báng chánh pháp" liền hiểu được ngay việc niệm Phật hồi hướng và chủ thể là "có chúng sanh". Lại nữa vì đọc là: Cho đến một niệm của sự lâm chung, niệm Phật hồi hướng; cho nên "nãi chí nhất niệm" là biểu hiện sự niệm Phật là "hành nhứt niệm". Ngoài ra việc vãng sanh về cõi Tịnh Độ lúc được có tín tâm chăng và không phân biệt với sự lâm chung chăng?

Thật tế thì ngôn ngữ nói là: "Chí tâm hồi hướng" ở nguyện thứ 20 là lời thệ nguyện của thực chư đức bổn (trồng các gốc đức). Nguyên văn nầy như sau:

Ví như ta khi được thành Phật, 10 phương chúng sanh khi nghe đến danh hiệu ta, nhớ nghĩ đến quốc độ ta, trồng nhiều gốc công đức, chí tâm hồi hướng và muốn sanh về quốc độ ta, nếu không kết quả, sẽ không giữ ngôi chánh giác.

Ở lời nguyện thứ 20 cũng có thể hiểu về nguyện danh, thật lòng quy y niệm Phật, dùng tay của chính mình trồng ngay vào sự tự lực niệm Phật hồi hướng kia và người đó quyết định cho đến khi thành Phật, thệ nguyện muốn được cứu độ. Cho nên được gọi là "lời thệ theo quả".

Ở đây nói lời nguyện thứ 18, Nguyện Thành Tựu Văn, các vị Tổ ngoài Ngài Thân Loan Thánh Nhơn ra thì đọc như thế nầy. Căn cứ từ Thành Tựu Văn của lời nguyện thứ 18 hơn là có thể đọc nơi Thành Tựu Văn của lời nguyện thứ 20. Lại nữa Thành Tựu Văn của lời nguyện thứ 18 hay là Thành Tựu Văn của lời nguyện thứ 20; ít có sự khác biệt. Cho nên tự lực và tha lực của lời nguyện của sự sai khác ấy phải được xác minh cho rõ ràng.

Từ đó Ngài Thân Loan Thánh Nhơn đợi thay (bỏ) câu văn ấy như sau:

Có chúng sanh khi nghe đến danh hiệu ta mà sanh tâm hoan hỷ, cho đến một niệm, tâm ấy hồi hướng đến, muốn nguyện sanh về quốc độ kia, liền được vãng sanh ở ngôi bất thoái chuyển, duy chỉ trừ những kẻ phạm tội ngũ nghịch và hủy báng chánh pháp.

Như vậy thì hiểu liền và Ngài Thân Loan Thánh Nhơn đã đọc chia ra làm hai Thành Tựu văn ấy.

Như phía trước Ngài Thế Thân đã xác minh rõ ràng về nhứt tâm rằng: "Thế Tôn ngã nhứt tâm, quy mệnh tận thập phương, Vô Ngại Quang Như Lai, Nguyện sanh An Dưỡng Quốc", "quy mệnh" và "nguyện sanh" là hai việc đã thấy. Ngài Thân Loan Thánh Nhơn phỏng theo Ngài Thế Thân đã chia Thành Tựu Văn ra làm hai. "Nhứt tâm quy mệnh" là nửa phía trước với việc thành tựu của tín tâm và nửa phía sau là: "Nguyện sanh An Dưỡng Quốc" có thể nghĩ rằng đúng như thế.

Bây giờ hãy xem một cách kỹ lưỡng. Đầu tiên về cách đọc "Lâm chung nhứt niệm cho đến niệm Phật hồi hướng" và "nãi chí nhứt niệm" trải qua "chí tâm hồi hướng" đã biểu hiện được "hành của nhứt niệm". Điều đó vì ngắt câu "cho đến một niệm" nên ở đây "nãi chí nhứt niệm" nằm ở trước trở thành đồng cách với "tín tâm hoan hỷ" nên gọi đây là ý nghĩa "tín của nhứt niệm" thay đổi.

Ở Tín Quyển nơi Thành Tựu Văn của "Đại Kinh" về "Vô Lượng Thọ Kinh Như Lai Hội" của Thành Tựu Văn như câu văn đã được dẫn; nhưng ở "Như Lai hội" thì "Tha phương Phật độ sở hữu hữu tình, Vô Lượng Thọ Như Lai danh hiệu văn, hay tin vào một niệm phát ra" (Chơn Ngôn Thánh Điển trang 212) và "Nãi Chí nhứt niệm" tương ưng một phần của "Nhứt niệm Tịnh Tín", nguyên như vậy cho nên điều nầy là phỏng theo chăng? Ngoài Ngài Thân Loan Thánh Nhơn ra về Phật đã giải rõ "hành nhứt niệm" và lời nguyện thứ 18 đọc đối chiếu "Nguyện của việc Niệm Phật vãng sanh", thì Ngài Thân Loan Thánh Nhơn ở "Tín Nhứt Niệm" đã hiểu rõ; cho nên ở lời nguyện thứ 18 đọc là: "Nguyện của chí tâm tín nhạo".

Ở đây vì bị cắt ra làm 2, nên một vấn đề lớn đã sanh ra. Việc "Chí tâm hồi hướng" qua lại nổi trôi không thể đọc cho nên ở đây Ngài Thân Loan Thánh Nhơn với ngôn từ "Shitamaeri"; "Sheshimetamaeri" gọi là những chữ tôn kính viết thành chữ phiến giả danh (Katakara), về "Như Lai với chơn tâm đã được hồi hướng đến" và đây không phải là sự hồi hướng của chúng sanh, mà thay đổi ý nghĩa thành hồi hướng của Như Lai; cho nên ở lời nguyện thứ 18 Minh Huệ cũng giống như thế vừa gọi đây là: "Lời nguyện của chí tâm tín nhạo" và cũng đã đọc chẳng phải là tín tâm của tự lực, mà là tín tâm của tha lực của Bổn Nguyện lực hồi hướng.

Hành và Tín cũng là hồi hướng của Như Lai nên đối với tín tâm kia, nơi Tịnh Độ của Như Lai, tức liền được khai mở (tức đắc vãng sanh, trụ bất thoái chuyển) và ở ngôi vị Chánh Định Tụ, lúc ấy quyết định rộng tin vào con đường đến Đại Niết Bàn. Cuối cùng Như Lai hồi hướng từ Hành Tín cho nên căn cứ vào đạo lý của Bổn Nguyện sự chứng đạo liền được khai mở.

Ở chỗ nầy Ngài Pháp Nhiên Thượng Nhơn gọi đây với ý nghĩa là Vương Bổn Nguyện và đạo lý của Đại Thừa Phật Giáo đã được minh xác. Với Bổn Nguyện lực hồi hướng đã thấy được đạo lý của Phật đạo mà nơi "Đại Kinh" Ngài Thân Loan Thánh Nhơn đã dựng lên với công việc to lớn đó.

(4) Duy trừ ngũ nghịch phỉ báng chánh pháp.

Cho đến bây giờ qua lời nguyện thứ 18 của "Đại Kinh", Nguyện Thành Tựu Văn đã xem qua rồi; nhưng cả hai về "duy, trừ ngũ nghịch và hủy báng chánh pháp", "câu văn duy trừ" được đặt ra. Với Ngài Pháp Nhiên Thượng Nhơn vì cho rằng đối với tất cả những người xưng danh niệm Phật đều được gồm chung, mà lúc viết sách để dẫn dụ lời nguyện thứ 18 thì câu văn duy trừ nầy tỉnh lược bớt. Nhưng với Ngài Thân Loan Thánh Nhơn thì vì đứng trên tín tâm của Bổn Nguyện nên đã giữ nguyên như vậy của văn duy trừ của cả hai về nhơn nguyện và Thành Tựu Văn. Với văn Duy Trừ nầy đối với kẻ phàm phu vì với tín tâm được khởi lên thì câu văn ấy không có vậy.

Ở phần sau cùng của Tín Quyển được ghi ra về tội ngũ nghịch được nói bởi Tiểu Thừa Phật Giáo và Đại Thừa Phật Giáo, với sự sinh hoạt của người Phật Tử chơn chính thì sự thật đã rõ ràng là xong. Nói cách dễ hiểu về ngũ nghịch theo Tiểu Thừa được nêu ra là:

Thứ nhất là nghĩ đến việc giết cha; thứ hai là nghĩ đến việc giết mẹ; thứ ba là nghĩ đến việc giết các vị La Hán; thứ tư là thấy sai về phá hòa hợp Tăng và thứ năm là ác tâm làm cho thân Phật ra máu. (Chơn Tông Thánh Điển trang 277).

Đây là ngũ nghịch theo Tiểu Thừa; nhưng ngũ nghịch của Đại Thừa thì còn rộng hơn như thế nữa, tất cả sự sinh hoạt của con người đều nói là tội ngũ nghịch. Những người đã phạm vào các tội ấy nói rằng: Bị đọa vào Vô Gián địa ngục.

Ở Tín Quyển phần cuối câu văn ngũ nghịch của Tiểu Thừa và ngũ nghịch của Đại Thừa; chỉ quyển nầy không thì không có kết thích (kết luận và giải thích). Cho nên điều nầy ở Tín Quyển đã làm rõ ràng cho những Phật Tử chơn chánh với mục tiêu của Thánh Đạo Môn không phải là Thánh Giả; chỉ trừ thời cơ triệt để; cho nên với thân về ngũ nghịch thì Ngài Thân Loan Thánh Nhơn đã biểu minh rõ ràng về thật tướng nầy. Cho nên phải căn cứ vào lời dạy của Như Lai và triển khai nên các quyển như: giáo quyển, hạnh quyển và chứng quyển. Vì lẽ ấy nên có thể suy nghĩ rằng không có kết thích.

Câu văn Duy Trừ nầy là câu văn quan trọng của tín tâm hoạch đắc, đầu tiên với cách đọc có tính cách chủ thể là Ngài Đàm Loan. Ở phần 8 lần vấn đáp của "Luận Chú" về ngũ nghịch tội của thế gian. Nhưng ở sách đó hủy pháp tội của xuất thế gian thì nói ẩn đi. Cho nên tội phỉ báng với Như Lai gọi là mặt vai trái về tội mà nhân gian tồn tại. Về tội có tính cách cội rễ nầy để làm cho sáng tỏ được thấy ở năng lực danh hiệu Bổn Nguyện. Cho nên Đàm Loan đã nói tội của phỉ báng tuyệt đối không thể cứu được. Qua lời dạy của Ngài Pháp Nhiên cho Thân Loan Thánh Nhơn lúc gặp nhau "những việc làm bất cứ loại nào nếu thuộc về thân thì nhất định phải đọa địa ngục" đã được làm sáng tỏ qua sự nhớ nghĩ.

Tiếp theo Ngài Đàm Loan là Ngài Thiện Đạo Đại Sư đã lấy ra câu văn của duy trừ. Theo "Quán Kinh" ở hạ phẩm thì ngũ nghịch được cứu nhưng trừ ra những kẻ phỉ báng chánh pháp, vì sao vậy; đó là câu hỏi. Ngũ nghịch theo chỗ tạo tác trở thành tội lỗi (dĩ tạo nghiệp = nghiệp đã tạo) cho nên Đức Di Đà nhiếp thủ (giữ gìn lấy); còn phỉ báng pháp là tội chưa tạo ra (vị tạo nghiệp = chưa tạo ra nghiệp); cho nên Đức Thích Ca đè xuống; sự đè xuống của Đức Thích Ca thì sự nhiếp thủ của Đức Di Đà có thể rõ biết được. Ngũ nghịch là tội có tính cách thế gian cho nên có thể phản tỉnh được vì đã tạo ra nghiệp; nhưng phỉ báng pháp là tội của xuất thế gian, cho nên sự phản tỉnh vượt khỏi việc chưa tạo ra nghiệp. Thế nhưng nếu trở về với danh hiệu của Trí Tuệ Danh Hiệu, nếu ngũ nghịch và thân phỉ báng được chiếu tỏ, thì được nương vào Bổn Nguyện lực để được nhiếp thủ. Việc nầy Ngài Thiện Đạo Đại Sư ở "Pháp sự tán" đã nói rằng: báng pháp, xiển đề, nếu có hồi tâm sẽ được vãng sanh. (Chơn Tông Thánh Điển trang 277).

Sự giải thích của cả hai Ngài đã được rõ và Ngài Thân Loan Thánh Nhơn thì nói rằng:

"Chỉ trừ ngũ nghịch, hủy báng chánh pháp"; gọi là duy trừ nghĩa là ngôn ngữ để gọi việc chỉ trừ ra; ngũ nghịch là không tích chứa, phỉ báng phải biết là tội nặng. Cả hai tội nầy đều ghép chung vào tội nặng; tất cả chúng sanh trong 10 phương nếu không bị rò rĩ thì sẽ được vãng sanh. Hãy nên biết điều nầy.

(Chơn Tông Thánh Điển trang 513)

Với Tịnh Độ giáo kẻ phàm phu trở về với Đức Di Đà thì được cứu giúp là điều chính yếu. Nhưng sự tự giác của phàm phu thật là cái nghiệp quá khó khăn. Cho nên Ngài Đàm Loan gọi là: "ngũ nghịch - phỉ báng chánh pháp" Thân của phàm phu nương vào Bổn Nguyện lực để được dẫn trở lại, tuyệt đối sẽ không được cứu để được giác ngộ, việc nầy đã được nói đến. Với Ngài Thiện Đạo thì cả hai tội ấy nếu thấy được, nhận thấy rõ ràng thì sẽ được Đức Di Đà nhiếp thủ, việc nầy đã nói rồi.

Ngài Thân Loan Thánh Nhơn, đầu tiên nương vào sự giải thích rõ ràng của Ngài Đàm Loan để thuật lại rằng: "Duy trừ có nghĩa là ngôn ngữ dùng để chỉ cho việc chỉ trừ ra ngũ nghịch là không tích chứa, phỉ báng phải biết là trở thành tội nặng"; duy trừ đó đầy đủ cho việc tự rõ biết về "địa ngục nhứt định"; lời dạy của lòng đại bi đã chấp nhận sự dừng lại đó. Tiếp đó sự giải thích rõ ràng của Ngài Thiện Đạo căn cứ vào. Cả hai tội nầy đều ghép chung vào tội nặng; tất cả chúng sanh trong 10 phương nếu không rò rĩ thì được vãng sanh, nên rõ biết điều nầy. Đây là nói về việc nhiếp thủ của Đức Di Đà.

Với Ngài Thân Loan Thánh Nhơn thì câu văn của duy trừ là thân của phàm phu, không nhiếp thủ việc rõ biết ấy gọi là lời dạy về lòng đại bi của Đức A Di Đà dừng lại sự thọ nhận; Nhơn Nguyện và Thành Tựu văn cả hai đã được ghi. Vì sao đối với văn của duy trừ lại như thế? Điều nầy được gọi là sự thâu nhận cứu độ ấy nương vào tín tâm; ý nghĩa của Vương Bổn Nguyện đã cho thấy rõ về điều nầy.

Kiến giải của Ngài Đàm Loan là nương vào thuyết pháp của Đức Thích Tôn nơi "Đại Kinh" về đoạn tam độc ngũ ác. Ở đó sự tham dục, phiền não của sân nhuế và phiền não của ngu si không liệt chung vào với nhau. Vì sự ngu si con người không phản tỉnh được, nên phải suy nghĩ rằng việc được nói đây thuộc về căn bản phiền não.

(5) Khóa Đề từ Pháp Nhiên Thượng Nhơn.

Cho đến bây giờ thì lời nguyện thứ 18 đối với Ngài Thân Loan Thánh Nhơn là Nguyện Thành Tựu Văn của chí tâm tín nhạo đọc thay thế của độc tự (độc lập của riêng mình) và được tường thuật thấy được ở phần Bổn Nguyện lực hồi hướng của Như Lai. Như vậy thì Ngài Thân Loan Thánh Nhơn tại sao đọc thay đổi như vậy? Với bối cảnh có tính cách tư tưởng ấy hãy nên tìm hiểu.

Thân Loan Thánh Nhơn chịu sự giáo dục của Ngài Pháp Nhiên Thượng Nhơn. Thế nhưng Ngài Pháp Nhiên Thượng Nhơn là Phật giả (người theo Phật) đứng trên "Quán Kinh". "Quán Kinh" không nói về Bổn Nguyện cho nên Ngài Pháp Nhiên Thượng Nhơn không dùng đến ngôn từ Bổn Nguyện lực hồi hướng. Nếu để ý lúc về già của Thân Loan Thánh Nhơn cách sử dụng ngôn ngữ thì với điều nầy ở Pháp Nhiên Thượng Nhơn qua lời dạy sau đây sẽ hiểu được. "Tha lực không có nghĩa mà là có nghĩa". (Chơn Tông Thánh Điển trang 470 – 477).

Cả 7 vị Tổ thì ở “Luận Chú” của Đàm Loan ở phần hạch cầu kỳ bổn thích (Nghiêm khắc tìm cách giải thích quyển nầy) có “A Di Đà Như Lai làm tăng thượng duyên” (Chơn Tông Thánh Điển trang 194) và ngôn ngữ gọi “Tăng Thượng Duyên” đó đã xuất hiện hai lần, nhưng sau thời Ngài Đạo Xước thì các vị Tổ Sư đứng về phía “Quán Kinh”, nên đã biểu hiện Bổn Nguyện lực của Như Lai qua ngôn ngữ gọi là Tăng Thượng Duyên nầy. Như vậy Tăng Thượng Duyên có nghĩa là năng lực của Như Lai mạnh mẽ để trở thành cái duyên để cứu chúng sanh; cho nên năng lực từ bên ngoài gọi là ngoại duyên. Chúng sanh (cơ duyên) và Như Lai (Pháp) là hai việc khác nhau; cái duyên từ bên ngoài nương vào Bổn Nguyện lực được ủy thác và nói đây là việc được cứu giúp. Ở phía sau sẽ nói rõ hơn, nhưng việc nầy gọi đây là 2 loại tin sâu (thâm tín). Như vậy ở “Quán Kinh” sự phân biệt của nhân gian hợp lại hay nói với tính cách tương đối, hay được giải thích như vậy?

Tuy nhiên chúng ta không phân biệt về sự được cứu độ. Sự chơn thật của nhứt như nói rằng ở “Đại Kinh” không có Bổn Nguyện lực hồi hướng, cho nên thật sự ra không được cứu độ. Chơn thật nhứt như nghĩa là việc cứu giúp chúng sanh (Bổn Nguyện lực hồi hướng) cho đến khi nào tín tâm vào Như Lai; là nội nhơn (nguyên nhơn bên trong) vậy. Ngài Thân Loan Thánh Nhơn đứng về với sự nhứt tâm nầy để viết nên “Giáo hạnh tín chứng”; cho nên nhứt tâm của “Đại Kinh” và của “Quán Kinh” hãy nên chú ý rằng là hai loại thâm tín khác nhau.

Ngoài ra với Ngài Pháp Nhiên Thượng Nhơn qua “Tuyển Trạch Tập” nói rằng niệm Phật là hành của bất hồi hướng. Điều đó có ý nghĩa rằng với tự lực của chúng sanh không cần thiết đối với sự hồi hướng. Ở “Giáo hạnh tín chứng” từ “Tuyển Trạch Tập” gọi là: “Nam Mô A Di Đà Phật, nghiệp của sự vãng sanh căn bản là sự niệm Phật” và văn của Tổng quyết tam tuyển (Chơn Tông Thánh

Điển trang 189) câu văn được nói ra là câu văn được dẫn lại từ hành quyển. Nhưng điều đó Ngài Thân Loan Thánh Nhơn tự giải thích như sau, hãy đón nhận.

Hãy nên hiểu rằng, đây không phải là hành của Phàm Thánh tự lực, hơn thế nữa trở thành tên gọi hành của bất hồi hướng. Thánh Nhơn của lớn nhỏ, ác nhơn của nặng nhẹ, tất cả đều được tuyển chọn cứu độ giống nhau để đưa về Đại Bảo Hải, niệm Phật thành Phật.

(giống như bên trên)

Hãy xem ý nghĩa thử như thế nào.

Nên biết rõ ràng rằng. Đây không phải là hành của Phàm thánh tự lực, hơn thế nữa tên gọi hành nầy là bất hồi hướng. Thánh nhơn của lớn nhỏ, tội nặng nhẹ của con người, tất cả đều giống nhau qua tuyển trạch (chọn lựa) để được đưa về Đại Bảo Hải, niệm Phật sẽ thành Phật.

(giống như trước)

Về ý nghĩa, lấy ra để xem thử ra sao?

"Với câu văn nầy thì chắc rằng đã hiểu rõ rồi. Bởi vì không phải việc niệm Phật là hành của tự lực, nên có tên là hành của bất hồi hướng. Từ Thánh Nhơn ưu việt cho đến người ác với tội nặng, mọi người đều giống nhau bao gồm từ sự khai mở của Bổn Nguyện đến giác ngộ nơi Niết Bàn. Niệm Phật chắc chắn sẽ thành Phật" và tán thán tánh tuyệt đối của việc niệm Phật. Thế nhưng nếu chỉ nói hành của bất hồi hướng, đứng trên tự lực với Thánh Đạo Môn thì ý nghĩa sẽ bất minh. Hành nghĩa là hành vi hướng đến Niết Bàn, cho nên đây không phải là việc niệm Phật của tự lực, mà chủ trương dẫu cho một người cũng không thấu qua Đại Niết Bàn với việc chỉ hướng đến hành. Việc duy nhất là chỉ niệm Phật, không có tính cách thần mật sâu xa, dẫu cho có suy nghĩ nói rằng đây là sự độc đoán của phía kia đi nữa, thì cũng chẳng có cách nào hơn.

Tuy nhiên ở "Quán Kinh" không đề cập đến Bổn Nguyện, cho nên Ngài Pháp Nhiên Thượng Nhơn chỉ biểu hiện về "việc hành của bất hồi hướng". Ở đây Ngài Thân Loan Thánh Nhơn đứng nơi "Đại Kinh" để phải thọ nhận Khóa Đề. Lại nữa việc cứu giúp chúng sanh là Bổn Nguyện lực hồi hướng của Như Lai đã làm sáng tỏ, cho nên phải giải bày việc ngộ giải gọi là độc đoán và tánh thần bí vậy.

Thật ra ở phía trước câu văn cũng giống với việc tự Ngài giải thích và được viết ra nơi dục sanh tâm thích ở "tam nhất vấn đáp" (Chơn Ngôn Thánh Điển trang 232). Dục sinh tâm nghĩa là Nguyện tâm của Như Lai, nhưng điều nầy cho đến khi trở thành tín tâm là đứng nơi Phật đạo của chúng sanh nguyện sanh về Tịnh Độ. Cho nên ở đó phía trước đã đặt để câu văn nầy để gọi là "trở thành tên gọi là bất hồi hướng"; ở "Tuyển Trạch Tập" phần Khóa Đề đã đón nhận về dục sanh tâm thích nầy, Bổn Nguyện lực hồi hướng đi đến công khai.

Ở đó chúng sanh mong muốn được sanh về Tịnh Độ, nhưng không mang theo tâm hồi hướng. Cho nên về phía Đức Như Lai đã giúp cho việc nầy. Với hồi hướng tâm của Như Lai, nguyện tâm của dục sanh đã được nói. Chủ yếu là lời nguyện thứ 18 là lời nguyện của chí tâm tín nhạo. "Chí tâm, tín nhạo, dục sanh" được thệ nguyện qua dục sanh tâm của Như Lai, nhưng cho đến trở thành tín tâm là nói về năng lực của hồi hướng tâm.

Ở liền phía sau của "Luận Chú" về vãng tướng và câu văn của hoàn tướng được trích dẫn thì Như Lai đã khai mở hai loại Bổn Nguyện lực hồi hướng.

Giống như vậy ở Ngài Pháp Nhiên còn sót lại nơi Khóa Đề trong "Đại Kinh", "Tịnh Độ Luận", "Tịnh Độ Luận Chú" đã nương vào đó để xác định làm sáng tỏ. Cho nên ở đây Ngài Thân Loan Thánh

Nhơn gọi là: "hoa văn của hy hữu tối thắng" mà ở "Tuyển Trạch Tập" có cũng không chừng; "Giáo hạnh tín chứng" đã phải được viết ra với một lý do to lớn như vậy.

* Những sách vở được viết bởi Thân Loan Thánh Nhơn khi lớn tuổi với chủ đích biểu hiện hai loại hồi hướng của Như Lai và ngôn ngữ được đặt để của Ngài Pháp Nhiên Thượng Nhơn ở "Không có ý nghĩa với tha lực, mà cũng mang theo ý nghĩa.

(6) Đại Vô Lượng Thọ Kinh.

"Đại Kinh" là kinh nương vào Bổn Nguyện lực của Đức A Di Đà Như Lai, Phật giáo dùng để cứu độ quần manh. Đối với kẻ phàm phu dùng tự chính mình thì lực ấy không thể thành Phật được; cho nên "Đại Kinh" đã nói về Bổn Nguyện lực của Như Lai về điều đó. Đây thuộc về niềm tin của tha lực, công khai về đạo lý của Bổn Nguyện lực hồi hướng, đây chính là trách nhiệm của "Giáo hạnh tín chứng" và là sứ mệnh. Tại sao việc nầy không kham nhẫn được? Với Tịnh Độ Chơn Tông vì đã chuyển đổi sự độc đoán và tính cách của thần bí ấy?

Bổn Nguyện lực hồi hướng có nghĩa là, nếu chỉ nói một lời; chính là "tha lực". Nếu chẳng hiểu rõ được Bổn Nguyện lực nầy thì rất là đáng tiếc, không thể thực hiện việc cứu độ của Tha Lực được. Trong ba bộ kinh của Tịnh Độ, nói về Bổn Nguyện, chỉ có "Đại Kinh". Với ý nghĩa đó "Đại Kinh" chính là Chơn Thật giáo, còn "Quán Kinh" và "A Di Đà Kinh" là những chúng sanh sống với tự lực."Đại Kinh" hướng dẫn về phương tiện đối với tha lực. Bổn Nguyện lực nầy đầu tiên biểu minh về sự cảm động như ở "Tịnh Độ luận" của Ngài Thế Thân. Rồi Bổn Nguyện lực hồi hướng của Như Lai là Phật đạo của kẻ phàm phu được triển khai, cho nên trở thành "Tịnh Độ luận chú" của Ngài Đàm Loan. Việc nầy chồng chất lên nhau mà sự tự giác của những kẻ phàm phu và Bổn Nguyện lực hồi hướng của Như Lai, tác phẩm "Giáo hạnh tín chứng" đã được hình thành một cách triệt để qua sự nghiên cứu sâu sắc. Kế tiếp đây là bối cảnh của Bổn Nguyện lực hồi hướng của Ngài Thân Loan Thánh Nhơn, nên tìm hiểu thêm về Ngài Thế Thân và Ngài Đàm Loan.

(7) "Tịnh Độ luận" của Thế Thân.

Trong sự biên chú của 7 vị Tổ thì đầu tiên chỉ một lần ngôn từ "Bổn Nguyện lực hồi hướng" xuất hiện là ở nơi "Tịnh Độ luận" của Ngài Thế Thân. Câu văn sau đây sẽ thể hiện điều nầy.

"Ra khỏi cửa thứ 5, với lòng thương rộng lớn quán sát tất cả sự khổ não của chúng sanh; thị hiện ứng hóa thân; nơi vườn sanh tử, trở lại trong rừng phiền não, với thần thông du hí đến đó để giáo hóa, mang theo việc hồi hướng của Bổn Nguyện lực." (Chơn Tông Thánh Điển trang 144 – 145)

Câu văn nầy với ý nghĩa như sau:

"Bồ Tát của Tịnh Độ với tâm đại từ bi, quan sát tất cả chúng sanh với phiền não mê hoặc nên dùng sự ứng hiện đến thế giới của các chúng sanh để biểu tỏ về sự xuất hiện giáo hóa đó. Đây chính là việc nương vào Bổn Nguyện lực hồi hướng vậy". Như vậy ở "Tịnh Độ luận" của Bổn Nguyện lực hồi hướng chính là ý nghĩa nói về Bổn Nguyện lực hồi hướng của người Bồ Tát.

Vậy thì lúc Đại Thừa Phật Giáo được hình thành tại Ấn Độ, dưới sự tu học với Đức Thế Tôn, các đệ tử đã cố gắng nổi lên sự phê bình đối với việc nầy. Việc nầy như sau đây sẽ thấy. Những đệ tử thuộc về Thanh Văn thì dạy cho họ nghe, học về chơn diện mục (sự thực), dẫu ít ỏi đi chăng nữa họ không được truyền cho điều kia. Các đệ tử Bích Chi Phật (Độc giác) cũng như các vị giác ngộ trở thành A La Hán, không được truyền lại điều kia chăng? Dẫu cho có nói là đệ tử của Đức Thích Tôn và Đức Thích Tôn sẽ sai khi có tính cách quyết định. Đức Thích Tôn chính tự mình giác ngộ (tự lợi) và đem truyền lại cho người khác (lợi tha) để cống hiến cho cuộc đời. Thế nhưng những vị đệ tử của Đức Phật chỉ học những cái gì cho riêng mình và không truyền lại cho người khác. Điểm chính gọi là Thanh Văn, Độc Giác chỉ tự lợi và không có sự lợi tha nên sự phê bình nổi lên.

Từ đó Đại Thừa Phật Giáo ở Ấn Độ đã vượt lên khỏi đối với tính cách phủ định với Thanh Văn và Độc Giác, và việc tự lợi lợi tha đầy đủ chính là mục tiêu để trở thành Bồ Tát. Phật Giáo vì việc nầy mà đã thể hiện được sự hình thành của Bồ Tát Đạo qua "Tịnh Độ luận" của Ngài Thế Thân, cũng là luận thơ của Ấn Độ; cho nên nương theo vai trò đó mà đã luận về "Đại Kinh" và từ đó mục tiêu để trở thành Bồ Tát đầy đủ việc tự lợi lợi tha đã được thể hiện hướng đến.

Nầy Thiện Nam Tử! Thiện Nữ Nhơn! Việc tu về hành của ngũ niệm môn cầu sanh về Tịnh Độ, trở thành Bồ Tát của Tịnh Độ là giáo hóa cho tha nhân. Vì thế hiển thị ứng hóa thân và từ cõi Tịnh Độ đi đến các nơi khác để giáo hóa. Cho đến khi gặp được Đức A Di Đà Như Lai ở cõi Tịnh Độ là tự lợi; còn từ Tịnh Độ đi giáo hóa các nơi là lợi tha. Cả tự lợi và lợi tha bổ sung cho nhau hoàn toàn là Phật Đạo của Đại Thừa. Đó là được trình bày bởi "Tịnh Độ Luận". Câu văn như ở phía trước đã đưa ra là câu văn diễn tả khi tự lợi đã hoàn thành, từ Tịnh Độ ra đi giáo hóa là sự lợi tha của Bồ Tát. Ý chí của người ra đi giáo hóa ấy là Bồ Tát. Đây chính là sự biểu hiện của Bổn Nguyện hồi hướng vậy.

(8) "Tịnh Độ Luận Chú" của Đàm Loan.

Như vậy với Đại Thừa Phật Giáo, con đường Bồ Tát đó được truyền sang Trung Quốc, nhưng Ngài Đàm Loan nói rằng: "Trong thời gian ấy phải trở thành Phật bản địa", nên ở tại Trung Quốc Đức Thích Tôn không ra đời, cho nên người người đều gần gũi với Khổng Tử và Tiên Nhơn của Đạo Giáo, dẫu cho có đề cập đến Phật hay Bồ Tát đi nữa họ chẳng hiểu đó là việc gì. Cho nên ở Trung

Quốc thuở đó phải biểu hiện bằng Đại Thừa Bồ Tát đạo, cứu khổ tất cả chúng sanh là pháp chú ý của "Nhứt Thừa". "Tịnh Độ Luận" là Luận từ Ấn Độ và là con đường Bồ Tát nhưng "Tịnh Độ Luận Chú " thành hình từ "Tịnh Độ Luận" vừa chú thích từng chữ từng câu vừa chuyển hoán đến Phật đạo nhứt thừa của Bồ Tát đạo.

Với sự suy nghĩ bình thường của chúng ta thì sự thực hiện việc tự lợi lợi tha không đơn giản chút nào. Mình vì tha nhơn để hy sinh, không phải tha nhơn vì mình mà hy sinh. Bởi như thế sẽ trở thành chấp trước tự kỷ đối với việc tự lợi lợi tha. Cho nên việc nầy nương vào sự giác ngộ của Phật để được siêu việt. Đây là việc thực hiện Bồ Tát của Đại Thừa. Về phía giác ngộ chú ý đó qua "Đại Kinh" là pháp nhứt thừa, tất cả không thối lui; để làm minh bạch điều nầy chính là "luận chú". Tuy nhiên lúc muốn chứng minh nhứt thừa là vấn đề hàng đầu thì ở "Đại Kinh" có nói về "Duy trừ ngũ nghịch phỉ báng chánh pháp" thì từ Phật Giáo, có kẻ bị loại trừ ra. Để chứng minh việc cứu khổ không có giới hạn và Phật đạo của Bổn Nguyện là Nhứt Thừa không thể được.

Cho nên ở Chương thứ 5 phần quyển thượng của "Luận Chú" phần mở đầu của Đạo Thích (Đạo Giáo và Phật Giáo) và quyển sau cùng của 8 lần hỏi đáp thì ở "Tịnh Độ luận" từ đó chú thích thêm ra làm chủ đích. Cả hai, Đạo và Thích, Ngài Long Thọ ở "Dị hành phẩm" phần "Ninh nhược khiếp liệt"; "Khiếp nhược hạ liệt" gọi là dẫu không sánh nổi với Bồ Tát Đạo; nhưng nương vào sự dễ làm của tín phương tiện nói về việc thọ nhận sự cứu độ, Đàm Loan nói về tín tâm của Long Thọ qua "Nhơn duyên của sự tin Phật" (là nhơn duyên tin vào Bổn Nguyện lực của A Di Đà Như Lai) đã làm rõ ràng cho việc nầy. Đứng trên tín tâm của Bổn Nguyện nầy làm tuyên ngôn để chú thích "Tịnh Độ luận". Cho nên đối với việc nầy ở 8 lần vấn đáp của quyển sau đã làm rõ việc cứu độ theo Bổn Nguyện lực cho phàm phu về ngũ nghịch phỉ báng chánh pháp. Ở đây phần Bồ Tát Đạo của "Tịnh Độ luận" là để chứng minh Phật đạo của phàm phu đã được chuyển hoán thành Nhứt Thừa. Ý đồ của Đàm Loan đã được thành tựu (chọc thủng).

Ở đây vì đã được làm sáng tỏ với kẻ phàm phu con đường trở thành Phật, nên đây chính là cái lực căn bản để xác minh điều tất yếu với Bổn Nguyện lực của Đức A Di Đà Như Lai. Như phía trước đã tường thuật ở "Tịnh Độ luận" về một nơi có thể xuất hiện cho Bổn Nguyện lực hồi hướng, mà trên phương diện văn chương thì ý chí của con người chính là Bồ Tát. Tuy nhiên Ngài Đàm Loan thí dụ ý chí của Bồ Tát dẫu có đi chăng nữa thì phát nguyện với Đức A Di Đà Như Lai với Bồ Tát ở Bất Hư Tác Trụ Trì Công Đức. Cho nên phải thấy rằng căn nguyên đó là Bổn Nguyện lực hồi hướng của Đức A Di Đà Như Lai. Thực hiện được như vậy, Ngài Đàm Loan ở "Tịnh Độ luận" toàn thể đã đứng dậy thành lập duy trì Bổn Nguyện lực của Đức A Di Đà Như Lai, điều nầy đã trở nên rõ ràng. Vì thế Đàm Loan đã vì việc trên mà khổ công như vậy.

Ví dụ ở "Tịnh Độ luận", "Luận Chú" nói về việc niệm Phật là biểu hiệu hành của ngũ niệm môn. Ngũ niệm môn nghĩa là: Lễ bái, xưng tán, tác nguyện, quan sát và hồi hướng. Khi trở về với niệm Phật, tự nhiên đầu cúi xuống lễ bái. Ngoài ra khi xưng danh niệm Phật và tán thán Đức A Di Đà Như Lai, để muốn cầu sanh về Tịnh Độ, phải phát nguyện. Tiếp đến là quan sát về Tịnh Độ để thấy Đức A Di Đà Như Lai, vì sự giáo hóa chúng sanh, nên hồi hướng về đó. Cho nên ngũ niệm môn đã giải thích rõ ràng về 5 loại xưng danh niệm Phật.

Ngài Đàm Loan với Ngũ Niệm Môn nầy có trong "Tịnh Độ luận" của Ngài Thế Thân, tương ưng với "Nguyện sanh kệ". Đây gọi là giải thích về Ngũ Niệm Môn. "Thế Tôn ngã nhứt tâm, quy mệnh tận thập phương, Vô Ngại Quang Như Lai, Nguyện sanh An Lạc quốc" của "Quy mệnh" lễ bái và tán thán "Tận thập phương Vô Ngại Quang Như Lai", "Nguyện sanh An Lạc quốc" là tác nguyện và quan sát "toàn thể của trang nghiêm Tịnh Độ". Cuối cùng Ngài

Thế Thân đã phối trí việc hồi hướng bằng "Hồi hướng văn", phần đầu của "Thế Tôn ngã nhứt tâm" chỉ phối trí ra bên ngoài. Với điều nầy là việc niệm Phật và toàn thể nhứt tâm của "Nguyện Sanh kệ". Cuối cùng là những lời ca về tín tâm của Bổn Nguyện (hoa văn của nhứt tâm) minh xác được việc nầy. Đối với Ngũ Niệm Môn giải thích nầy là việc tán ca của Bồ Tát về "Nguyện sanh kệ" mà kẻ phàm phu nương vào nơi tín tâm của Bổn Nguyện để ca vịnh và là vị trí phụ thuộc vậy. Tiếp tục ý chí của Ngài Đàm Loan là Ngài Thân Loan Thánh Nhơn cũng đã ngâm vịnh qua quyển hành của "Giáo Hạnh Tín Chứng" có "Chánh Tín kệ". "Chánh Tín kệ" là những bài ca chủ chốt của "Giáo hạnh tín chứng". Cho nên câu văn ở kệ trước, Ngài Đàm Loan đưa ra là "tri ân tổng đức" mà Ngài Đàm Loan đã tán thán. Dựa theo việc nầy ở chương cuối cùng đã sửa đổi rất rõ ràng.

Này Thiện Nam Tử! Thiện Nữ Nhơn! Ngũ niệm môn trên thực tiễn là sự biểu hiện để trở thành Bồ Tát ở "Tịnh Độ luận" của Ngài Thế Thân. Cho nên ở "Tịnh Độ luận" Ngũ Niệm Môn có tính cách cơ bản về thực tiễn hành của thiện nam tử và thiện nữ nhơn. Đối với việc nầy Ngài Thân Loan Thánh Nhơn thì cho rằng với tự lực không có khả năng để có tính cách thực tiễn cho Ngũ Niệm Môn, cho nên phải rõ biết hết năng lực của 5 loại nầy của Như Lai phải kèm thêm việc niệm Phật. Đối với người phàm phu thì tự lực vô hiệu và Ngũ Niệm Môn tất cả đều là hành của Pháp Tạng Bồ Tát đã đón nhận được và để chúng sanh rõ biết về hành nầy của Ngài Thế Thân rồi làm rõ nghĩa về hành của Như Lai là Ngài Thân Loan Thánh Nhơn và người trung gian ấy là Ngài Đàm Loan.

"Tịnh Độ luận chú" trong Ngũ Niệm Môn có Lễ Bái, tán thán và tác nguyện là ba việc thuộc về hành của chúng sanh; Quán sát, hồi hướng hai môn sau là hành của Như Lai. Chúng sanh và Như Lai chia ra rõ ràng minh bạch cho dễ hiểu. "Thế Tôn ngã nhứt tâm, quy mệnh (lễ bái) tận thập phương, Vô Ngại Quang Như Lai (tán thán), Nguyện sanh An Lạc quốc (tác nguyện) với 3 môn phía trước là chúng ta thực hiện bổn nguyện của Phật đạo. Vì để thực hiện việc nầy nên về phía Phật quan sát chúng sanh để kiến lập Tịnh Độ, ủy thác hồi hướng qua danh hiệu để giác ngộ Đại Niết Bàn. Việc quan sát và hồi hướng nầy là công việc của Như Lai.

Ngài Thân Loan Thánh Nhơn, Ngài Thế Thân và Ngài Đàm Loan đã cùng giải thích rõ ràng, trở lại truy cầu ở Bổn Nguyện lực hồi hướng nơi "Đại Kinh", mà phần mở đầu là "Giáo hạnh tín chứng" đã ghi.

Cẩn trọng chỉ dẫn về Tịnh Độ Chơn Tông có hai loại hồi hướng. Một là loại vãng tướng và loại thứ hai là hoàn tướng. Về vãng tướng hồi hướng mới chơn thật là của Giáo hạnh tín chứng. (Chơn Tông Thánh Điển trang 152).

Đây là tuyên ngôn cốt lõi của Tịnh Độ Chơn Tông. Đối lại với Phật đạo của tự lực thuộc Thánh Đạo Môn thì Tịnh Độ Chơn Tông với tính cách triệt để nơi Phật độ tha lực và đây là tuyên ngôn đầu tiên vậy. Tất cả chúng sanh của Giáo hạnh tín chứng với năng lực của Như Lai nương vào đó để hình thành và biểu hiện. Sự phê bình của Minh Huệ với đầu óc của Ngài Thân Loan Thánh Nhơn có thể tưởng tượng và việc dễ dàng.

Vậy nên ở phía trước phần mở đầu của "Nguyện sanh kệ" có "Quy kính kệ" là điểm chính của Ngài Thân Loan Thánh Nhơn, xem thử như thế nào.

Thế Tôn (giáo) ngã nhứt tâm quy mệnh (tín) tận thập phương Vô Ngại Quang Như Lai (hạnh) nguyện sanh về An Lạc quốc (chứng).

Như Ngài Đàm Loan nói Giáo hạnh tín chứng là sự thực hiện Phật đạo đối với chúng sanh; nhưng điều nầy là ân huệ được thành lập bởi Đức Thích Tôn và Vãng tướng hồi hướng của Như Lai cho Phật đạo của chúng sanh. Sự giáo hóa cho thiện tri thức về hoàn tướng hồi hướng đã giải thích rõ ràng. Căn cứ vào hai loại hồi hướng nầy của Như Lai, cứu tất cả những quần manh qua "Đại Kinh" với năng lực của một Đức Như Lai có thể triệt để được.

Từ Bồ Tát đạo hoán chuyển đến Phật đạo của phàm phu, đã được làm sáng tỏ tánh cách tất nhiên về Bổn Nguyện lực hồi hướng của A Di Đà Như Lai. Ngài Thân Loan Thánh Nhơn của "Giáo hạnh tín chứng" sự giác ngộ triệt để của phàm phu để được cứu độ qua sự tuyệt đối hồi hướng của Như Lai; điều nầy tương ứng với Khóa Đề còn sót lại của Pháp Nhiên Thượng Nhơn đã được công khai.

Khi Bồ Tát Đạo của Ngài Thế Thân triển khai đến Phật đạo phàm phu của Ngài Đàm Loan, phàm phu được cứu độ qua sự hồi hướng của Đức A Di Đà Như Lai, đầu tiên đã được công khai. Ngoài ra đối với Ngài Thiện Đạo thì xuyên qua sự tự giác của phàm phu đã triệt để với Ngài Thân Loan Thánh Nhơn. Đây là điều triệt để về năng lực của một Đức Như Lai là tất yếu. Vì sao vậy? nơi "Đại Kinh" cho rằng là kinh điển để cứu độ quần manh. Thật ra năng lực và tư chất cùng sự nỗ lực của tất cả chúng sanh không có liên hệ gì cả, mà việc cứu độ qua việc Bổn Nguyện lực hồi hướng của Như Lai thì Ngài Thân Loan Thánh Nhơn với "Giáo hạnh tín chứng" về học vấn đã làm sáng tỏ rồi.

Đồng thời hồi hướng là cách cứu độ như là trách nhiệm của Đức A Di Đà Như Lai. Đối lại việc nầy trách nhiệm của chúng sanh là tín tâm (hồi tâm) để trở về với danh hiệu. Việc nầy ở quyển hạ của "Đại Kinh" bắt đầu bằng lời nguyện thứ 11, Nguyện thành tựu văn của tất chí diệt độ; Nguyện thứ 17 là Nguyện thành tựu văn của chư Phật xưng danh; Nguyện thứ 18 là Nguyện thành tựu văn của chí tâm tín nhạo; là 3 nguyện thành tựu văn của Bổn Nguyện đã được xác định.

7.- TAM BỐI CHƯƠNG

(1) Từ tự lực đến tha lực.

Bây giờ ở phần hạ quyển của "Đại Kinh", lời Nguyện thứ 18 nguyện thành tựu văn của chí tâm tín nhạo liền ngay sau đó là Chương tam bối (phẩm) được đặt nơi ấy. Ở đây gồm có Thượng bối (phẩm), Trung bối (phẩm) và Hạ bối (phẩm) tương ưng với năng lực của chúng sanh; đây là nói về sự vãng sanh của tự lực. Ở đời khổ cực nầy với nhiều nước mắt và nguyện vãng sanh về Tịnh Độ, đầu tiên mọi người đều tự nghĩ rằng phải nỗ lực để vãng sanh. Vì vậy phải hiểu một cách triệt để rằng với tự lực để vãng sanh là điều không thể trong việc tu hành; ở lời nguyện thứ 19 là nguyện của sự chí tâm phát nguyện (nguyện của tu chư công đức) khuyến khích sự nỗ lực của tự lực. Ở lời nguyện thứ 19 đơn cử như sau:

Giả sử khi ta thành Phật, mười phương chúng sanh phát Bồ đề tâm, cuối cùng tu hành các công đức, tâm ấy phát nguyện muốn sanh về nước của ta. Đến lúc lâm chung, ví như cùng đại chúng vây quanh, mà không hiện ra ở trước người đó, thì sẽ không giữ ngôi Chánh Giác. (Chơn Tông Thánh Điển trang 18).

Với lời nguyện nầy có ý nghĩa như sau:

"Ví dụ như khi ta thành Phật, các chúng sanh trong thế giới, ai ai cũng phát Bồ đề tâm tu hành, nếu muốn sanh về nước ta, khi lâm chung có nhiều người bạn đến trước để đón rước. Nếu không phải là vậy thì sẽ không trở thành Đức A Di Đà Như Lai". Cũng như lời nguyện thứ 19 siêng năng tu hành với Bồ đề tâm của tự lực, theo Ngài Thân Loan Thánh Nhơn có thể thấy được ở tam bối chương, đọc được thành tựu văn nầy ở lời nguyện thứ 19.

Bây giờ hãy xem thử tam bối chương vậy. Nếu chỉ để nguyên văn thì khó hiểu ý nghĩa, tôi (Tác giả) trong giới hạn việc dịch để xem. Đầu tiên là:

Chư thiên loài người ở trong thế giới, với chơn tâm có người muốn nguyện sanh về Tịnh Độ của Đức A Di Đà Như Lai ở Thượng bối (phẩm), Trung bối (phẩm) và Hạ bối (phẩm) của ba loại ấy.

Ở Thượng bối (phẩm) dành cho người xuất gia gìn giữ giới luật, phát tâm Bồ đề, một lòng hướng về chuyên niệm Đức Vô Lượng Thọ Phật, tu hành với nhiều công đức và người đó nguyện sanh về nước của Đức A Di Đà. Lúc mạng chung của chúng sanh nầy sẽ có Phật Vô Lượng Thọ và nhiều Thánh chúng đến trước người ấy hiện ra. Tiếp dẫn người nầy và sẽ vãng sanh về nước của Đức Phật A Di Đà. Ngay lúc ấy tự nhiên hóa sinh vào hoa sen nơi ao thất bảo, thành tựu việc bất thoái chuyển, ở trong đó thấm đậm trí huệ dũng mãnh, bên ngoài thần thông lực phát huy, tự tại giáo hóa. Cho nên nầy A Nan! Nếu có chúng sanh nào ở thế giới Ta Bà muốn gặp được Đức Phật Vô Lượng Thọ thì nên phát vô thượng Bồ đề tâm tu hành chư thiện vạn hạnh thì hãy phát nguyện sanh về nước An Lạc kia. Nếu được như vậy, đến lúc lâm chung sẽ đến rước và gặp thấy được Phật. (Chơn Tông Thánh Điển trang 44 – 45 thú ý) và tiếp nói như vầy.

Trung bối (phẩm) có nghĩa là Chư thiên ở trong thế giới với chơn tâm muốn nguyện được sanh về nơi Tịnh Độ của Đức A Di Đà Như Lai thì Phật đạo là thật tiễn đối với những vị Sa Môn mà không được ở thượng bối (phẩm) với công đức tu hành to lớn, mà chuyên tâm một hướng với Đức Phật Vô Lượng Thọ phát Vô Thượng Bồ Đề tâm, giữ gìn ít nhiều điều lành và tu Bát quan trai giới, kiến tạo chùa tháp và đúc tượng Phật, cúng dường Sa Môn, trước tranh tượng cúng đèn lửa, rải hoa, đốt hương v.v... Với công đức nầy hồi hướng đến Đức Phật A Di Đà muốn nguyện sanh về nước An Lạc. Người nầy khi lâm chung hóa thân thành thân của Đức A Di Đà Như Lai cùng với nhiều Thánh Chúng vây quanh hiện ra trước người đó. Ánh sáng ấy giống như ở Thượng bối (phẩm) đến nghinh tiếp, như ánh sáng của Đức Phật. Người ở Trung bối (phẩm) tùy theo hóa Phật mà được sanh về nước của Phật, thành tựu ngôi bất thối chuyển. Kế tiếp sẽ thành tựu được trí huệ và công đức của người ở Thượng bối (phẩm). (Chơn Tông

Thánh Điển trang 45- 46 thú ý).

Và nói về sau cùng là:

Những người ở Hạ bối (phẩm), Chư thiên nhân dân ở trong thế giới với chơn tâm lúc muốn nguyện sanh về nơi Tịnh Độ của Đức A Di Đà Như Lai, tu hành nhiều công đức như của Thượng bối (phẩm) hay tu hành ít nhiều việc thiện của Trung bối (phẩm), dẫu không được như vậy thì đầu tiên với việc chuyên tâm niệm Phật Đức A Di Đà Như Lai, phát Vô thượng Bồ đề tâm muốn được sanh về nơi nước An Lạc. Nếu nghe pháp sâu xa, hoan hỷ tín lạc, không nghi ngờ nơi Phật, khi lâm chung một lòng nhớ đến tâm chơn thật xưng danh niệm Phật, nên nguyện sanh về nước An Lạc. Thì người nầy ở trong giấc mộng khi lâm chung thấy như được bái kiến Đức A Di Đà Như Lai, được vãng sanh về nước An Lạc, tiếp đến sẽ sanh về Trung bối (phẩm) sẽ được công đức và trí tuệ. (Chơn Tông Thánh Điển trang 45 thú ý) đã được nói như vậy.

Ở quyển hạ của "Đại Kinh" thì nhơn của Bổn Nguyện lực của nan tư nghì vãng sanh là ở lời nguyện thứ 18; nói chung cuộc về nguyện thành tựu văn của chí tâm tín nhạo, nhưng điều nầy khi hợp chung lại thì ở Chương tam bối (phẩm) là nói về sự vãng sanh của tự lực. Như điều đã hiểu thì tam bối và Bồ đề tâm là sự phát sanh về sự tu hành của tự lực như ở lời nguyện thứ 19 đã nói về nội dung của lời nguyện về việc tu các công đức. Thế nhưng với tự lực nầy việc cầu sinh về Tịnh Độ để vãng sanh khó khăn cho nên phải chờ đến đón rước khi lâm chung.

Ở Chương tam bối (lời nguyện thứ 19 - nguyện thành tựu văn của nguyện về việc tu chư công đức); ở lời nguyện thứ 18 nói gọp lại chung với nguyện thành tựu văn của chí tâm tín nhạo. Lời nguyện thứ 20 nguyện thành tựu văn của chí tâm hồi hướng, phần sau cùng ở "Đại Kinh" nói về trí huệ đoạn và ở phía sau sẽ tường thuật rõ hơn; nhưng ở hạ quyển từ cách phối trí của giáo sư Tằng Ngã Lượng Thâm thì ở lời nguyện thứ 19 về “tam nguyện chuyển nhập” của Ngài Thân Loan Thánh Nhơn rồi lời nguyện thứ 20 thì theo thứ tự lời nguyện thứ 18 được nói đến có tính cách bình diện; nhưng ở lời nguyện thứ 18 và lời nguyện thứ 19 có sự liên hệ với hồi tâm; lời nguyện thứ 18 và lời nguyện thứ 20 biểu tỏ sự quan hệ với nan tư nghì vãng sanh; nói điều nầy là chỉ nhìn với tính cách lập thể. Việc nầy ở phía trước tam nguyện chuyển nhập đã biểu minh về việc sám hối của Ngài Thân Loan Thánh Nhơn; nhưng ở lời nguyện thứ 18 được chiếu tỏ bởi lời nguyện thứ 19 và lời nguyện thứ 20 về việc sám hối của tự lực; cho nên lời nguyện thứ 18 rồi lời nguyện thứ 19 và cả 20 đứng về phương diện nào đều có sự liên quan với tính cách lập thể cả, điều nầy hiểu rõ như vậy.

* Sau khi hiểu rõ việc nầy để thấy rằng Ngài Thân Loan Thánh Nhơn phần tự phía sau của “Giáo hạnh tín chứng” và ý nghĩa của sự gặp nhau với Pháp Nhiên Thượng Nhơn được ghi lại rằng: “Tạp hạnh nên xả bỏ để quy về Bổn Nguyện” (Chơn Tông Thánh Điển trang 399), nhưng ở đây đã quyết định về cuộc đời của Ngài Thân Loan Thánh Nhơn, sự “hồi tâm” gọi là một thể nghiệm. Sự hỗn độn của tự lực và tạp hạnh thì nên bỏ đi và đã viết rằng trở về với Bổn Nguyện. Từ tạp hạnh của tự lực ở lời nguyện thứ 19 đến bổn nguyện tha lực của lời nguyện thứ 18 như phiên dịch. Ở tam bối chương nầy nguyện thành tựu văn thứ 18 đã phối trí hợp nhau lại và có thể suy nghĩ rằng đây là điều được nói về sự hồi tâm đến tha lực.

* Tam bối chương “Quán Kinh” tương đương với chín phẩm của tán thiện. Ở đây xuất hiện triển khai từ tự lực đến tha lực về hai loại thâm tín. Cho nên ở “Quán Kinh” trở thành chỗ mắt thấy. Lại nữa phần sau cùng của “Đại Kinh” về trí tuệ đoạn, nguyện thứ 20 được nói đến vấn đề của nguyện trồng các công đức bổn, cho nên ở “Kinh A Di Đà” là nhãn mục (thấy rõ) vậy.

Giống như thế nơi “Đại Kinh” thì phần chính yếu của “Quán

Kinh" và "A Di Đà Kinh" bên nào cũng đã nói như vậy. Cho nên Ngài Thân Loan Thánh Nhơn đọc là "Phật thuyết Vô Lượng Thọ Kinh" là "Đại Vô Lượng Thọ Kinh".

(2) Sự liên hệ giữa Hạ Phẩm hạ sanh.

Về tam bối chương; nếu gọi là Định Thiện ở "Quán Kinh" thì tương đương với tán thiện của sau cùng (từ Thượng Phẩm thượng sanh đến Hạ Phẩm hạ sanh). Ở đó nếu chúng sanh phát nguyện muốn nguyện sanh về Tịnh Độ với ba tâm (tam tâm) thì được nói như sau:

Thứ nhất là tâm chí thành, thứ hai là tâm tin sâu và thứ ba là tâm phát nguyện hồi hướng. (Chơn Tông Thánh Điển trang 112).

Sách "Quán Kinh" được chú thích bởi Thiện Đạo Đại Sư thành "Quán Kinh Sớ" và "Tán Thiện Nghĩa"; ở trong nầy giải thích tường thuật về thâm tâm, đầu tiên nói về 2 loại tâm tin sâu. Vì rất quan trọng nên tuyển chọn ra đây.

Gọi là "thâm tâm" lại trở thành tâm của sự tin sâu. Lại có hai loại. Thứ nhứt là quyết định sâu xa để tin rằng: "Điều hiện ra nơi thân của phàm phu về tội ác sanh tử, từ nhiều kiếp lâu xa đến nay thường bị chìm nổi lưu chuyển, không có nhân duyên để ra khỏi". Thứ hai là việc quyết định sâu xa để tin "Với 48 lời nguyện của Đức Phật A Di Đà nhiếp thủ (thọ), chúng sanh không có nghi ngờ, không suy nghĩ về nguyện lực ấy, nhứt định được vãng sanh". (Chơn Tông Thánh Điển trang 215–216).

Ý nghĩa nầy được hiểu như sau:

Ở "Quán Kinh" nói về "Tâm sâu xa" là tâm tin sâu xa vậy. Việc nầy có hai loại. Thứ nhứt là: "Thân của ta trong hiện tại vĩnh viễn từ xa xưa cho đến nay, nhứt định là không có nhân duyên để được cứu vớt" và sự tin tưởng ấy có tính cách quyết định sâu xa. Một loại khác nữa ở "Đại Kinh" được nói ra trong 48 lời nguyện, là năng lực hiện ra bấy giờ để nhiếp thủ tất cả chúng sanh. Với thân phàm phu không nghi ngờ, không do dự và ủy thác vào nguyện lực, quyết định vãng sanh là sự tin sâu vậy". Tâm tin sâu của một loại là cơ duyên của thâm tín. Và nói là thâm tín của pháp là phần thứ hai. Nói đây là hai loại của nhị chủng thâm tín (hai loại tin sâu).

Với Ngài Thiện Đạo Đại Sư cho biết rõ rằng niềm tin của cơ (duyên) là tự lực vô hiệu, giữ nguyên như thế nương vào Bổn Nguyện lực nơi "Đại Kinh" để được vãng sanh, với thân nầy để được giác ngộ thì ở nơi Bổn Nguyện lực của Đức Di Đà. Cho nên lập trường của tự lực vô hiệu ấy về việc xưng danh niệm Phật được cứu độ, thấy chắc chắn là ở "Hạ phẩm hạ sanh". Nương vào sự giải thích rõ ràng của Thiện Đạo Đại Sư thì ở "Quán Kinh" thân nầy được giác ngộ ở "Hạ phẩm hạ sanh", vì qua lời dạy hướng dẫn nơi hoằng nguyện (nguyện sâu xa) của "Đại Kinh"; cho nên đối với Bổn Nguyện sự giác ngộ ấy là cánh cửa tất yếu gọi với ý nghĩa là yếu môn (cánh cửa cần thiết). Như vậy ở "Quán Kinh", việc thuyết pháp của Đức Thích Tôn gọi là nói về phương hướng từ tự lực đến tha lực. Với việc giải thích về thâm tâm ở nơi hạ phẩm hạ sanh, là sự quang huy với độc tự tánh (tự tánh độc lập) của Ngài Thiện Đạo. Căn cứ vào đó như Ngài Thiện Đạo nói về xưng danh niệm Phật (Niệm Phật tam muội) ở "Quán Kinh" là dạy về tha lực để đọc lên hay là điều nầy cũng như Thánh Đạo Môn, với tự lực thấy Phật qua kinh điển của việc quán Phật tam muội và đọc như vậy để hiểu.

Tuy nhiên "Đại Kinh" ở ngay sau lời nguyện thứ 18 về nguyện thành tựu văn, chương tam bối (phẩm) vì đã được nói ra, dạy cho biết tánh cách vấn đề của đầu tiên về tự lực, phải trở về với danh hiệu của Bổn Nguyện. Khi sống (sanh) về với tự lực thì vấn đề tánh của tự lực sẽ không hiểu rõ được. Trên thực tế phải trở về với Bổn Nguyện đối với tự lực vô hiệu là một việc căn bản vậy, mà ở nơi Cơ và Pháp 2 loại đã mở bày nơi "Quán Kinh" và được dạy như thế.

(3) Sự phê bình của Huệ Minh.

Pháp Nhiên Thượng Nhơn đón nhận kế tục lời dạy của Ngài Thiện Đạo Đại Sư y nguyên như vậy, ở phần hạ phẩm hạ sanh của "Quán Kinh" đã nói về việc xưng danh niệm Phật, và ở "Đại Kinh" phần hạ bối chương có nói về "nãi chí nhứt niệm", thấy giống nhau về chủ trương việc cứu độ qua việc xưng danh niệm Phật. Cho nên Pháp Nhiên Thượng Nhơn với lời nguyện thứ 18 và lời nguyện thứ 19 đã minh xác được sự không phân biệt được; ở tam bối chương nầy lấy làm cơ sở cho sự bao gồm thành tựu văn của lời nguyện thứ 18 và đã được giải thích rõ ràng rồi.

Nhưng ở đây Minh Huệ đã bắt đầu phát động phản lại một cách mãnh liệt đối với Ngài Pháp Nhiên. Ông ta đứng về phương diện Bồ đề tâm để giác ngộ thành Bồ Tát, là mục tiêu thuộc về tự lực của Phật Giáo. Đứng từ đó để nhìn, thì danh xưng niệm Phật của tán thiện là phương tiện hướng dẫn với Bồ Tát Đạo đối với phàm phu; với Định Thiện được nói về quán Phật Tam Muội (thấy được Đức A Di Đà Như Lai), thì ở "Quán Kinh" trở thành nhãn mục (việc thấy của mắt). Cho nên ông ta, Ngài Pháp Nhiên Thượng Nhơn nói ở Tam Bối Chương không phải nói về việc xưng danh niệm Phật, mà chủ trương chính yếu là nói về Bồ đề tâm.

Chính xác Minh Huệ muốn nói là ở Thượng Phẩm nói "phát Bồ đề tâm, chuyên một hướng, niệm Phật Vô Lượng Thọ". Ở Trung Phẩm cũng vậy nói rằng: "Phát tâm sẽ được Vô Thượng Bồ Đề, một lòng chuyên niệm Phật Vô Lượng Thọ". Ngoài ra ở Hạ bối (phẩm) thì được nói rằng: "Phát tâm sẽ được Vô Thượng Bồ Đề, một hướng chuyên ý" và ở tam bối chương thì nhứt quán với "phát Bồ đề tâm". Cho nên ông ta (Huệ Minh) ở đây chính là việc phát Bồ đề tâm của tự lực, lấy việc tu các công đức để nói làm điểm chính yếu; Pháp Nhiên Thượng Nhơn nói về việc xưng danh niệm Phật và thấy việc nầy ngộ nhận rồi phê bình. Ông ta đứng trên lập trường nầy để phê bình dùng lời nguyện thứ 19 về "nguyện của lâm chung hiện tiền" hay là "nguyện của hiện tiền đạo sanh" hoặc là chủ trương chỉ đọc về "lời nguyện của tu chư công đức"? Như vậy thì Minh Huệ không thể gặp được việc cứu độ đối với việc xưng danh niệm Phật. Nương vào Bồ đề tâm để ngộ đạo thì đó là con đường chính yếu của Đại Thừa Phật Giáo và đã phê bình Ngài Pháp Nhiên như vậy.

(4) Việc trả lời của Thân Loan Thánh Nhơn.

Bây giờ đề cập đến tam bối chương, như Ngài Thiện Đạo nói về: "Hạ phẩm hạ sanh" với thân được giác ngộ qua việc xưng danh niệm Phật một lần được cứu độ, nên đọc lời dạy ấy chăng? Hay là chủ trương của Minh Huệ là phát nguyện của tự lực và sự tu hành nói về lời dạy và đọc hay sao? Với Tịnh Độ Môn thì Thánh Đạo Môn và Phật Đạo Quan hoàn toàn thay đổi.

Thế nhưng với Ngài Thân Loan Thánh Nhơn từ ý nghĩa của văn chương theo chủ trương của Minh Huệ cũng thừa nhận có tính cách toàn diện. Đúng ra thì Minh Huệ nói Bồ đề tâm của tự lực và việc tu hành chỉ để được giác ngộ chưa vững vàng, đuổi theo một giấc mộng để thực hiện việc giác ngộ chẳng phải là một đạo lý. Cho nên Ngài Thân Loan Thánh Nhơn ở đây đã dẫn chứng câu văn từ "Giáo hạnh tín chứng" ở quyển Phương Tiện Hóa Thân Độ rằng:

Văn của Nguyện Thành Tựu nầy (Nguyện thành tựu văn thứ 19), nói cách khác đây trở thành là văn của tam bối. Ở "Quán Kinh" thì văn nầy trở thành Định Tán cửu phẩm.

(Chơn Tông Thánh Điển trang 327, bên trong ngoặc là của bút giả)

và lời nguyện thành tựu văn của nguyện thứ 19 là đọc về sự biểu hiện của tự lực.

Ngoài ra "Trước đây làm bi nguyện và gọi tên là "lời nguyện của tu chư công đức"; lại nữa có tên là: "lời nguyện của chí tâm phát nguyện" trở thành như vậy".

(Chơn Tông Thánh Điển trang 326 – 327)

Và tường thuật về nguyện danh của Tịnh Độ giáo truyền thống thì Minh Huệ nói "lời nguyện của tu chư công đức" và "lời nguyện của chí tâm phát nguyện" là hai nguyện danh sánh cùng nhau. Như ông ta nói về lời nguyện thứ 19 đọc là nguyện của tự lực. Với ý nghĩa ấy rất khác biệt với Thầy mình là Pháp Nhiên Thượng Nhơn. Ngài Thân Loan Thánh Nhơn thì lời nguyện thứ 18 là Bổn nguyện tha lực và lời nguyện thứ 19 là lời nguyện của tự lực để minh xác về sự khác biệt nầy.

Việc làm của Ngài Thân Loan Thánh Nhơn như thế nầy thì sự phê bình của Minh Huệ được thừa nhận với tính cách toàn diện, nhưng vì với tự lực tuyệt đối không được cứu độ, vì đã cho thấy rõ về điều nầy: Tất cả những điều nầy ở quyển Phương Tiện Hóa Thân Độ đã mang đến, tương ứng với việc phê phán của Minh Huệ.

Ngài Pháp Nhiên Thượng Nhơn đối với người trở về với danh hiệu bổn nguyện để được giác ngộ với tự lực vô hiệu thì giải rõ rằng: "Hạ phẩm hạ sanh"; lời nguyện thứ 19 và lời nguyện thứ 18 chẳng phải là để minh xác sự khác nhau. Ngài Thân Loan Thánh Nhơn với chơn ý vừa kế tục kia và để dừng lại sự phê bình của Minh Huệ nên đã chia lời nguyện thứ 18 và lời nguyện thứ 19 riêng biệt ra, được đọc Thành Tựu văn của lời nguyện thứ 19 ở Tam Bối Chương. Điều nầy cho đến bây giờ hầu như tất cả những nghị luận vừa giẫm lên nhau, nghĩ rằng ở chung cuộc thì Thành Tựu văn của lời nguyện thứ 18 và Tam Bối Chương đâu lại với nhau để nói và gọi là trở về với lời dạy trung thực của "Đại Kinh" đã được giải đáp rõ ràng.

8.- ĐÔNG PHƯƠNG KỆ

(1) Cảm động về Phật đạo thành tựu.

Ở hạ quyển của Tam Bối Chương phần cuối mà "Đại Kinh" nói ở đây là "Đông Phương Kệ". Ở quyển thượng được nói về "Tam Thệ Kệ"; nhưng điều nầy là bài ca về nhơn nguyện của Pháp Tạng Bồ Tát (Bổn Nguyện). Lời nguyện thứ 48 nói ở phần cuối phía sau là "siêu thế". "Bần khổ (phàm phu) của việc cứu tế". "Diệu Thinh (danh hiệu của Bổn Nguyện) lên khỏi 10 phương" của ba loại, mà Pháp Tạng Bồ Tát đã thệ nguyện, cho nên ba việc nầy cũng được 48 lời nguyện nói về sự tập ước (tập trung chung lại).

Khi Ngài Thân Loan Thánh Nhơn biểu hiện về Tịnh Độ Chơn Tông thì tất nhiên ba loại nầy không có bên ngoài, cho nên điều nầy ở "Đại Kinh" được tường thuật và nói là Chơn Tông Đại Cương. Đối lại với việc nầy ở hạ quyển của "Đông Phương Kệ" thì cảm động việc chúng sanh đối với sự thành tựu của Phật đạo, mà Thích Tôn đã ngâm vịnh.

Ở hạ quyển bắt đầu cho đến đây "Thập phương chúng sanh" là Chủ ngữ, nhưng từ "Đông Phương Kệ" cũng gọi là Chủ ngữ cổ xúy "Tha phương Phật độ đầy cả chúng Bồ Tát". Phía trước những lời ca nầy có nói về việc gặp nhau và được Đức Phật A Di Đà rằng: "Đông phương hằng sa Phật quốc vô lượng vô số rất nhiều các Bồ Tát" (Chơn Tông Thánh Điển trang 46). Điều nầy không giới hạn chỉ ở phía Đông mà Bồ Tát thì "Đông Tây Nam Bắc, bốn phía, trên dưới" giống như được nói về việc vãng sanh gặp được Đức A Di Đà Như Lai.

Số nhiều đó ở nơi "Đại Kinh" gồm hai loại đối cáo chúng (người nghe đối diện) như phía trước đã tường thuật. Điều nầy dẫu cho có cứu độ sự khổ của kẻ phàm phu thì cũng như Khóa Đề của tự lợi lợi tha của Đại Thừa Bồ Tát Đạo, nếu không nương vào Bổn Nguyện của Như Lai thì không thể hoàn thành như lúc ban đầu đã chỉ cho thực hiện.

Ở đây từ "Đông Phương Kệ" đã nói về việc dạy cho các vị Bồ Tát. Lấy xem ý nghĩa của việc cần thiết chủ chốt của những loài ca nầy để xem thử.

Khi được đón về Tịnh Độ của Đức Phật A Di Đà thì các vị Bồ Tát từ các nước Phật khác nhau đến cung kính vây quanh ba lần Đức Phật A Di Đà, năm vóc gieo xuống đất, tiếp đó nguyện như vầy: "Cõi Tịnh Độ của Đức A Di Đà Như Lai thanh tịnh trang nghiêm vi diệu bất khả tư nghì có duyên để bái kiến, chúng con cũng phát tâm Vô Thượng Đạo, cõi nước của chúng con cũng mong có được cõi Tịnh Độ như của Đức A Di Đà" và lời nguyện ước nầy khi nghe được, Đức Phật A Di Đà đã mỉm cười.

Xong rồi Đức Quan Thế Âm Bồ Tát thưa "Kính bạch Phật! Tại sao Ngài lại mỉm cười vậy? Nếu như nguyện thì ở tâm xin cho nghe được" đoạn nghe được. Ứng với việc nầy Đức A Di Đà Như Lai đã thuật lại rằng: "Từ trước đến nay các vị Bồ Tát đến đây để muốn xin thọ ký. Ta đã rõ biết về sự mong ước của các Bồ Tát đã đến đây từ 10 phương. Các vị đang mong muốn thực hiện thế giới nơi các vị được thanh tịnh. Lời nguyện nầy được thực hiện, khi thọ ký tất nhiên sẽ thành Phật, (cho đến) rồi được chiếu sáng thanh tịnh nơi Phật độ ấy nếu có sự mong cầu, tất nhiên sẽ giống như Phật độ của nước An Lạc, sẽ được thực hiện như vậy".

(Chơn Tông Thánh Điển trang 47 – 49 thú ý)

Những vị Bồ Tát được Đức A Di Đà Như Lai thọ ký (lời hứa gọi là tương lai tất nhiên sẽ thành Phật). Các vị Bồ Tát của các nước đó đã siêng năng như sau đây:

Khi nghe Đức Phật A Di Đà thuyết pháp, việc thực tiễn đó là liền được vãng sanh về nước An Lạc. Nếu được Đức A Di Đà đến đón về nước của Ngài, tất nhiên việc thọ ký sẽ được thành tựu. Nếu tin tưởng khi nghe danh hiệu và nguyện vãng sanh, thì hãy nương vào Bổn Nguyện lực của Phật, mười phương chúng sanh tất cả đều được vãng sanh đến ngôi bất thối chuyển. Các vị Bồ Tát hãy nguyện rằng quốc độ của họ cũng không khác với nước An Lạc là bao nhiêu. Nguyện cứu độ tất cả chúng sanh và hãy truyền bá danh hiệu của Nam Mô A Di Đà Phật ra khắp mười phương. Nương vào diệu âm kia sẽ được đến đón vãng sanh về Tịnh Độ; tất cả chư Phật trong thế giới với ứng hóa thân sẽ bay đến, chư vị Bồ Tát cúng dường Phật, rồi tự do trở lại nước An Lạc để có thể thành Phật.

(2) Tội về việc nghi hoặc Phật trí.

Ở đây vịnh như sau:

Năng lực Bổn Nguyện của Đức Phật nầy, nếu muốn vãng sanh khi nghe danh hiệu, mọi người đều cùng nhau đến nước đó và chính mình đến được Bất Thoái Chuyển. (Chơn Tông Thánh Điển trang 49). Gọi là "Đông Phương Kệ" trở thành điểm chính yếu. Đây chính là Thành Tựu Văn của lời nguyện thứ 18, nhưng xưa nay gọi là: "Văn của Phá Địa Ngục"(*). Vì Ngài Pháp Nhiên Thượng Nhơn cũng đã thuật lại nơi "Tam bộ kinh đại ý", cho nên Ngài Thân Loan Thánh Nhơn cũng đã nghe khi còn là môn hạ (học trò, đệ tử) của Ngài Pháp Nhiên.

Vừa gặp được Đức Phật A Di Đà rồi, tất nhiên sẽ được thành Phật như nói ở Bổn Nguyện Văn Thành Tựu, nhưng nửa bộ phận ở phía trước của "Đông Phương Kệ" trở thành trung tâm. Ngoài ra với những vị Bồ Tát được thọ ký "phụng sự cả ức Đức Như Lai đã hóa hiện bay đến từ các nước, cung kính hoan hỷ rồi lui, trở lại đến nước An Lạc" (như trước) và sự hiển thị dáng dấp ứng hóa bằng cách bay đến các nước của chư Phật, qua khỏi diệu âm trong 10 phương và dùng năng lực để giáo hóa hết tất cả chúng sanh, sau đó cho biết trở về lại Tịnh Độ để thành Phật. Với ý nghĩa ấy ở phía nửa trước của "Đông Phương Kệ" là một bộ phận được nói ra với ý nghĩa của lời nguyện thứ 20 về Hoàn Tướng Hồi Hướng.

Đồng thời nửa phía sau của "Đông Phương Kệ" như sau:

Trí huệ hải của Như Lai, rộng sâu không bờ mé. Nhị thừa không thể sánh bằng. Chỉ có riêng Phật mới rõ biết hết được mà thôi. (Chơn Tông Thánh Điển trang 50) và giải thích rõ là:

"Biển trí tuệ của Đức A Di Đà Như Lai sâu xa vô tận, không có ngằn mé. Thanh Văn và Độc Giác của Nhị Thừa không thể sánh bằng được. Chỉ có riêng Phật mới rõ biết được trí tuệ rộng sâu đó".

Trọng tâm của câu văn nầy là: "Kiêu mạn và tệ bạc cùng giải đãi thì khó có thể tin được pháp nầy. Nếu nhìn xem chư Phật trong các đời quá khứ thì hãy lắng nghe lời dạy để được an lạc" (giống phía trước) và việc gặp được biển trí tuệ sâu xa của Đức A Di Đà thì: "Toàn thân của ta rúng động, tự thấy hoan hỷ với việc nghe pháp. Nếu tâm giải đãi lười biếng không một chút tin vào lời dạy ấy thì sẽ được cho biết sửa đổi. Nếu trong những đời trước gặp được chư Phật rồi thì liền nghe được lời dạy kia". Chỉ có trí tuệ của Như Lai mới nghe hiểu được, mà ở lời nguyện thứ 20 đã hiện ra về vấn đề của sự nghi hoặc Phật trí nầy.

Cuối cùng lúc gặp được Đức Như Lai thì thân tội lỗi chất chồng của nhiều đời trước sẽ được rõ biết, với lời dạy khi gặp Đức Như Lai mà không tự mình cầm nắm lấy được để tán thán Đức A Di Đà Như Lai, thì ở phần cuối cùng có đề cập đến trong "Đông Phương Kệ".

(*) Huyền thông luật sư nói về Tăng Lữ của Trung Quốc phá giới, sau khi chết lúc bị đọa xuống địa ngục đã tụng văn của "Đông Phương Kệ" nầy mà Vua Diệm Ma đã cảm động, truyền lệnh miễn tội đọa vào địa ngục.

9.- NGUYỆN THỨ 20
NGUYỆN THÀNH TỰU VĂN CỦA HOÀN TƯỚNG HỒI HƯỚNG

(1) Sự giáo hóa của Bồ Tát.

Phần sau cùng của "Đông Phương Kệ" liền đưa ra câu văn quan trọng như sau:

Bồ Tát trong nước nầy tất cả đều hoàn toàn là Nhứt Sanh Bổ Xứ (một đời nữa sẽ thành Phật). Với lời nguyện kia, vì sự lợi ích của chúng sanh mà tự làm trang nghiêm cho công đức của lời thệ nguyện rộng lớn ấy, phổ cập cho tất cả chúng sanh, trừ những vị không muốn thành Phật. (Chơn Tông Thánh Điển trang 51).

"Các vị Bồ Tát khi gặp Đức A Di Đà Như Lai, mọi người đều ở ngôi vị Nhứt Sanh Bổ Xứ (một đời nữa xong, tất nhiên sẽ thành Phật sau đó). Cho nên vì chúng sanh, nguyện cứu độ cho tất cả chúng sanh, trừ khi Bồ Tát không muốn thành Phật". Đây chính là ý nghĩa vậy.

Cuối cùng các Bồ Tát khi gặp Đức A Di Đà Như Lai, liền sau đó có thể thành Phật, nhưng vì sự thành Phật ấy các vị Bồ Tát còn do dự về lời nguyện cứu độ chúng sanh, nên từ cõi Tịnh Độ xin vui lòng hãy trở về để giáo hóa chúng sanh. Đây là ý nghĩa.

Cũng giống như "Đông Phương Kệ" đã nói ở phía trước, khi các vị Bồ Tát gặp được Đức Phật A Di Đà đều nguyện rằng, tất cả các quốc độ của họ đều được trong sạch giống như quốc độ của Đức Phật A Di Đà. Rồi từ đó trở về lại quốc độ của chư Phật để giáo hóa.

Liền hiểu được ý nghĩa và ở lời nguyện thứ 22 nội dung của lời nguyện nầy là Hoàn Tướng Hồi Hướng. Ngài Thân Loan Thánh Nhơn đã trích dẫn câu văn nầy ở "Tịnh Độ Văn Loại Tụ Sao". Vì là lời văn quan trọng, nên xem thử điều nầy ra sao.

Thứ 2 nói là "Hoàn Tướng Hồi Hướng", đồng thời làm lợi ích vì lợi tha nơi giáo hóa. Cuối cùng việc nầy xảy đến "Lời nguyện của tất chí Bổ Xứ". Lại nữa cũng còn gọi là "Lời nguyện của Nhứt Sanh Bổ Xứ". Đồng thời cũng còn có tên là "Lời nguyện của Hoàn Tướng Hồi Hướng".

Văn của Nguyện Thành Tựu ở "Kinh" có thể nói: "Bồ Tát của các nước kia, tất cả đều rốt ráo sẽ làm Nhứt Sanh Bổ Xứ. Với Bổn Nguyện ấy, là vì muốn tự mình trang nghiêm các công đức của lời thệ nguyện rộng sâu đối với chúng sanh; nếu tất cả chúng sanh chưa được độ thoát thì không muốn thành (Phật).

(Như trên)

Hãy biết nơi Thánh Thơ. Lời Hoằng Thệ Đại Từ Đại Bi, vì lợi ích quảng đại khó nghĩ lường, muốn đi vào rừng phiền não của chúng sanh để mở bày dẫn dắt, một lần nữa dựa theo lòng bi mẫn vì quần sanh, hướng dẫn bởi cái Đức của Ngài Phổ Hiền.

(Chơn Tông Thánh Điển trang 407 – 408)

Ở đây được hiểu rằng, Ngài Thân Loan Thánh Nhơn liền phía sau của "Đông Phương Kệ" có câu văn như trước, đọc là Nguyện Thành Tựu Văn của lời nguyện về Hoàn Tướng Hồi Hướng. Ngoài ra để giải thích rõ về điều nầy đã được tường thuật rằng: "Lời của Đức Đại Thánh Thích Tôn, có thể hiểu rõ được. Sự giáo hóa của Bồ Tát về Hoàn Tướng nầy là vì sự lợi ích của Bổn Nguyện rộng lớn với lòng đại bi của Đức A Di Đà Như Lai. Rồi từ đó liền rời khỏi cõi Tịnh Độ trở lại nơi rừng phiền não để giáo hóa cho tất cả chúng sanh. Đúng với sự tùy hỷ về cái Đức của Ngài Bồ Tát Phổ Hiền để hướng dẫn về với Bổn Nguyện của lòng từ bi đối với tất cả quần manh".

Đồng thời ở quyển hạ của "Đại Kinh" từ "Đông Phương Kệ" được tán thán, cho đến phía trước của Tam Độc Ngũ Ác Đoạn với năng lực ưu việt của các vị Bồ Tát, mà với Thành Tựu văn của Hoàn Tướng Hồi Hướng nầy là tổng tiêu (tất cả các mục tiêu) và có thể rõ biết việc nói về công đức đầy đủ của các vị Bồ Tát Hoàn

Tướng. Tất cả các vị Bồ Tát Hoàn Tướng Hồi Hướng đó đều nương vào Bổn Nguyện lực của Đức A Di Đà Như Lai.

(2) Khai Hiển của Hoàn Tướng Hồi Hướng.

Ở quyển hạ nơi "Đại Kinh" nói về nhơn quả của chúng sanh vãng sanh, nên hầu hết những giảng lục và tham khảo thơ nói cho đến tam bối chương, mà chủ ngữ là "Thập Phương Chúng Sanh". Nhơn của chúng sanh vãng sanh được nói ra chủ yếu và đọc với chủ ngữ là: "Mười phương quốc độ Phật hầu hết các Bồ Tát" và từ sau "Đông Phương Kệ" đọc là quả. Điều nầy có thể hiểu rõ là được tham khảo từ "Vô Lượng Thọ Kinh Nghĩa sớ" của Huệ Viễn và "Thuật Văn Tán" của Cảnh Hưng v.v... Nhưng ở đây những loại nầy là Thánh Đạo Môn của các học Tăng, mà mục tiêu là việc trở thành Bồ Tát; cho nên chủ ngữ Bồ Tát được thay thế từ đó trở đi bằng "Đông Phương Kệ"; vì thế đọc là quả của sự vãng sanh là việc đương nhiên.

Tuy vậy ở "Đại Kinh" là kinh điển của tha lực được đọc hoàn toàn là sách viết về: "Giáo hạnh tín chứng" có thể nói là lần đầu tiên cũng không sai. Cho nên việc hiểu rõ "Đại Kinh" tất nhiên phải đọc Ngài Thân Loan Thánh Nhơn. Ngài Thân Loan Thánh Nhơn ở "Tịnh Độ tam kinh vãng sanh văn loại" ghi rằng:

Đại Kinh vãng sanh nghĩa là Bổn Nguyện của Như Lai tuyển trạch, là Nguyện hải của bất khả tư nghì, điều nầy đã trở thành tha lực. Việc nầy cuối cùng nương vào nguyện nhơn của việc niệm Phật vãng sanh; và trở thành nguyện quả của tất chí diệt độ.

Và ở lời nguyện thứ 18, nguyện của chí tâm tín nhạo là nhơn và nguyện thứ 11 trở thành nguyện quả của Tất Chí Diệt Độ. (Chơn Tông Thánh Điển trang 468).

Và nói rằng: Lời nguyện thứ 18 làm nhơn của lời nguyện về Chí tâm tín nhạo thì lời nguyện thứ 11 được gọi là nguyện quả của Tất Chí Diệt Độ. Ở quyển hạ của "Đại Kinh" đầu tiên nói về lời nguyện thứ 11 là nguyện văn thành tựu của Tất Chí Diệt Độ (Chứng); lời nguyện thứ 17 là nguyện thành tựu văn của chư Phật xưng danh (Hạnh); lời nguyện thứ 18 là Nguyện Thành Tựu Văn của chí tâm tín nhạo (Tín); cho đến rõ biết nói về nhơn quả của chúng sanh vãng sanh. Cho đến đây ở "Đại Kinh" chủ ngữ là: "Thập phương chúng sanh"; cho nên nhơn quả của chúng sanh vãng sanh nói cho đến đây là hoàn thành kết thúc. Hãy nên nương theo lối giải thích trọn vẹn nầy của Ngài Thân Loan Thánh Nhơn.

Điểm chính nếu muốn thấy ý nghĩa ở đây là năng lực của Như Lai thay đổi được nói đến "nơi sự hồi hướng của vãng tướng ở Giáo hạnh tín chứng"; cho nên "Đại Kinh" (giáo) nương vào Bổn Nguyện lực, với chúng sanh là hành, tín và chứng được mang đến nói về sự hồi hướng của vãng tướng, có thể thấy được điều đó.

Đối lại việc nầy từ "Đông Phương Kệ" trở đi chủ ngữ thay đổi: "Tha phương Phật độ của nhiều chúng Bồ Tát". Chủ ngữ khác đi có nghĩa là "Mười phương chúng sanh" ở chỗ sai khác vậy. Như Thánh Đạo Môn thì đọc là quả của vãng sanh và chúng sanh ấy đồng thời trở thành Bồ Tát của Hoàn Tướng; nhưng với Ngài Thân Loan Thánh Nhơn tự giới thiệu tên của mình là Ngu Ngốc, chắc chắn quyết định không nói trở thành Bồ Tát. "Tha phương Phật độ của vô số Bồ Tát" nghĩa là ở lời nguyện thứ 22 của Pháp Tạng Bồ Tát là nguyện của Hoàn Tướng hồi hướng ủy thác việc giáo hóa từ Tịnh Độ đến "mười phương chúng sanh", cho nên những vị Bồ Tát ấy với hình tướng ứng hóa (thân). Việc nầy Đức Thích Tôn và Ngài Pháp Nhiên là đại biểu, là thiện tri thức vậy.

Ngài Thân Loan Thánh Nhơn với công việc của Ngài Pháp Nhiên Thượng Nhơn được hòa tán như sau đây:

Nguyên Không (Pháp Nhiên) thị hiện Thế Chí
Hoặc hiển hiện Di Đà
Dạy cho Thượng Hoàng quần thần tôn kính

Kinh Di thứ dân khâm ngưỡng

(Chơn Tông Thánh Điển trang 498 – 499)

"Ngài Pháp Nhiên Thượng Nhơn tại bổn địa đã thị hiện ra Ngài Bồ Tát Thế Chí, cũng hiện ra hình tướng Đức A Di Đà Như Lai để giáo hóa cho (chúng sanh). Thượng Hoàng và gia thần, công gia cùng Đại Thần thường tôn kính; kinh thành và nhà quê cùng thứ dân tất cả cùng kính ngưỡng". Ngoài ra còn ngâm vịnh như sau:

Cảm tạ sự hóa hiện của Đức A Di Đà Như Lai
Đã thị hiện qua Bổn Sư Nguyên Không (Pháp Nhiên)
Để hóa duyên và giáo hóa thế giới
Trở về lại Tịnh Độ.

"Đức A Di Đà Như Lai là do sự ứng hóa thân của Ngài Pháp Nhiên Thượng Nhơn hiện ra; nhơn duyên vô tận để giáo hóa thế giới nầy; sau đó trở về lại Tịnh Độ". Như vậy Ngài Thân Loan Thánh Nhơn đã tôn kính Thầy mình là vị Bồ Tát của Hoàn Tướng đã thị hiện để giáo hóa từ Tịnh Độ là ngài Pháp Nhiên. Cho nên điều nầy từ Tịnh Độ đến rồi trở về, nếu không phải là Bồ Tát "Mười phương chúng sanh" thì không thể được tôn kính như ở Tịnh Độ.

Vậy thì việc tìm hiểu cho đến giờ nầy đã rõ biết hết rồi là ở "Đại Kinh" với Bổn Nguyện của Pháp Tạng Bồ Tát dùng trí huệ với "mười phương chúng sanh" qua giáo, hạnh, tín, chứng của Tịnh Độ chơn thật, chúng ta được ban cho năng lực khi được sống với Phật Đạo; đó chính là vãng tướng hồi hướng của Đức Như Lai.

Đối với việc nầy sau "Đông Phương Kệ" chủ ngữ được thay đổi thành "Tha phương Phật độ nhiều những vị Bồ Tát"; cho nên từ Tịnh Độ hoàn tướng với năng lực của Bồ Tát đã giáo hóa các chúng sanh, là hoàn tướng hồi hướng. Điều nầy biểu hiện có tính cách cụ thể với Thiện Tri Thức.

Ở "giáo hạnh tín chứng" chỉ nơi giáo quyển không đưa ra mục

tiêu của Bổn Nguyện Văn. Cho nên căn cứ vào lời dạy Tịnh Độ chơn thật thì ở phía sau cùng của chứng quyển có nói đến. Có thể suy nghĩ rằng: Đó là sự giáo hóa của Bồ Tát Hoàn Tướng.

Như vậy ở quyển hạ của "Đại Kinh" chủ ngữ được nói ra nơi hồi hướng của vãng tướng trở thành bộ phận mào đầu của "Mười phương chúng sanh". Lại nữa từ "Đông Phương Kệ" trở đi chủ ngữ trở thành một bộ phận là: "Tha phương Phật độ, nhiều các vị Bồ Tát mà Ngài Thân Loan Thánh Nhơn đã giải thích rõ ràng là Hoàn Tướng Hồi Hướng". Ngài Đàm Loan gọi sự dạy dỗ hướng dẫn ấy là: "Hồi Hướng của Như Lai có 2 loại tướng"; nhưng với Ngài Thân Loan Thánh Nhơn trở về với "Đại Kinh" thì nói hồi hướng có 2 loại, đó là Hoàn Tướng Hồi Hướng và Vãng Tướng Hồi Hướng.

Ngài Đàm Loan của "Tịnh Độ Luận Chú" có hai loại tướng đối với việc hồi hướng của Đức A Di Đà Như Lai. Kết cuộc một loại là hồi hướng vãng tướng và loại thứ hai bổ sung vào hình thức của Hoàn Tướng lấy đó làm căn cứ để hiểu rõ; cũng đã có phong trào lý giải rằng: Vãng tướng tức hoàn tướng. Nhưng như sự giải thích rõ ràng của Thế Thân mà Đàm Loan đã nương vào, nhưng với Thân Loan Thánh Nhơn thì không có. Chung quy ở "Đại Kinh" thì chủ ngữ gọi việc nầy khác, là giống với ý nghĩa gọi là Hồi Hướng của Như Lai. Nhưng ở vãng tướng hồi hướng và hoàn tướng hồi hướng, ở trước mắt thì việc kia hầu như sai khác đã chỉ ra điều đó.

"Luận Chú" đã giải thích rõ ràng và được thọ nhận Ngài Thân Loan Thánh Nhơn đã triển khai về hai loại hồi hướng của Hoàn tướng hồi hướng và Vãng tướng hồi hướng. Dẫu sao đi nữa thì cũng chẳng phải là ưu thế của việc giải thích, mà hoàn toàn hơn là lời dạy ở "Đại Kinh" hãy trở lại sẽ biểu hiện được sự ngay thẳng hơn. Hãy suy tư và cố gắng lý giải vậy.

10.- TAM ĐỘC NGŨ ÁC ĐOẠN

(1) Với "Đại Kinh" về tam độc ngũ ác đoạn.

Ở quyển hạ của "Đại Kinh" từ "Đông Phương Kệ" trở xuống, lời nguyện thứ 22, lời nguyện thành tựu văn của Hoàn Tướng Hồi Hướng, tổng tiêu (tổng cộng các mục tiêu) nói nhiều về sự trang nghiêm công đức của Bồ Tát ở Tịnh Độ. Lúc chấm dứt có đề cập đến những chúng sanh được chiếu đến ở cõi Tịnh Độ khi sống ở đó, là sự sống có tính cách cụ thể của Nan Tư Nghì vãng sanh, cũng đã nói về Tam Độc Ngũ Ác đoạn. Tam Độc Ngũ Ác đoạn nầy ở "Bình Đẳng Giác Kinh", "Đại A Di Đà Kinh" nương vào cách dịch cũ của "Đại Kinh; nhưng theo lối dịch mới thì không có 2 kinh "Như Lai Hội" và "Trang Nghiêm Kinh". Vấn đề ở cựu dịch và tân dịch, có lẽ sai khác về truyền thống của kinh điển. Ở "Giáo hạnh tín chứng" Ngài Thân Loan Thánh Nhơn chắc chắn nương vào "Đại Kinh" và "Như Lai Hội" để dẫn văn (trích dẫn đoạn văn liên tục) một cách liên tục, có lẽ theo suy nghĩ là vì lý do nầy.

Lại nữa Tam Độc Ngũ Ác đoạn cũng có ảnh hưởng tự nhiên của tư tưởng Trung Quốc và đã sử dụng ít nhiều ngôn ngữ như vậy. Dịch ngữ Từ Thị Bồ Tát dịch thành Di Lặc Bồ Tát v.v... Ở đây con đường tơ lụa của Trung Quốc gặp nhau, sau đó thêm thắt vào để trở thành định thuyết chủ yếu. Vì vậy có khuynh hướng nhẹ nhàng có tính cách văn hiến đó; nhưng nếu nghiên cứu về tư tưởng của Ngài Thân Loan thì có thể suy nghĩ rằng sự biểu hiện chủ lực cần yếu về sự niệm Phật sinh hoạt của chúng sanh được gọi là Nan Tư Nghì Vãng Sanh, cho nên tìm cách giải thích điều thắc mắc nầy vậy.

(2) Di Lặc đẳng đồng.

Ở quyển hạ của "Đại Kinh" khi A Nan được hỏi, nhưng trở thành đối cáo chúng (phía người nghe), việc trở thành Tam Độc Ngũ Ác đoạn thay đổi nơi Ngài Di Lặc. Bởi lẽ Ngài Di Lặc đương nhiên sẽ quyết định thành Phật, cho nên có thể nghĩ rằng việc thuyết pháp không cần thiết nữa. Đối với việc nầy cũng ít nhất Đức Thế Tôn đã gọi Ngài Di Lặc xuất hiện để chỉ bày cho việc niệm Phật sinh hoạt mà người sẽ thành Phật được chỉ định (quyết định).

Ngài Thân Loan Thánh Nhơn từ Tam Độc đoạn nầy qua sự dẫn chứng hai câu văn của "Giáo hạnh tín chứng", nhưng phía nào cũng trích dẫn Phật Đệ Tử Thích của chơn nơi Tín quyển. Theo suy nghĩ thì ở đây đọc chủ yếu nói về Niệm Phật sinh hoạt của Chơn Phật Đệ Tử. Khi Tam Độc Ngũ Ác dứt sạch thì trí tuệ của Phật được khai mở, nên nói trí huệ đoạn (trừ). Ở đây Ngài A Nan và Ngài Di Lặc đồng thời cùng được gọi đến để nghe thuyết pháp. Ngài Thân Loan Thánh Nhơn đón nhận việc nầy về Chơn Phật Đệ Tử ở nơi kết thích (giải thích về sự nối kết) theo sự ghi lại như sau:

Hãy rõ về Chơn! Di Lặc Đại Sĩ! Vô cùng với Đẳng Giác Kim Cang tâm ấy sẽ sáng tỏ ở Long Hoa tam hội, sẽ ở ngôi vị Vô Thượng Giác. Niệm Phật chúng sanh cùng với Kim Cang tâm của Hoành Siêu, vào đêm lâm chung một niệm, sẽ chứng được Đại Niết Bàn. Lại nhẹ nhàng gọi là "Tiện Đồng".

Với ý nghĩa như sau:

"Chắc chắn nhiều người muốn hiểu về danh từ Chơn Phật Đệ Tử Thích nầy. Vì lẽ Bồ Tát, Ngài đã đạt đến Kim Cang Tâm của Đẳng Giác qua việc tu hành tự lực, cho nên sau khi Phật diệt độ khoảng 56 ức 7 ngàn vạn năm sẽ mở hội Long Hoa dưới gốc cây 3 lần, rất nhiều vị sẽ đến với Đức Phật nầy và chính tự họ cũng trở thành Phật. Vì Niệm Phật của chúng sanh với tín tâm nhận được từ Tha Lực Kim Cang, cho nên nếu kiếp sống trong đời nầy mãn và nương theo Bổn Nguyện lực, tất nhiên sẽ được thành Phật. Cho nên gọi là Chơn Phật Đệ Tử; nói rằng sẽ được bình đẳng (giống như) Đức Di Lặc. Giống như vậy Ngài Thân Loan Thánh Nhơn, với người niệm Phật, nói rằng cùng giống như Ngài Di Lặc Bồ Tát". Có thể suy nghĩ rằng sự nương theo việc trung thật qua sự biến giá (đổi) của việc bảo cho mọi người biết ở "Đại Kinh" của Đức Thế Tôn là như thế.

(3) Nguyện lực tự nhiên.

Ở "Đại Kinh" chữ "Tự nhiên" được sử dụng rất nhiều, kể từ quyển thượng đến quyển hạ gọp chung lại ít nhất cũng có 56 chỗ số lần như thế. Ở quyển thượng Chữ Tự Nhiên hầu hết được đề cập đến Vô Vi Tự Nhiên (sự giác ngộ Niết Bàn); nhưng ở Tam Độc Ngũ Ác đoạn hầu như đối với những hành vi mê mờ, khổ sở chồng chất lên nhau thường sử dụng là Nghiệp Đạo Tự Nhiên. Ở đây Vô Vi Tự Nhiên và Nghiệp Đạo Tự Nhiên giống hệt với câu văn Phân thủy nham (nham thạch giữ nước và lửa), đoạn bắt đầu của Tam Độc đoạn, câu văn như sau:

"Tất nhiên sẽ được siêu tuyệt đi vãng sanh về nước An Dưỡng. Hoành (ngang) thì qua khỏi Ngũ Ác Thú (5 cõi ác), ác thú tự nhiên đóng lại, thẳng lên con đường Cực Lạc. Việc vãng sanh ấy ít có người dễ được; không trở ngược lại nước kia; tự nhiên hiện ra."

Ý nghĩa như sau đây: "Chắc chắn sẽ qua khỏi sự mê mờ của sanh tử, từ bỏ thế giới khổ đau nầy, xin hoan hỷ vãng sanh về nước An Lạc. Nương vào Bổn Nguyện lực, từ bỏ rồi đi ngay qua ngũ ác thú (địa ngục, ngạ quỷ, súc sanh, người, trời gồm 5 loại mê mờ), ác thú tự nhiên cũng đóng cửa. Cho nên hầu như sự vãng sanh dễ dàng như vậy, người sanh về cõi An Dưỡng Tịnh Độ không có được. Muốn sanh về được nước kia, nghiệp nhơn của niềm tin về Bổn Nguyện Tha Lực phải được chia ra; nếu nghịch lại, không phải điều sai, thì việc vào được cảnh giới Đại Niết Bàn hết sức khó".

Văn chương quan trọng ở đây là với Ngài Thân Loan Thánh Nhơn về "Tôn Hiệu Chơn Tượng Minh Văn" được giải thích như sau đây:

Gọi là "ác thú tự nhiên" nghĩa là: nếu trở về với nguyện lực thì 5 con đường sanh tử sẽ tự nhiên đóng lại. Việc đóng ấy được thực hiện nghiệp nhơn của Bổn Nguyện với sự đo lường tự nhiên bị chôn vùi (lược bớt) ảnh hưởng đến kẻ tin chơn thật cùng với Đại Nguyện nghiệp lực, với sự tự nhiên nghiệp nhơn của Tịnh Độ không sai lệch; đối với năng lực của nghiệp lực dễ dàng, thì việc đến được Vô Thượng Đại Niết Bàn không hề dễ, trở thành sự xa vời. Thế rồi cũng trở thành tự nhiên của sở tốt. (Chơn Tông Thánh Điển trang 514 - 515).

Như thế "Ngũ thú tự nhiên bế" và "tự nhiên chi sở tốt" là sự tự nhiên của Đại Nguyện lực của Pháp Tạng Bồ Tát. Lại nữa "Nghiệp lực tự nhiên" dùng để đọc thì dễ hiểu hơn. Về Nghiệp Đạo Tự Nhiên là những chúng sanh chìm vào sự mê mờ của đời người; nương vào nơi Nguyện lực tự nhiên của Như Lai, sẽ chuyển đổi về Vô Vi Tự Nhiên của Tịnh Độ; cho nên Vô Vi Tự Nhiên và Nghiệp đạo tự nhiên là tiếng gọi được dùng bởi kinh điển khác. Đây là ngôn ngữ mà Đại Thừa Phật Giáo vẫn hay sử dụng đến; Nguyện lực tự nhiên là tư tưởng chính yếu được biểu hiện nơi "Đại Kinh", đây là cách đọc được tạo ra một cách độc tự (độc lập tự mình) với Ngài Thân Loan Thánh Nhơn. Ngài Thân Loan Thánh Nhơn ở nơi "Đại Kinh" được nhìn thấy Phật đạo. Câu văn của tam độc đoạn về "Tất đắc siêu tuyệt khứ" đã được dạy. Việc kia với câu văn nầy, Vô Vi Tự Nhiên và Nghiệp Đạo Tự Nhiên là cách phối trí của phân thủy nham (chia nước và lửa).

(4) Việc chiếu tỏ sự sinh hoạt của chúng sanh nơi Tịnh Độ.

Ở "Đại Kinh" chỉ biểu hiện sự niệm Phật sinh hoạt của chúng sanh về Tam Độc Ngũ Ác đoạn nầy. Giả sử nếu không có Tam Độc Ngũ Ác Đoạn thì tất cả trở thành thế giới của các Đức Như Lai, mà điều nầy sự sinh hoạt của chúng sanh không hiểu rõ về sự quan hệ ra sao cả. Về ý nghĩa của Tam Độc Ngũ Đoạn đầu tiên gọi là Nan Tư Nghì vãng sanh của Chơn Phật Đệ Tử và ở đây nói về tánh cụ thể của việc niệm Phật sinh hoạt. Cuối cùng là hào quang được chiếu tỏa của trí tuệ ở Tịnh Độ, cũng nói về thành tựu của việc Niệm Phật sinh hoạt ở cõi Ta Bà nầy.

Lại nữa việc tự lực tu hành được Đẳng Giác Kim Cang Tâm như Ngài Di Lặc Bồ Tát thì phải hồi tâm về tín tâm của tha lực được giống như Ngài A Nan; Ngài Thân Loan Thánh Nhơn đã đọc lấy nơi nầy. Ngoài ra sự biểu tỏ với Bổn Nguyện lực hồi hướng cũng có lấy căn bản từ cách đọc về nguyện lực tự nhiên. Như đã được thấy tư tưởng của Ngài Thân Loan Thánh Nhơn chúng ta cũng có thể hiểu đối với Tam Độc Ngũ Đoạn nầy cũng có một phần nào cần thiết chăng?

Vậy thì ở đây nói về Tam Độc vậy: tham dục, sân nhuế, ngu si là những việc phiền não. Tham dục nghĩa là sự chấp trước mong đợi của con người giống như người ta đi tìm nước nơi sa mạc. Còn sân nhuế thì đầy bụng, và ngu si nghĩa là những gì là chơn thật thì không chịu hiểu. Đức Như Lai dùng trí tuệ để thấy rõ chúng sanh, vì đây là cái gốc của phiền não. Ngài Thân Loan Thánh Nhơn đã trả lời có thể hiểu được về cuộc đời nầy "địa ngục nhất định, khó trốn khỏi". Sự phiền não trở thành cội nguồn phiền não của tam độc, vì sự sinh hoạt của ngũ ác có tính cách cụ thể của chúng sanh, cho nên tam độc trở thành vấn đề có tính cách căn nguyên nhiều hơn nữa của chúng sanh.

Ở phần tham dục thì lo cho ruộng vườn, tài sản, không có ai là chẳng ưu tư về việc nầy cả qua sự hiểu biết là vậy. (Chơn Tông Thánh Điển trang 58). Còn gọi là tài sản chẳng phải là vấn đề của tự thân, mà với tài sản là vấn đề đối với tâm của chúng sanh qua sự chấp trước. Đây là điều Đức Thích Tôn đã dạy.

Tham dục và ngu si cũng đồng như vậy, nhưng sân nhuế và ngu si còn có thể phản tỉnh được. Thế nhưng sự phiền não của ngu si thì trở thành vô minh phiền não, khó có thể phản tỉnh được. Vô minh phiền não có nghĩa là không thể hiểu được những điều gì là chơn thật. Nếu đã là vậy thì tự mình lập nên rồi tự mình thủ lấy, không sót một việc gì cả. Cuối cùng trở thành sự chấp trước của tự kỷ; nhưng sự phiền não vượt quá sâu so với sự phản tỉnh, thì dẫu có phản tỉnh đi, phản tỉnh lại chăng nữa mà vì sự phản tỉnh ấy tự ngã đã ở bên trên rồi thì chính tự ngã ấy làm cho ta ngu muội không còn hiểu được điều gì cả. Người mà giác ngộ được tự ngã toàn thể nầy chỉ có gặp được trí tuệ của Như Lai, ngoài ra không còn gì khác hơn nữa. Cho nên sự phiền não của ngu si nầy là chỗ đặc biệt mà Như Lai đã dạy cho các Tỳ Kheo khi nói pháp.

Ngài Thân Loan Thánh Nhơn ở "Nhứt niệm đa niệm văn ý" cho rằng:

Gọi là phàm phu vì chúng ta bị bao bọc bởi Vô minh phiền não, lòng tham cũng nhiều, giận dữ, để bụng, tật đố, tâm ganh tị, không có thời gian rảnh cho đến một niệm khi lâm chung cũng không có, hao mòn, tuyệt vọng.

Nhị hà dụ của Ngài Thiện Đạo Đại Sư đã giải thích; nhưng vì vô minh phiền não là phiền não căn bản như đã nói và nương vào lời dạy của tam độc đoạn nầy để suy nghĩ.

Việc tam độc ngũ ác đoạn nầy với Đức Thích Tôn thì là căn nguyên của tất cả chúng sanh và Ngài cũng đã dạy đó là sự phiền não của tam độc. Nương vào Bổn Nguyện lực để giáo huấn nhằm qua khỏi điều nầy, cho nên dẫu cho có nhiều phiền não đi chăng nữa mà gặp được lời dạy của Phật thì không còn là vấn đề nữa, không những thế sự sống trở nên thay đổi nhiều hơn. Thế nhưng Đức Thế Tôn vì cho rằng tất cả việc nầy cái khổ là gốc gác, cho nên hãy nương vào Bổn Nguyện Niệm Phật có thể vượt qua khỏi để vãng sanh và đó là lời giáo huấn. Kẻ mà vượt qua khỏi được sự phiền não của tham, sân, si là con người ở bên trên con người, là kẻ sẽ thành đạo. Đây chính là sự niệm Phật sinh hoạt của chúng ta và gọi đó là Nan Tư Nghì Vãng Sanh (sự vãng sanh khó nghĩ bàn).

(5) Sinh hoạt quy phạm của "Đại Vô Lượng Thọ Kinh".

Niệm Phật sinh hoạt của Nan Tư Nghì vãng sanh là sự mong muốn thoát ra khỏi phiền não của thân để sống, nhưng với tính cách cụ thể thì sự sinh hoạt nầy phải như thế nào để tống khứ nó đi là tốt vậy? Có một câu chuyện ngày xưa của một ngôi chùa về chất tố sinh hoạt, ở báo ân giảng tọa cũng như thời gian v.v... đều rất siêng năng. Đó là sự gìn giữ có tính cách truyền thống, nhưng trong hiện tại những điều nầy đã băng hoại rồi; là sinh hoạt của tôn giáo, nhưng không hiểu được, chẳng không phải vậy sao? Có nhiều người nói rằng: "Với Chơn Tông thì như thế không sinh hoạt theo quy phạm"; nhưng ở "Đại Kinh" đối với Phật đạo thì quyết định không phải như vậy. Hầu hết các tôn giáo không sinh hoạt theo quy phạm, đào tìm khắp thế giới nầy, sẽ không thấy được điều đó. Tại sao vậy? Bởi lẽ nếu sự sinh hoạt quy phạm không có tính cách cụ thể, thì không cần sự hiện diện của tôn giáo cũng tốt thôi.

Tam Độc Ngũ Ác đoạn được nói là sự sinh hoạt ngu muội của chúng sanh, nhưng việc cứu độ toàn thể việc nầy là Bổn Nguyện của Ngài Bồ Tát Pháp Tạng. Cho nên với Đức Thích Tôn, người sống với Bổn Nguyện vượt qua khỏi ba độc luôn được khuyến khích. Với Ngài Bồ Tát Pháp Tạng đã được nói qua sự khổ lao về Thắng Hạnh đoạn, cùng với tam độc ngũ ác đoạn của chúng sanh tức là vừa nói việc đối ứng có tính cách tất nhiên vậy. Bây giờ hãy xem thử về câu văn của Thắng Hạnh đoạn.

"Trải qua nhiều kiếp bất khả tư nghì, Bồ Tát đã trồng sâu vô lượng đức hạnh, dục giác, sân giác, hại giác nếu còn sống và dục tưởng, sân tưởng, hại tưởng không khởi lên. Sắc, thanh, hương, vị, xúc, pháp không đắm trước. Nếu không hoạch định nhẫn lực thành tựu với những loại khổ. Thiểu dục tri túc, không có nhiễm, nhuế, si. Tam Muội thường tình trở thành trí tuệ vô ngại. Hư ngụy, tâm diễm khúc không còn, hòa nhan ái ngữ, ý rõ trước việc hỏi. Dũng mãnh tinh tấn, chí nguyện không mệt mỏi. Chuyên tâm thanh bạch để cầu pháp và vì mang đến huệ lợi cho quần sanh. Cung kính ngôi Tam Bảo, phụng sự Sư trưởng." (Chơn Tông Thánh

Điển trang 27).

Ý nghĩa như sau: "Đối với việc tu hành trong nhiều kiếp số, Ngài Pháp Tạng Bồ Tát đã tích chứa vô lượng đức hạnh để kiến lập nên cõi Tịnh Độ. Ở giữa thời gian ấy từ tham dục, sân nhuế khởi lên làm hại tâm v.v... nhiều như vi trần. Dục tưởng của con người, hại tâm và dị chất ấy nếu nương vào sự tu hành của Bổn Nguyện lực, nên đã kiến lập cõi Tịnh Độ. Chung quanh bao bọc bởi sáu cảnh (lấy tri giác, nhận thức làm đối tượng), không có sự chấp trước. Với sự thậm thâm ấy nhãn lực mạnh mẽ, bao nhiêu lao khổ, tâm ấy vẫn không dao động. Với thiểu dục tri túc (muốn ít biết đủ) thì phiền não của tam độc v.v... sẽ không lộ ra. Sống với Tam Muội tịch tĩnh, chẳng có gì có thể thấy sai với trí tuệ sâu xa ấy. Hư ngụy, diễm khúc (nói không đúng, dối trá) không có tâm đó, với hòa nhan để tìm cầu bất cứ việc gì cũng giúp đỡ trước tiên. Ý chí ấy dũng mãnh tinh tấn, không có sự mệt nhọc, không cần cầu pháp, điều nầy đã là sự lợi ích đối với quần manh. Tam Bảo Phật, Pháp, Tăng cung kính, phụng sự cho Thầy dạy và những bậc tiên bối (người đi trước).

Ở đây Ngài Pháp Tạng Bồ Tát đã đề cập đến "Dục giác, sân giác, hại giác, không sống với chúng và dục tưởng, sân tưởng cùng hại tưởng không khởi lên" nghĩa là sự phiền não của tham, sân, si của chúng sanh là những dị chất (tính chất khác thường), với tâm chơn thật tu hành nên đã nói về việc nầy. Nếu tâm chơn thật nầy của Ngài Bồ Tát Pháp Tạng không nương vào Bổn Nguyện thì tam độc không thể khởi lên và đây là lời dạy của Đức Thích Tôn.

Việc tham dục và tâm dị chất nầy về tướng cụ thể thì "thiểu dục tri túc" đã được đề cập đến. Việc nầy có nghĩa là ít muốn và biết đủ; nhưng "tự thể mãn túc" là sự cứu giúp của Phật đạo, cho nên đứng từ đó để sinh sống là ý nghĩa. Trong điều kiện có thể được với chất tố của con người và vật cũng như khi đứng trên tự thể mãn túc thì hãy rời xa địa vị và danh dự, làm việc giáo hóa cho đến hết cả cuộc đời. Thế nhưng giàu có thời đại như ngày nay, sự biểu hiện với Phật đạo cho sự tương đương là một việc rất công phu, nhưng khi vì tham dục khởi lên thì sự sống chính yếu mong cầu là "Thiểu dục tri túc".

Cụ thể tướng của tâm sân si và dị chất được nói là: "Hòa nhan ái ngữ". Vẻ mặt điềm nhiên, nói lời không lo phiền để kết hợp với sự sống. Những căn bản phiền não của chúng ta là vô minh. Vô minh nghĩa là không rõ biết được chơn lý; nhưng nếu kết cuộc không rõ biết chơn lý thì hoàn cảnh với sự giáo dục cho sự sống ấy, đứng về phía giá trị quan thì thân nầy chẳng có gì cả. Đây chính là sự đấu tranh ngược lại được khởi lên, cho nên nếu sự sai khác của hoàn cảnh giáo dục thì đó chỉ là sự hợp lại với sự nghịch lại kia. Nếu dùng trí tuệ của Như Lai để xem thì sự ngu si hầu hết giới hạn, cho nên vì khi sự đấu tranh khởi lên thì ngôn ngữ ưu thế lại hợp vào và khuyến khích nên sống như vậy.

Tướng cụ thể của tâm ngu si và dị chất được nói là: "Cung kính Tam Bảo". Điều nầy chỉ việc ngu si đối với căn bản phiền não thì sự phản tỉnh của con người sẽ vượt lên khỏi, cho nên chỉ sự liên hệ của Phật đạo thì không thể tự giác được, do vậy Phật, Pháp, Tăng khuyên rằng hãy nên cung kính ba ngôi báu nầy. Nếu nói việc nầy một cách đơn giản là việc xưng danh niệm Phật và việc lý giải đi nữa thì cũng không sai khác gì cả.

Đương nhiên những việc nầy, đây chính là những nguyện tâm của Pháp Tạng Bồ Tát, nhưng việc nầy là để sống như là một Chơn Phật Đệ Tử, cho nên mục tiêu của sự sinh hoạt là "thiểu dục tri túc" và "hòa nhan ái ngữ" cũng như "cung kính Tam Bảo" là 3 việc cần nên suy nghĩ đến. Điều cần yếu là nương vào trí tuệ của việc xưng danh niệm Phật (cung kính Tam Bảo) khi phiền não của ba độc khởi lên (Thiểu dục tri túc) thì tất cả con người vừa được đảnh lễ tiếp xúc như là con của Như Lai (hòa nhan ái ngữ) và người ấy sẽ nên được vãng sanh về Tịnh Độ. Đây chính là niệm Phật sinh hoạt cũng hay gọi là Tôn Giáo sinh hoạt của Nan Tư Nghì vãng sanh, được dạy như vậy.

Quả thật Ngài Thân Loan Thánh Nhơn đã gởi thư và hình ảnh đến các môn đệ ở Kanto (Quan Đông), là muốn nói đến việc phiền não của tam độc lại khởi lên trở lại. Ví dụ như mục thứ nhứt đã được nói đến như sau:

Nói là vô minh vì không tỉnh giác, việc nầy cứ chồng chất lên nhau, độc ấy không tắt mà tam độc lại càng thêm lên, hãy nhớ đến phần thấp nhất là nếu thân nầy không đầy phiền não cụ túc (lược bớt) điểm tận cùng của tâm vẫn nguyên như vậy, hầu như không thay đổi, ngược lại rất là bất tiện. Hãy nhớ điều nầy.

(Chơn Tông Thánh Điển trang 561)

Ý nghĩa được giải thích như sau:

"Say với vô minh không tỉnh giác, mà sự say mê ấy càng chồng chất lên nhau và khuyên rằng với tam độc ấy, không nên sợ hãi, ngoài ra không có gì hơn thế. Vì thân của phiền não nầy vẫn còn giữ nguyên như vậy, nói hợp lại với nhau, dẫu cho có suy nghĩ như thế nào đi chăng nữa thì vẫn là khốn khổ". Đây là những lời giáo huấn vậy. Điều nầy chính là chương của việc Niệm Phật vãng sanh. Đối với việc đối mặt với sự hồi tâm của nhứt tâm quy mạng thì với kẻ phàm phu y nguyên như vậy, nói rằng có thể cứu độ được. Thế nhưng với sự niệm Phật sanh hoạt của việc nhứt tâm nguyện sanh thì "vì là thân phiền não giữ nguyên như vậy cùng hợp lại với nhau để nói, thì dẫu cho có suy nghĩ như thế nào đi chăng nữa vẫn là sự khốn khổ" mà Ngài Thân Loan đã giáo huấn như vậy. Việc khởi lên tam độc nầy bao nhiêu lần gởi thư, đều lặp lại như vậy cả.

Tham khảo những sách vở khác thì được biết rằng đây là giả thuyết về việc giáo huấn cho các đệ tử ở Kanto về việc tạo ác vô ngại. Đương nhiên đây có thể cũng là một lý do không chừng. Thế nhưng ví dụ như dẫu cho việc tạo ác vô ngại không có đi chăng nữa,theo Ngài Thân Loan Thánh Nhơn thì đây cũng là việc truyền đạt được lặp đi lặp lại nhiều lần. Vì sao đối với quy phạm của việc niệm Phật sinh hoạt mà tam độc lại nổi lên, như ở "Đại Kinh" đã nói ra việc minh xác như vậy? Cho nên với người niệm Phật chính họ vừa phải đấu tranh với phiền não, đồng thời cũng phải đứng lên đi theo con đường đạo như: "Con người, lại có nhiều kẻ vượt lên khỏi con người để đến với Đạo". Điều nầy như "Đại Kinh" nói, đây là sự tồn tại của sự sinh hoạt có tính cách cụ thể của việc nguyện sanh về Tịnh Độ.

Ở điều thứ 2 cũng có một loại khác được nói ra "yêu thương cuộc đời nầy". Đó là tuyển ra việc nguyện cầu vãng sanh qua sự niệm Phật được ấn chứng. Việc niệm Phật đối với những việc ác về trước với tâm của mình phản tỉnh, lại có bạn đồng hành, gần gũi thân thiện với chơn tâm thì trong đời nầy việc niệm Phật vãng sanh hãy nên tâm đắc vậy. (Chơn Tông Thánh Điển trang 563).

Với ý nghĩa của đoạn trên như sau:

"Nếu người niệm Phật, nguyện được vãng sanh thì việc niệm Phật kia đối với những việc ác về trước, với tâm của chính mình hối hận thì đó là sự hỗ tương như kẻ đồng hành, hợp nhau thân thiện bằng chơn tâm; với cuộc đời nầy đối với người niệm Phật cầu vãng sanh, hãy nên tâm đắc vậy". Giống như thế Ngài Thân Loan Thánh Nhơn, với tất cả mọi người được đón nhận thân thiết như là con của Đức Như Lai; phiền não của ba độc (chấp tâm vào tự lực) sẽ vượt qua khỏi, thì đây chính là chướng của niệm Phật sinh hoạt gọi là Nan Tư Nghì Vãng Sanh. Việc nầy đã được dạy. Tất cả những sinh hoạt quy phạm nếu không có thì Tôn Giáo không có sự bình đẳng; cho nên chúng ta qua lời dạy về tam độc ngũ ác đoạn hãy lắng nghe, thì đó là sự biểu hiện điều mong muốn trong sự niệm Phật sinh hoạt vậy.

(6) Sinh hoạt quy phạm của Nan Tư Nghì Vãng Sanh.

Cho đến đây ba độc năm ác đoạn của "Đại Kinh" và căn cứ vào Thắng Hạnh đoạn đi tìm về quy phạm của niệm Phật sinh hoạt. Ở đó "Thiểu dục tri túc" và "Hòa Nhan ái ngữ" cùng với "Cung kính Tam Bảo" là ba cây cột trụ của việc niệm Phật sinh hoạt. Thế nhưng tam độc ngũ ác đoạn được nói là Nan Tư Nghì vãng sanh; cho nên dẫu cho có sự quan hệ với Tịnh Độ Trang Nghiêm thì phải làm sáng tỏ việc sinh hoạt kia.

Năng lực của Tịnh Độ, theo Ngài Thế Thân Bồ Tát ở "Tịnh Độ luận" thì có 29 loại trang nghiêm công đức biểu hiện ra; nhưng ở trong đó theo Ngài Thân Loan Thánh Nhơn thì ở nơi Chứng quyển nương vào "Luận Chú" chỉ có 4 loại công đức được tuyển chọn ra. Nếu chỉ có 4 loại công đức thì Tịnh Độ trở thành sự biểu hiện có tính cách tượng trưng về niệm Phật sinh hoạt của con người. Căn cứ vào sự trang nghiêm Tịnh Độ của Chứng quyển, như vậy ở đại kinh vãng sanh (Nan Tư Nghì Vãng Sanh) thử nên tìm hiểu xem về việc khai mở sự sinh hoạt có tính cách cụ thể nầy.

Ở phần 1 đã đưa ra câu văn: "Trang nghiêm diệu thinh công đức thành tựu" mà Ngài Thế Thân thì vịnh rằng: "Ngộ ra Phạm thinh xa xôi diệu vợi, nghe đến cả 10 phương" cũng còn có nghĩa là: "giác ngộ danh hiệu Bổn Nguyện sâu xa; cả thế giới đều nghe đến âm thanh của danh hiệu nầy". Ngài Thân Loan Thánh Nhơn lúc nói về Tịnh Độ thì điều đầu tiên đã đưa ra là: "danh hiệu của âm thanh"; cho nên Tịnh Độ của "Đại Kinh" là khai mở sự nghe được âm thanh của Bổn Nguyện thiệu hoán. Ngoài quan niệm về Tịnh Độ ra là phải trở về với danh hiệu của Bổn Nguyện, để cứu được chúng ta thật ra không có Tịnh Độ nào khác cả.

Ở đây về việc nầy Ngài Đàm Loan đã trích dẫn câu văn biểu hiện như sau:

Nếu có người nào khi nghe về sự thanh tịnh an lạc của quốc độ kia, lập tức muốn nguyện sanh về đó, lại được sanh thì sẽ được nhập vào Chánh Định Tụ.

(Chơn Tông Thánh Điển trang 281)

Thông thường câu văn nầy được hiểu như sau:

"Nếu nguyện sanh về trong tức khắc thì liền được vãng sanh, liền vào ngôi Chánh Định Tụ" được nói như thế, nhưng Ngài Thân Loan Thánh Nhơn thì đọc rằng: "Khi nghe về cõi thanh tịnh an lạc của Quốc độ, tức khắc nhớ nghĩ nguyện muốn sanh về". Từ xưa nay Chánh Định Tụ là nơi được sanh về với ý nghĩa là chắc chắn đến được nơi chốn của Niết Bàn.

Việc nầy với Thân Loan Thánh Nhơn thì với tín tâm của kẻ nguyện sanh đầu tiên được nhận, như phía trước trích dẫn câu văn "Tịnh Độ Tam Kinh Vãng Sanh Văn Loại" gặp ngay với "Hiện Sanh Chánh Định Tụ", cho nên thân còn phàm phu thì không thể sanh về Tịnh Độ, nhưng với niềm tin của Bổn Nguyện làm nhơn thì cái quả của Tịnh Độ về năng lực sẽ được xuất hiện ở vào nơi Chánh Định Tụ. Như thế thì điều nầy có thể suy nghĩ rằng: Đưa ra việc tối sơ cho việc "Trang Nghiêm Diệu Thinh công đức thành tựu".

Điểm thứ 2 đã được đưa ra là: "Trang nghiêm chủ công đức thành tựu". Với chúng ta khi sống ở thế giới nầy, cái gì là chủ vậy? Với tam độc đoạn tham, sân, si phiền não bủa vây thì không thể nói là chủ được. Ví dụ tài sản hay địa vị hoặc danh dự là việc cần thiết với con người, hay là tình yêu hoặc lương tâm v.v... Những điều nầy nhiều khi suy nghĩ là cần thiết; nhưng ngoài cái bóng của phiền não tam độc ra thì chẳng có gì hết, sự mê muội càng chồng chất thêm lên, chẳng có cái gì có thể tin được hết.

Ở Chứng quyển có đề cập đến sự sanh về (Cực Lạc) của người dựa vào Đức A Di Đà Như Lai làm chủ, thì được nói như sau:

Nếu có người muốn sanh về cõi An Lạc Tịnh Độ, thì lúc ấy tâm họ nguyện "muốn giáo hóa chúng sanh ra khỏi ba cõi", sẽ xả bỏ thân mệnh của Tịnh Độ và tùy theo lời nguyện được sanh. Tuy nói rằng sẽ sanh vào trong lửa của tam giới tạp sanh, nhưng chủng tử cứu cánh của Vô Thượng Bồ Đề không thối nát, mang theo lời nguyện gì thì sẽ được gìn giữ điều lành của Chánh Giác A Di Đà.

(Chơn Tông Thánh Điển trang 282)

Người nào có thể trở thành Bổn Tôn đối với Đức A Di Đà Như Lai, thì tùy theo trụ trì lực của Bổn Nguyện sẽ trở thành được sanh theo lời nguyện của chúng sanh giáo hóa. Cho nên nếu Tịnh Độ chẳng mở ra, chấn động trở lại với tam độc, vậy nên hướng về phía nào thì tốt? Ở đâu với thân mệnh nầy quyết định không bị mê mờ?

Nhưng nếu Tịnh Độ được mở ra cho con người, lấy Đức A Di Đà Như Lai làm chủ, nương vào nơi Bổn Nguyện lực kia và có ý muốn ra khỏi cõi đời nầy để giáo hóa chúng sanh và nói là xả bỏ thân mệnh nầy.

Điều nầy ở Tín quyển nếu nói là: "Sự lợi ích của Hiện sanh thập chủng", cuối cùng thì có thể suy nghĩ là tương đương với "Thường hành đại bi ích" và "Sự ích lợi của việc nhập vào Chánh Định Tụ" (Chơn Tông Thánh Điển trang 241). Đối với chủ công đức nầy được nói ra cho chí nguyện của việc giáo hóa chúng sanh, cách sanh ra của Nan Tư Nghì vãng sanh thường hay được dạy đến.

Điểm thứ ba đưa ra "Trang nghiêm quyến thuộc công đức thành tựu". Quyến thuộc nghĩa là ý nghĩa nói về thân tộc của Như Lai, nhưng ở đây nói như sau:

Ở cõi An Lạc quốc, sự hóa sanh của A Di Đà Như Lai Chánh Giác Tịnh Hoa không hiện ra. Cùng với một lòng niệm Phật, sẽ theo con đường khác, được thông qua xa, rồi thì bốn biển đều là anh em, trở thành quyến thuộc rất nhiều, liền được tư nghì.

(Chơn Tông Thánh Điển trang 282).

Ở thế giới của chúng ta, thích – không thích, hợp với tốt hoặc xấu chăng? Chỉ lợi dụng với nhau chăng hay là chẳng có sự quan hệ nào hết? Thế nhưng người muốn sanh về Tịnh Độ là những người đương nhiên mong mỏi được giác ngộ sanh về nơi hoa sen, từ đó sẽ được sanh vào nhà của Như Lai. Đây chẳng phải là sự liên hệ hàng ngang giữa con người và con người mà là Đức Như Lai nối kết ngay thẳng độc lập với họ. Đức Như Lai và với sự liên hệ kia, mắt được rộng mở ra.

Dẫu với lá thư đầu tiên của Ngài Thân Loan Thánh Nhơn đã nhận ra được sự truyền đạt rằng: "Cùng với bạn bè đồng tu, nếu tâm kia đóng lại thì cuộc đời nầy sẽ yêu thích". Chủ yếu là con chung của Đức Như Lai, nên tôn kính lẫn nhau, hòa hợp tiếp xúc với tâm thân thiết, đó là chứng cứ của việc Nan Tư Nghì vãng sanh. Đây chính là ý nghĩa được đưa ra "trang nghiêm quyến thuộc công đức thành tựu".

Nếu tóm lược ba loại trang nghiêm công đức đã tìm hiểu về việc nầy rồi thì nên trở về với danh hiệu của Bổn Nguyện (Trang nghiêm diệu thinh công đức thành tựu); nương vào trụ trì lực Bổn Nguyện của Đức A Di Đà Như Lai, khi phiền não của tam độc khởi lên, muốn giáo hóa việc nầy (Trang nghiêm chủ công đức thành tựu). Tiếp đó có người muốn vãng sanh "cùng là đồng minh" (Trang nghiêm quyến thuộc công đức thành tựu). Ở đây có thể suy nghĩ rằng thấy được sự bị đẩy tới của "Đại Kinh" của "Thiểu dục tri túc" và "Hòa nhan ái ngữ" cùng với "Cung kính Tam Bảo".

Đến đây phần sau cùng được thể hiện qua câu văn "Trang nghiêm thanh tịnh công đức thành tựu" được ràng buộc bao quát.

Phiền não thành tựu của kẻ phàm phu, nếu muốn được sanh về Tịnh Độ, ba cõi phước nghiệp tốt cánh (ba cõi trói buộc không có) không lìa khỏi; điều nầy có nghĩa là phiền não tuy chưa đoạn trừ, mà có được phần của Niết Bàn, được gọi là tư nghì. (Chơn Tông Thánh Điển trang 283).

Ở đây có thể nói rằng: "Phiền não tuy chưa đoạn, nhưng vẫn được Niết Bàn". Ngài Thân Loan Thánh Nhơn giữ nguyên như vậy ở "Chánh Tín Kệ" và giải thích rằng: "Nếu hay phát tâm với một niệm hỷ ái, tuy chưa đoạn dứt phiền não, có thể trở thành Niết Bàn" (Chánh Tín Kệ trang 204) và ngâm vịnh thêm rằng: "Phàm phu nhiễm hoặc, nếu có phát tâm sẽ trở thành sanh tử tức Niết Bàn (Sanh tử là Niết Bàn) để chứng tri". (Chơn Tông Thánh Điển trang 206).

Ở đây "sanh tử tức Niết Bàn" có nghĩa là lá cờ hiệu có ấn chứng của Đại Thừa Phật Giáo vậy. Ngài Thân Loan Thánh Nhơn ở phần sau cùng của Chứng quyển có cho vào phần thanh tịnh công đức, mà trước đây đã đưa ra toàn thể sự sinh hoạt của Nan Tư Nghì vãng sanh, nhưng trên thực tế thì đó là cách dạy cho (chỉ cho) nhơn sinh hướng đến Niết Bàn. Lại nữa với sự vãng sanh của Tịnh Độ giáo cho đến đây nói ra những việc nầy, là vì sử dụng những phương tiện cho kẻ phàm phu, nhưng ở Đại Kinh vãng sanh giữ nguyên như vậy, là mục tiêu đến với toàn thể Đại Thừa Phật Giáo, nói ra con đường dẫn đến Đại Bát Niết Bàn.

Sau khi tìm hiểu chúng ta thấy rằng ở "Trang nghiêm Diệu Thanh công đức trang nghiêm" tìm hiểu nơi "Đại Kinh" có thể nói là tương đương với "Cung kính Tam Bảo". "Trang nghiêm chủ công đức thành tựu" là biểu hiện có thể vãng sanh theo Phật đạo vượt qua khỏi sự phiền não, cho nên điều nầy tương đương với "Thiểu Dục Tri Túc". Ở phần "Trang nghiêm quyến thuộc công đức thành tựu", dẫu nói cách nào đi chăng nữa thì tương đương với "hòa nhan ái ngữ".

Như vậy thì Ngài Thân Loan Thánh Nhơn ở Chứng quyển đã chọn ra trang nghiêm công đức của Tịnh Độ, còn nơi "Đại Kinh"

Đức Thích Tôn đã nói về ba loại sanh hoạt quy phạm trở thành lời nói giống như thế. Điều nầy gọi là Nan Tư Nghì vãng sanh ở trong sinh hoạt “Trang nghiêm Diệu Thinh công đức thành tựu”, “Trang nghiêm chủ công đức thành tựu”, “Trang nghiêm quyến thuộc công đức thành tựu”, “trang nghiêm thanh tịnh công đức thành tựu” để gọi về năng lực của Tịnh Độ; tam độc ác thú và sự ngu si của Ta Bà sẽ được chiếu sáng đến, có thể suy nghĩ rằng điều nầy sẽ vượt lên trên tất cả để được sanh về theo như ý muốn.

* Hiện sanh thập chủng của sự ích lợi.

Theo Ngài Thân Loan Thánh Nhơn thì đây là 10 sự lợi ích nói rộng ra đối với người hiện sanh nhận được với tín tâm. Đó là: (1) Sự lợi ích của minh chúng hộ trì = hộ trì những sự tối tăm, (2) Lợi ích của chí đức cụ túc, (3) Sự lợi ích của chuyển ác thành thiện, (4) Sự lợi ích của chư Phật hộ niệm, (5) Sự lợi ích của chư Phật tán thán, (6) Sự lợi ích của tâm quang thường hộ, (7) Sự lợi ích của tâm đa hoan hỷ, (8) Sự lợi ích của tri ân báo đức, (9) Sự lợi ích của thường hành đại bi và (10) Sự lợi ích của việc nhập vào Chánh Định Tụ.

(7) Việc niệm Phật sinh hoạt còn sót lại Khóa Đề.

Như đã được tường thuật lại cho đến bây giờ thì việc niệm Phật sinh hoạt của việc sau khi hồi tâm giống như sự giáo huấn của Đức Thế Tôn đối với việc khởi lên của tam độc phiền não. Cho nên việc sinh hoạt của Nan Tư Nghì vãng sanh là sự chiến đấu với tam độc phiền não. Thế nhưng vì túc nghiệp của thân cho đến khi mạng chung không thể tiêu trừ hết được; cho nên có thể nói về việc niệm Phật sinh hoạt đi nữa thì sự đẩy lùi lưu xuất về giá trị quan của thế gian với tánh huân tập của thân phiền não. Cho nên việc cho biết sự sửa đổi trong sự niệm Phật sinh hoạt, là điều không phải sự sâu thẳm về chấp tâm của tự lực sao? Ở cuối cùng của tam độc đoạn như Đức Thích Tôn đã nói và dạy Khóa Đề cho

Ngài Di Lặc, cho nên hãy nên tìm hiểu về việc nầy vậy.

Sự phiền não của ngu si hãy nên vượt qua, khi Đức Thích Tôn nói xong thì Ngài Di Lặc Bồ Tát trường quỳ hợp chưởng (quỳ gối chắp tay). Lời dạy về sự cứu độ thuật lại rất cảm động. Thế Tôn đối với Di Lặc Bồ Tát đã truyền đạt lại như sau:

Nhử đẳng (các ngươi) hãy nên với tâm siêng năng tìm cầu nơi nguyện ước, những sự nghi hoặc hãy tự mình sám hối, sẽ được sanh về nơi cung điện của biên địa thất bảo, sống trong đó đến 500 năm và gặp nhiều sự nguy hiểm.

(Chơn Tông Thánh Điển trang 65)

Ý nghĩa như sau đây:

"Các ngươi hãy tinh tấn xưng danh niệm Phật, hãy quyết tâm tìm cầu con đường vãng sanh Tịnh Độ. Giữa đường có sự nghi ngờ về Phật trí thì hãy dừng lại và tự mình đã tạo ra, tuy là được sanh về nước An Dưỡng; nhưng phải sinh ra ở Phiến Ngung (biên địa) của cung điện thất bảo, trong vòng 500 năm thời gian, Phật khó có thể gặp được, nhiều việc nguy hiểm phải đón nhận gặp phải, không phải là không có" và Đức Thế Tôn đã răn dạy như thế.

Để hoàn thành việc cứu độ đối với Di Lặc Bồ Tát, đối với việc khuyên dạy của Đức Thế Tôn; cho nên với những tội lỗi của sự nghi ngờ về Phật trí, ngay cả Ngài Di Lặc Bồ Tát cũng còn chưa có thể tự mình giác ngộ được huống là những tội lỗi sâu xa. Dẫu nói thế nào đi chăng nữa thì cũng không bằng lời nguyện thứ 20, là trồng các công đức gốc (công đức của việc niệm Phật là chính tự tay mình trồng ngay vào) của lời nguyện được dạy, đó là tội lỗi sâu xa về sự nghi ngờ nơi Phật trí. Hãy đánh bạt sự nghi hoặc Phật trí sâu xa ấy qua trí tuệ của Đức A Di Đà Như Lai.

Trí tuệ hải của Đức Như Lai, rộng sâu không có bờ bến, không thể đem so sánh với Nhị Thừa. Chỉ có Phật mới có thể riêng rõ biết về điều nầy.

(Chơn Tông Thánh Điển trang 50)

Có thể suy nghĩ rằng đây là lý do đã được đề cập đến. Với Bổn Nguyện để được thành tựu là một Chơn Phật đệ tử đối với việc niệm Phật sanh hoạt đã gởi đến, mà chúng ta với tội lỗi sâu xa chẳng hề tự giác được. Tuy nhiên “Đức Phật rõ biết riêng cho ta điều nầy”. Tội lỗi chính là sự chấp tâm của tự lực sâu xa về việc nghi hoặc Phật trí kia.

Cho nên ở “Đại Kinh” phần sau cùng của Trí Huệ đoạn (Chơn Tông Thánh Điển trang 792) về vấn đề nầy được chọn ra, lời nguyện thứ 20 là lời thệ nguyện về quả toại để minh xác cho ý nghĩa nầy, cũng là để chứng minh cho việc cứu độ quần manh của nhứt thừa được cứu độ qua kinh điển. Việc nghi hoặc Phật trí mang theo tội lỗi của chúng ta là túc nghiệp của thân, nhưng phần cuối cùng của “Đại Kinh” đã được nói đến về Trí Huệ đoạn, cho nên theo sự suy nghĩ đây là yếu thỉnh (thỉnh cầu cần yếu) vậy.

11.- TRÍ HUỆ ĐOẠN

(1) Lý do của thai sanh.

Ở Trí Huệ đoạn, đầu tiên Đức Thích Tôn đối với A Nan và Ngài Di Lặc Bồ Tát đã được cho nghe thấy cõi trang nghiêm Tịnh Độ của Đức A Di Đà, Ngài A Nan thấy xong liền được đáp. Rồi Đức Thích Tôn cho thấy nghe về kẻ thai sanh trong đó và A Nan thấy rồi liền đáp. Tiếp tục Ngài A Nan nói về hình dạng của thai sanh rằng: “Thai sanh ấy như là cung điện hằng trăm do tuần cũng có cả 500 do tuần, là thành lớn, ở trong đó là cảnh giới giống như của thiên thượng, được đón nhận nhiều sự khoái lạc tự nhiên”. Thai sanh chính là vô biên tế (không có biên giới) là thành trì cõi Tịnh Độ của Đức A Di Đà, kẻ được sanh về đó sự sung sướng giống như ở cõi Thiên thượng đã nằm trong bàn tay, thế nhưng chung quanh bao bọc bởi vàng bạc, cả 500 năm là thời gian nói rằng không thể thấy được Tam Bảo. Lại nữa không thể khai phóng được thế giới bình đẳng cả tự do thật sự, giống như ở trong tử cung của người mẹ với tâm địa buộc ràng trong đó cả 500 năm bị đóng chặt lại. Cho nên sau khi Ngài A Nan đáp rồi, bấy giờ Ngài Di Lặc bảo:

Bạch Thế Tôn! Nhơn của việc nầy là gì? Nếu không có duyên gì thì làm nhơn dân của nước nầy và lại hóa sanh thành thai sanh? (Chơn Tông Thánh Điển trang 81). Rồi tìm hiểu nơi Đức Thế Tôn.

Lại nữa khi được sanh về cõi Tịnh Độ của Đức A Di Đà Như Lai thì tất cả chúng sanh đều được cứu, tuy nhiên khi bị sanh vào tử cung thì tại sao là người ở trong thai cung? Lại nữa thai cung và liên hoa hóa sanh (sự vãng sanh của nguyện thứ 18) có sai khác như thế nào khi được sanh ra? Cho nên xin được hỏi. Dẫu cho có là được Kim Cang tâm của Đẳng Giác đi nữa, Ngài Di Lặc Bồ Tát cũng không hiểu rõ được lý do vì sao có thai sanh? Đối với việc nầy Đức Thích Tôn đã đáp như sau:

Nếu chúng sanh mang tâm nghi hoặc về việc tu những công đức mà nguyện sanh về nước kia (Lời nguyện thứ 19 - Nguyện tu các công đức). Phật trí, bất tư nghì trí, bất khả xưng trí, Đại Thừa Quảng trí, Vô đẳng vô luân tối thượng thắng trí chưa hoàn mãn và đối với những trí nầy không tin tưởng và còn nghi hoặc. Phê phán về niềm tin tội phước, giống như gốc thiện để tu tập, mà muốn nguyện sanh về nước kia (Nguyện thứ 20 - Nguyện của việc trồng các công đức). Nhiều chúng sanh được sanh về nơi cung điện thọ 500 tuổi, thường không thấy được Phật, cũng không nghe được kinh pháp. Không thấy các vị Bồ Tát và chúng Thanh Văn. Ngoài ra ở tại nước kia giống như ở trong thai sanh vậy.

Nếu có chúng sanh, sanh vào trong cung điện kia thọ 500 năm, thường không thấy được Phật, không nghe được kinh pháp, không thấy được Bồ Tát, Thanh Văn Thánh chúng. Ngoài ra ở tại nước kia giống như ở trong thai sanh vậy.

Nếu có chúng sanh rõ biết được Phật trí, cho đến tin tưởng vào Thắng trí, tạo nhiều công đức với tín tâm hồi hướng. Những chúng sanh nầy sẽ được tự nhiên hóa sanh vào trong hoa thất bảo, ngồi kiết già, thân tướng như núi Tu Di, quang minh, trí tuệ, công đức, thành tựu đầy đủ như nhiều vị Bồ Tát (Nguyện thứ 18 - Lời nguyện của chí tâm tín nhạo).

(Chơn Tông Thánh Điển trang 81–82, bên trong ngoặc là của người viết)

Ý nghĩa như sau đây:

"Khi ta tu các công đức mà có tâm nghi hoặc Phật trí, nếu có người nguyện sanh về nước kia, và nghi ngờ về năm trí của Phật nơi lời nguyện thứ 19 đối với những người nguyện làm những công đức. Lại nữa khi xưng danh niệm Phật với tâm tin tưởng nơi tội phước và người đó nguyện sanh về nước kia với việc hồi hướng, ở lời nguyện thứ 20 là những người nguyện trồng các công đức. Với 2 việc nầy mà kẻ nghi hoặc Phật trí thì sẽ được sanh về thai cung ở trong đó thời gian 500 năm, không thấy được Phật, không nghe được Ngài thuyết pháp, không thấy gặp được những vị Bồ Tát, Thanh Văn Chúng. Những việc như thế vì không cung kính ba ngôi Tam Bảo, cho nên khi sanh về nước kia, nói rằng ở trong thai cung.

Thế nhưng nếu có chúng sanh nào không nghi ngờ Phật trí về lời nguyện thứ 18, nương vào và nguyện với chí tâm tín nhạo, nếu nguyện được sanh về nước kia với tín tâm của tha lực thì với nguyện lực tự nhiên sẽ được sanh về An Dưỡng Quốc, ngồi trên hoa sen thất bảo. Lúc đó liền được đầy đủ 32 tướng và 80 tùy hình hảo, quang minh, trí tuệ và công đức, tất cả đều giống như các vị Bồ Tát ở nước kia. Điều nầy gọi là Liên Hoa Hóa Sanh".

Lý do của thai sanh như đã nói, ở nơi lời nguyện thứ 19 là

nguyện tu các công đức và lời nguyện thứ 20 là biểu tỏ về tự lực được đề cập đến lời nguyện của việc trồng các công đức. Việc nầy đối với việc về nơi Tịnh Độ của Liên Hoa hóa sanh; lời nguyện thứ 18 là nói về tín tâm của tha lực, lời nguyện của chí tâm, tín nhạo. Ở trong 48 lời nguyện nầy gọi là "Mười phương chúng sanh" đưa ra 3 lời nguyện ấy như là động cơ; còn lý do của thai sanh chính là sự nghi hoặc Phật trí của tự lực, từ Đức Thích Tôn đã được nghe dạy về việc nầy.

(2) Lời nguyện thứ 20 - Nguyện thành tựu văn của thực chư đức bổn(trồng những gốc công đức).

Trí tuệ đoạn, nơi "Đại Kinh" trở thành lời thuyết pháp cuối cùng của Đức Thích Tôn đối với việc niệm Phật sinh hoạt của tam độc ngũ ác đoạn, đã cải đổi thành Khóa Đề, nhưng ở lời nguyện thứ 20 được nói ra là lời nguyện của việc trồng các gốc đức, về sự sâu dày của vô minh phiền não. Đón nhận việc nầy là đối với việc Phật trí nghi hoặc của tự lực, tương đương với tiêu điểm nầy.

Ngài Thân Loan Thánh Nhơn đã tường thuật câu văn về hình thức của thai sanh cho Ngài A Nan, cho đến vừa dẫn dụ câu văn và đọc lời nguyện thứ 20, thành tựu văn của lời nguyện trồng các gốc công đức. Ở đây nơi "Đại Kinh" ở phần cuối cùng của Bổn Nguyện thành tựu văn đã được đưa ra. Ở nơi "Tịnh Độ tam kinh vãng sanh văn loại" thì thành tựu văn ấy được nối kết như sau:

Đức Phật bảo Ngài Di Lặc rằng: Có nhiều chúng sanh lại mang tâm nghi hoặc về Phật trí, mà không sanh về thai cung, cho đến nếu chúng sanh đó mà ý thức được căn bản của tội lỗi ấy, tự mình hối hận sâu xa, mà muốn tìm cầu lìa xa nơi ấy, cho đến rõ biết như Di Lặc, với vị Bồ Tát kia, không sanh tâm nghi hoặc thì không mất việc lợi lớn. (Chơn Tông Thánh Điển trang 474 – 475 đã viết)

Ý nghĩa câu văn nầy như sau:

"Đức Thích Tôn bảo Ngài Di Lặc: Những chúng sanh ở trong

thai sanh, nương nơi tội lỗi mà nghi hoặc về Phật trí thì phải sanh vào nơi thai cung kia (lược bớt). Nếu chúng sanh ấy ý thức được tội lỗi kia là sự nghi hoặc Phật trí, là cái gốc của sự khổ não, thay đổi sám hối sâu sắc, tìm cầu xa lìa nơi thai cung (lược bớt) thì nầy Di Lặc! Điều nầy có thể hiểu được. Nếu có Bồ Tát không sinh ra nghi hoặc Phật trí thì không mất việc giác ngộ Đại Niết Bàn". Phần sau cùng ở "Đại Kinh" nơi lời nguyện thứ 20, là nói về thành tựu văn của việc trồng các công đức (chí tâm phát nguyện). Đức Thích Tôn đã giáo huấn "Hãy sám hối những tội lỗi sâu dày". Đón nhận lời chỉ dạy nầy, để đáp ứng với việc nầy ở hóa thân độ quyển của Ngài Thân Loan Thánh Nhơn về tam nguyện chuyển nhập đã biểu minh như sau:

(3) Tam nguyện chuyển nhập

Ngài Di Lặc Bồ Tát tìm hiểu lý do "tại sao lại phải sanh vào thai cung?". Đức Thích Ca đưa ra lời nguyện thứ 19, 20 và lời nguyện thứ 18, lý do ở lời nguyện thứ 19 và lời nguyện thứ 20 là tội về nghi hoặc Phật trí. Nếu sám hối tội lỗi sâu dày kia, nương vào lời nguyện thứ 18 sẽ được liên hoa hóa sanh; đó là lời giáo huấn.

Ba lời nguyện nầy trong 48 lời nguyện, đặc biệt gọi là "Mười phương chúng sanh" là lời nguyện với sự quan hệ trực tiếp với chúng sanh, cho nên cũng gọi là ba lời nguyện của cơ (duyên). Ba nguyện nầy là từ tự lực đến tha lực của Bổn Nguyện lực đối với chúng sanh giác ngộ được lòng đại bi của Như Lai sâu dày ấy.

Ngài Thân Loan Thánh Nhơn đón nhận lời dạy ấy, ở quyển Phương tiện hóa thân độ, đầu tiên lời nguyện thứ 19 và lời nguyện thứ 20 về tội căn sâu dày nghi hoặc về Phật trí mà biết sám hối. Sau đó chuyển vào ba lời nguyện kia, lời giáo huấn của Đức Thích Tôn đã đưa ra sự ứng hợp với toàn thân toàn linh. Hơi dài một chút, nhưng sự sám hối tam nguyện chuyển nhập có nghĩa là câu văn có tính cách trọng yếu của "Giáo hạnh tín chứng" được đưa ra:

Buồn thương với cấu chướng của phàm ngu, từ xa xưa cho tới nay, giúp đỡ, chánh gian tạp với định toán tâm tạp cùng với thời kỳ ra khỏi không có, trải qua chính mình lưu chuyển luân hồi, trong vi trần kiếp số vô kể; thế nhưng không trở về với Phật nguyện lực cũng như nhập vào biển tin lớn, quá thương thay! Buồn lo ta thán sâu dày. Cùng với Thánh nhơn lớn nhỏ, tất cả người lành, thêm vào nơi bổn nguyện mà ta trồng được căn lành, không sanh ra niềm tin, không rõ được Phật trí, không rõ biết để kiến lập cái nhơn, không thể vào nơi báo độ.

(Chơn Tông Thánh Điển trang 356)

Nửa phía trước tường thuật về: "Với định tán tâm tạp, không có thời gian ra khỏi". Ở lời nguyện thứ 19 là sự bi thán về nghị lực. Nếu phía sau đã thuật lại: "Sự gia thêm Bổn Nguyện để trồng thiện căn cho chính mình, nhưng niềm tin cũng không phát sanh được", cho nên ở lời nguyện thứ 20 nói về lời nguyện của trồng các công đức gốc, để biểu minh cho việc sám hối của sự chấp trước của tự kỷ. Sự sám hối nầy phản tỉnh nhưng sâu dày, chung quanh sự tồn tại của nhơn gian; nhưng ở lời nguyện thứ 18 được chiếu sáng bởi trí tuệ của tín tâm được khởi lên, nhưng vì nơi sâu thẳm của tự lực không rõ biết chỗ tận cùng được ánh sáng mặt trời chiếu rọi phơi bày. Thế nhưng sự sám hối dưới ánh sáng mặt trời ấy khác với sự đau buồn có tính cách nhơn gian của đêm dài tăm tối. Với nỗi lo buồn nguyên vẹn trông mong nơi trời Phật, với tín tâm chân thật với sự hoan hỷ bảo bọc qua ánh sáng trí tuệ của sự nhiếp thủ, cho nên sự sám hối nầy và nội dung của sự tán thán bắt đầu cho việc tín ngưỡng cáo bạch của tam nguyện chuyển nhập.

Ở đây mang đến với Loan của Ngu Ngốc Thích, ngưỡng cầu về việc giải nghĩa của luận chủ, nương vào sự khuyến hóa của Tông sư, dài lâu vạn hạnh, ra khỏi giả môn bằng các việc lành, lìa khỏi sự vãng sanh dưới hai cây song thọ lâu dài, trở về với gốc lành, gốc đức của chơn môn, quả quyết phát tâm nan tư vãng sanh. Bây giờ chỉ còn đặc biệt việc ra khỏi chơn môn của phương tiện, chuyển nhập vào nguyện hải của tuyển trạch. Mau mau lìa khỏi tâm của nan tư vãng sanh, mong muốn được toại nguyện với nan tư nghì vãng sanh. Lời thệ nguyện của quả toại, do việc lành nầy vậy. Từ đây vào nơi nguyện hải lâu đài, rõ biết Phật ân sâu rộng, vì để cảm tạ đối với chí đức, cho nên bỏ đi sự giản yếu (đơn giản chính yếu) của Chơn Tông, thường hay với sự xưng niệm về biển đức của sự bất khả tư nghì. Chẳng bao lâu điều nầy sẽ hoan hỷ thích thú, đặc biệt với việc nầy trở thành sự đón nhận.

(Chơn Tông Thánh Điển trang 356 – 357)

Ý nghĩa như sau đây:

"Loan của Ngu Ngốc Thích, nương vào sự khuyến khích ngưỡng vọng về 7 vị Tổ với "Tịnh Độ luận" của Ngài Thế Thân, gặp được Bổn Nguyện thứ 18, các việc lành tu tập và dưới song thụ lâm mạng chung vãng sanh, ra khỏi phương tiện của lời nguyện thứ 19, việc hồi tâm nơi cơ duyên của lời nguyện thứ 20, niệm Phật là hồi hướng vãng sanh về Tịnh Độ với sự phát khởi tâm của Nan Tư vãng sanh. Thế nhưng bây giờ ra khỏi việc vãng sanh của lời nguyện thứ 20 của phương tiện, bảo bọc bởi biển đại bảo của Bổn Nguyện. Cho nên hãy mau mau lìa khỏi Nan Tư vãng sanh, mong muốn được toại nguyện với Nan Tư Nghì vãng sanh của lời nguyện thứ 18. Cảm tạ với sự toại nguyện của kết quả qua việc cứu độ nguyên sự phàm phu như vậy, đây là bao gồm lòng đại bi của Như Lai vậy. Việc bao gồm với đại bảo hải của Bổn Nguyện, ở đây phải rõ biết về ân đức của Như Lai. Vì sự báo tạ thâm ân với công đức của sự niệm Phật, nên việc quan trọng của Tịnh Độ Chơn Tông là dạy cho rộng rãi, vĩnh viễn nhớ nghĩ đến Bổn Nguyện Hải về việc xưng danh niệm Phật. Chẳng mấy chốc hoan hỷ với lời dạy của Bổn Nguyện, chỉ đón nhận mà thôi".

Đến đây, đầu tiên là rời bỏ việc vãng sanh dưới song thọ lâm của lời nguyện thứ 19, hướng nhập vào Nan Tư vãng sanh của lời nguyện thứ 20 đã biểu minh điều nầy. Sự hồi nhập nầy là, Ngài Thân Loan Thánh Nhơn tường thuật lại: "Gọi là 'Phàm Thánh nghịch báng tề hồi nhập', Tiểu Thánh phàm phu, ngũ nghịch, hủy pháp, vô giới, xiển đề, tất cả đều hồi tâm" (Chơn Tông Thánh Điển trang 532) đã biểu rõ sự hồi tâm ấy, với hồi tâm dẫu được bảo bọc bởi Bổn Nguyện hải, nhưng vì thân của túc nghiệp không tiêu trừ, nên trở thành cơ duyên của lời nguyện thứ 20 và đã biểu minh được điều nầy.

Dẫu cho thân nầy có đến đâu đi chăng nữa thì với cơ duyên của lời nguyện thứ 20 sẽ chuyển nhập vào sự vãng sanh của lời nguyện thứ 18 thành "sự mong cầu được toại nguyện của Nan Tư Nghì vãng sanh" và ở đây đã biểu minh về sự nguyện cầu với ý mong muốn đó. Như thế Ngài Thân Loan Thánh Nhơn đã nói về Trí Huệ đoạn của "Đại Kinh" như lời dạy của Đức Thế Tôn. Sự vãng sanh của lời nguyện thứ 19, cho đến sự vãng sanh của lời nguyện thứ 20 và thuận theo việc đuổi theo sự vãng sanh của lời nguyện thứ 18, đã được biểu minh về điều nầy.

Ở nơi đây Giáo Sư Tằng Ngã Lượng Thâm đã giải thích rõ ràng về sự cấu tạo có tính cách lập thể về ba nguyện chuyển nhập ấy rằng: "Đầu tiên từ lời nguyện thứ 19 đến lời nguyện thứ 18 của việc hồi tâm. Vấn đề của lời nguyện thứ 20 là Khóa Đề của niệm Phật sinh hoạt của sự hồi tâm trở đi. Vấn đề của lời nguyện thứ 20, trở thành tấm gương hợp lại với lời nguyện thứ 18". Như phía trước đã đặt ra cũng có thể hiểu được bằng sự sám hối của Ngài Thân Loan Thánh Nhơn, là sự sám hối sâu dày của tự lực lời nguyện thứ 19 và lời nguyện thứ 20. Dẫu cho là thế nào đi chăng nữa thì đó là sự nương vào trí tuệ tín tâm của lời nguyện thứ 18, cho nên đầu tiên lời nguyện thứ 18 và lời nguyện thứ 19 liên hệ với nhau, ngoài ra sự liên hệ đối với lời nguyện thứ 18 và lời nguyện thứ 20 cùng lời nguyện thứ 18 là hai lời nguyện quan hệ với nhau. Đây là sự biểu tỏ rõ ràng của tam nguyện chuyển nhập, như gồm cả lời dạy của trí huệ đoạn, đúng như tính cách bình diện có thể thấy được, nhưng nói đây là sự cấu tạo có tính cách lập thể.

Thầy Tằng Ngã đã giải rõ tam nguyện chuyển lập và cũng có thể nghĩ rằng căn cứ vào sự đọc tụng thâm sâu của "Đại Kinh" vậy.

Quyển hạ của "Đại Kinh" đầu tiên là lời nguyện thứ 18 và nguyện thành tựu văn của chí tâm tín nhạo và lời nguyện thứ 19, nguyện thành tựu văn của tu chư công đức (tam bối chương) và có thể nói là hòa hợp cận kề nhau. Ở đây gọi là xả bỏ tạp hạnh, trở về với Bổn Nguyện, hay từ tự lực đến tha lực. Đây chính là từ lời nguyện thứ 19 hồi tâm trở lại với lời nguyện thứ 18 vậy.

Ở đây nơi thành tựu văn của lời nguyện thứ 20, phần cuối của quyển hạ nơi Trí Tuệ đoạn đã được nói đến. Đầu tiên nói về trí tuệ của nguyện thành tựu văn thứ 18; nhưng ở sau cùng thì quán thông đến trí tuệ đoạn.

Ở lời nguyện thứ 20 là Khóa Đề của tự lực, từ ý thức sâu xa của con người, với ý thức không thể leo lên được khỏi vấn đề đối với con người. Ở tận cùng của việc niệm Phật sinh hoạt, sự chấp tâm của tự lực dùng trí tuệ để phá kiến, chỉ có trí tuệ của tín tâm của nguyện thành tựu thứ 18. Nương vào Phật trí dẫn dắt quần manh trở lại và thệ nguyện rằng cứu giúp hoàn toàn không bỏ sót ai, nhưng ở lời nguyện thứ 20 là cái quả trọn vẹn của lời thệ nguyện. Trí tuệ của chơn thật của lời nguyện thứ 18 chiếu phá phiền não, người được quy ngưỡng dùng tay để dẫn về Bổn Nguyện hải. Ở đây việc cứu độ nguyên vẹn tùy theo đó là kết quả theo cùng, có ý nghĩa trọng yếu của lời thệ nguyện. Sự hồi tâm của lời nguyện thứ 19 và lời nguyện thứ 18 ở "Đại Kinh" phần đầu tiên của quyển hạ và lời nguyện thứ 18 cùng lời nguyện thứ 20 của Nan Tư Nghì vãng sanh (Đại Kinh phần cuối cùng của quyển hạ). Lại nữa sự hồi tâm bắt đầu sự bảo bọc toàn thể việc niệm Phật sinh hoạt, vì đã đọc được sự biểu minh nầy của tam nguyện chuyển nhập. Với sự cấu tạo có tính cách lập thể như vậy, Giáo Sư Tằng Ngã có thể hiểu là đầu tiên đưa ra ngôn từ để biểu hiện.

Với thân nầy cho đến khi mạng chung cùng cơ duyên của lời nguyện thứ 20, cho nên sự vãng sanh của lời nguyện thứ 18 gọi là: "Nan Tư Nghì vãng sanh, theo sự mong cầu", dẫu thế nào đi chăng nữa thì với ý muốn của người nguyện sanh nầy hoặc là lời nguyện ấy đã được biểu minh.Ví dụ như dù có hồi tâm mà thân vẫn còn phiền não y nguyên như vậy, mà người đó đứng nơi Phật đạo (bất đoạn phiền não đắc Niết Bàn = không đoạn phiền não được Niết Bàn), đây gọi là Nan Tư Nghì vãng sanh trong việc niệm Phật sinh hoạt. Cho đến sau cùng còn sót lại vấn đề là chấp tâm của tự lực. Đối với sự niệm Phật sinh hoạt sẽ được tiếp tục dạy dỗ, điều nầy đầy đủ ở lời nguyện thứ 18 bao bọc cả một thế giới của sự chơn thật và ở đây nói về lời thệ nguyện tùy theo cái quả của lòng từ của Như Lai là lý do vậy. Cho nên ở sau cùng của quyển hạ đối với Phật trí được khai mở và với lời thệ nguyện thành tựu của quả nầy đã được nói, là nói về việc cứu vớt quần manh về việc dạy dỗ của "Đại Kinh" và cũng có thể suy nghĩ rằng đây là việc hoàn kết (hoàn toàn kết thúc) vậy.

(4) Chơn Phật đệ tử.

Giống như quan niệm của Minh Huệ và Phật Giáo phải suy nghĩ rằng hành và tín phải phân biệt cho rõ ràng, nhưng với Chơn Tông thì hành tín bất ly. Khi trở về với danh hiệu của Bổn Nguyện thì thân vừa sám hối cũng có nghĩa là bắt đầu hành, tín thì lần lượt sau đó. Đây chính là "còn nghi ngờ khi niệm Phật" là một cách biểu hiện vậy. Cho nên từ quyển hành và quyển tín của "Giáo hạnh tín chứng" thì hành và tín có tính cách đặt nặng lên hơn. Ở nửa phía sau của hành quyển, trung tâm của Khóa Đề, dẫu nói thế nào đi chăng nữa thì đó là "Thệ nguyện nhứt Phật thừa". Ở trung tâm Khóa Đề của nửa phía sau của quyển tín, mục tiêu đưa ra biểu hiện là: "Cơ của Chánh Định Tụ", cho nên đó là Chơn Phật Tử Thích. Hai việc nầy chồng lên nhau cho nên Ngài Thân Loan Thánh Nhơn gọi Thệ Nguyện Nhứt Phật Thừa, là người được sanh ở thế giới nhứt như của Như Lai, điều nầy trở thành sự biểu hiện là Chơn Phật đệ tử.

Trung tâm tín tâm của "Đại Kinh" như phía trước đã tìm hiểu về Tam Nguyện chuyển nhập, nếu được biểu hiện là tính cách Tịnh Độ giáo. Điều nầy chồng lên lời nguyện thứ 20 là: "Theo ý muốn của Nan Tư Nghì vãng sanh" và được nói việc tu luyện vãng sanh của nguyện thứ 18. Nếu rõ biết thực tình ở khái niệm vãng sanh của Tịnh Độ giáo, thì chẳng phải ở Hành quyển về "Thệ nguyện nhứt Phật thừa", mà ba pháp nguyện nầy đối ứng với Tịnh Độ trang nghiêm, lại cũng biểu hiện đầy đủ của Thanh Tịnh công đức, lượng công đức và tánh công đức. Ở Tín quyển, cơ của Chánh Định Tụ nếu nói rõ ràng ở điểm chính thì gọi đó là Nan Tư Nghì vãng sanh của lời nguyện thứ 18, như vậy đã quá đầy đủ rồi chăng ?

Ở đây Ngài Thân Loan Thánh Nhơn nơi Hòa Tán cũng:

Từ nguyện ấy quả thành tựu
Thích Ca chính là gốc thiện, gốc đức
Kinh Di Đà đã diễn tả
Cơ duyên có thể tiến đến Nhứt Thừa.

(Chơn Tông Thánh Điển trang 984)

và lời thệ nguyện của quả thành tựu ấy là dụ dỗ về cơ duyên của sự thệ nguyện nhứt Phật thừa với tất cả chúng sanh, nên ngâm rằng: đó là phương tiện vậy. "Nhứt Phật Thừa" gọi như "Kinh Pháp Hoa" ở phần bắt đầu về mục tiêu cứu cánh của Thánh Đạo Môn; cho nên nương vào "giáo hạnh tín chứng" Phật đạo của Tịnh Độ chính là sự biểu hiện trở lại với khái niệm của Đại Thừa Phật Giáo. Ý muốn của Ngài Thân Loan Thánh Nhơn có thể nghĩ rằng đã rõ ràng.

Đạp lên trên nầy hãy xem để thấy về Chơn Phật Tử Thích. Với việc nầy được ghi lại như sau:

"Chơn Phật đệ tử" nghĩa là – nói chơn có nghĩa đối với ngụy, đối lại với giả. "Đệ Tử" ở đây là việc trở thành đệ tử của Đức Phật Thích Ca và của chư Phật, trở thành hành nhơn của Kim Cang tâm. Do nơi tín cùng hành nầy, tất nhiên được siêu chứng vào Đại Niết Bàn, nên gọi là "Chơn Phật đệ tử".

(Chơn Tông Thánh Điển trang 245)

Ở đây Tịnh Độ giáo biểu thị qua ngôn ngữ không thể thấy được tất cả. "Chơn Phật đệ tử" cũng như "hành nhơn của Kim Cang tâm" và "Tất khả siêu chứng Đại Niết Bàn" gọi là định nghĩa về dụng ngữ của Đại Thừa Phật Giáo, để biểu hiện Phật đạo về con đường Đại Bát Niết Bàn. Thế nhưng Ngài Thân Loan Thánh Nhơn là người kế thừa từ Ngài Pháp Nhiên về niệm Phật vãng sanh của Phật đạo. Cho nên đó chỉ là sự chuyển nhập của tam vãng sanh. Vậy thì việc vãng sanh Tịnh Độ và Đại Niết Bàn đạo có sự liên hệ như thế nào đây? Bên dưới sẽ tìm hiểu để xem một ít ý nghĩa vậy.

Đầu tiên gọi là: "Chơn Phật đệ tử", Ngài Thiện Đạo của "Quán Kinh Sớ" ở phần "Tán Thiện Nghĩa" có cho biết:

"Tùy thuận với Phật giáo (lời dạy của Phật) và tùy thuận nơi Phật ý" được gọi như vậy. Điều nầy có tên là: "Tùy thuận đối với việc tùy thuận". Đây được gọi tên là Chơn Phật đệ tử". (Chơn Tông Thánh Điển trang 216)

Cho nên nương vào câu văn nầy Ngài Thân Loan Thánh Nhơn nói rằng: "Đệ Tử" chính là đệ tử của Đức Thích Ca và chư Phật. "Tùy thuận nơi Phật giáo" và "tùy thuận nơi Phật ý", có nghĩa là nương theo lời dạy của Đức Thích Ca và chư Phật. Đây chính là việc có tính cách nguồn gốc "Tùy thuận vào Phật nguyện" của

Đức A Di Đà Như Lai. Cho nên người vãng sanh theo Bổn Nguyện của Như Lai là nương tựa vào lời dạy của Đức Thích Ca và chư Phật. Ở đây được gọi là "hành nhơn của Kim Cang tâm".

"Chơn" ở đây là đối lại với "ngụy", ở phần cuối của quyển Hóa Thân Độ đã bắt đầu rằng: "Căn cứ vào Tu Đa La (kinh) để quyết định về chơn ngụy, nếu muốn giáo huấn về tà ngụy với ngoại giáo". (Chơn Tông Thánh Điển trang 368).

Vì vậy ở đây trở thành vấn đề của "62 kiến và 95 loại tà đạo" (Chơn Tông Thánh Điển trang 251); Ngoài ra ngoại đạo là (tư tưởng ngoài Phật giáo và lời dạy). Ngài Thân Loan Thánh Nhơn đối với việc nầy ở nơi "Chánh Tượng Mạt hòa tán" đã vịnh như sau:

Với ngoại đạo Phạm Chí Ni Kiền Tử
Người không thay đổi tấm lòng
Tuy thường mặc y của Như Lai
Nhưng tất cả đều sùng bái quỷ thần.

Thật là buồn thương với hai kẻ đi trong đêm tối.
Cùng với Đạo tục của nước ta
Cùng với uy nghiêm của Phật giáo
Tôn kính các quỷ thần của trời đất.

(Chơn Tông Thánh Điển trang 509)

Trong tâm dẫu có tin ngoại đạo, nhưng người sống và thân mặc pháp y của Như Lai là đệ tử Phật, có thể nói rằng đó là ngụy Phật đệ tử. Đối lại với việc nầy gọi là giả Phật đệ tử, như vấn đề nầy được nói đến ở Hóa Thân độ quyển, tự lực của Thánh Môn; ngoài ra gọi là người đệ tử Phật đứng ở tự lực Định Tán của Tịnh Độ Môn Nội.

Kế tiếp về Kim Cang tâm "Tam tâm nhứt tâm vấn đáp" đón nhận nhị hà bạch đạo (2 con sông và một con đường trắng) được nói đến trong Ngũ tự thích (tự mình giải thích). Gọi là: "Năng sanh thanh tịnh nguyện tâm" trở thành chơn tâm của Kim Cang; nhập vào đại tín tâm hải (biển tâm có lòng tin lớn) của Bổn Nguyện lực hồi hướng, không thể phá hoại được. Ở đây dụ cho "Kim Cang tâm".

(Chơn Tông Thánh Điển trang 235)

Với thí dụ của Ngài Thiện Đạo về nhị hà bạch đạo (2 dòng sông, một con đường trắng) đã gặp được "Năng tâm thanh tịnh nguyện vãng sanh tâm", Ngài Thân Loan Thánh Nhơn thì thêm vào "tam tâm nhứt tâm vấn đáp", biến thành "Năng sanh thanh tịnh nguyện tâm"; Kim Cang tâm nghĩa là nói về tâm được giải phóng khỏi đại tín tâm hải của Bổn Nguyện lực hồi hướng.

Về Kim Cang tâm nầy, Ngài Thiện Đạo ở nơi "Tán thiện nghĩa" có thể thấy được ngôn ngữ ấy. Theo dẫn văn (trích dẫn câu văn) của tín quyển, cách đọc có thay đổi, nhưng chúng ta nghĩ rằng có thể dễ hiểu được tâm của Thân Loan Thánh Nhơn, cho nên ở đây có thể thấy được.

Lại nữa với kẻ sống với sự hồi hướng phát nguyện, chắc chắn quyết định trong sự hồi hướng với tâm chân thật để nguyện được đầy đủ công việc của tưởng về việc được sanh. Tâm thâm tín nầy là nguyên do trở thành tâm Kim Cang, tất cả các dị kiến, dị học, biệt giải, biệt hành của con người, vì đó mà không bị động loạn phá hoại. (Chơn Tông Thánh Điển trang 218).

Kim Cang tâm là tín tâm của Bổn Nguyện lực hồi hướng, cho nên được nói là: "Tất cả những dị kiến, dị học, biệt giải, biệt hành của con người, vì đó không bị động loạn phá hoại". Đây chính là giá trị quan và học vấn của thế gian, Phật liễu giải của Thánh Đạo Môn và thật tiễn, không bị mê hoặc, quyết định không bị băng hoại.

Ở đây ý nghĩa có tính cách hiện thật của Chơn Phật Tử, nhưng thực tế thì bị đẩy thêm tính chất cụ thể nữa. Nói một lời là: "Vô ngại đạo"; cho nên "hành nhơn của Kim Cang tâm và "Thán Dị Sao" ở chương thứ 7 trở thành kẻ sống với nội dung có tính cách cụ thể là: "Người niệm Phật, trở thành con đường vô ngại". (Chơn Tông Thánh Điển trang 629).

Về con đường vô ngại nầy Ngài Đàm Loan ở "luận chú" được trích dẫn rõ ràng căn bản từ "Pháp Hoa Kinh", rồi Ngài Thân Loan Thánh Nhơn đã trích dẫn để dùng (dẫn dụng). Cho nên có thể thấy ở đây.

"Đạo" trở thành con đường vô ngại. "Kinh" (Hoa Nghiêm Kinh) đã nói đến là: "Thập phương vô ngại nhơn, từ một con đường tìm cách ra khỏi sanh tử"; "Một con đường ấy trở thành con đường vô ngại". "Vô ngại" đây được nói đến là trở thành sự hiểu biết, trở thành Niết Bàn lại từ sanh tử. Những điều cho vào đó trở thành tướng của vô ngại, là pháp môn của nhập bất nhị". (Chơn Tông Thánh Điển trang 194).

Để hiểu rõ câu văn nầy thì vô ngại đạo được thành lập với tính cách căn nguyên về "Sanh tử tức Niết Bàn".

Với trí huệ nầy ở Thánh Đạo Môn tu hành tăng thêm nương vào đó để giác ngộ và được sanh về, cho nên nói đến hành là ví dụ cho 6 Ba La Mật gồm: bố thí, trì giới, nhẫn nhục, tinh tấn, thiền định và cuối cùng là trí tuệ; trí tuệ là nhận được sau cùng. Ở đây theo Tịnh Độ giáo vì không thể được giác ngộ, nên chỉ dạy về Bổn Nguyện và ngoài ra không có gì khác nữa. Thực tế thì việc nầy ở phía trước Thân Loan Thánh Nhơn đã biểu minh về nội dung của tam nguyện chuyển nhập rồi. Chẳng phải như vậy hay sao?

Lời nguyện thứ 20 là cơ của nguyện về trồng các gốc đức, cho đến khi Như Lai cứu tự mình quyết định. Thế nhưng vì Như Lai là vị cứu chủ, nên đến khi được cứu thì tự tay của mình đã bị lấy trộm rồi, giữa chúng sanh và Như Lai hỗn loạn về sự phân chia, giao tiếp. Sự phân chia giao tiếp ấy, căn cứ vào lời dạy của bổn nguyện hãy minh xét một cách triệt để, sẽ được giải phóng ở thế giới nhứt như của Như Lai qua lời nguyện thứ 18 về nguyện thành tựu. Nhưng đó là một mắt nhìn thấy của trí huệ đoạn của "Đại Kinh". Với sự tử tế đối với Thân Loan Thánh Nhơn đã được biểu minh nên tam nguyện chuyển nhập, đây là lời thệ nguyện thực hiện sự cứu vớt quần manh là phương tiện đại bi của Như Lai đã cảm bội (cảm động nhớ đến) "tròn lời thệ nguyện là nguyên do tốt chăng?". Cho nên đã đóng lại tam nguyện chuyển nhập.

Ở lời nguyện thứ 18 và lời nguyện thứ 20 có thể thấy được sự quan hệ hô ứng sâu xa, nên có nơi Xích Pháp Nhãn của Tông Tổ. Đây là câu văn của "Pháp sự tán" viết tay, lời nguyện thứ 20 và lời nguyện thứ 18 đọc chồng lên nhau, nhưng thật tế thì việc chồng lên ấy là "sanh tử" của cơ theo lời nguyện thứ 20 và là pháp của lời nguyện thứ 18 về "Niết Bàn giới" để thực hiện "sanh tử tức Niết bàn".

Ở đây hãy tìm hiểu thử xem về Hiện Sanh Nhứt Định Tụ là lập cước địa của Tông Tổ. Điều nầy đối với tín của tha lực, khi sanh về Tịnh Độ thì ở ngôi vị Chánh Định Tụ, đã lấy trước. Hiện Sanh Chánh Định Tụ kia nghĩa là thân y nguyên phiền não ở Tịnh Độ được mở ra có nơi chốn, bởi vì ở nơi đó cũng thực hiện "sanh tử tức Niết bàn". Lấy điểm cơ bản nầy, Tịnh Độ giáo đã chuyển hoán thành Đại Niết Bàn đạo.

Ở Tam Nhập chuyển hoán, điều nầy gọi là vãng sanh Phật đạo với việc ép ngay vào, cho nên ở lời nguyện thứ 20 là Nan Tư vãng sanh và lời nguyện thứ 21 là Nan Tư Nghì vãng sanh chồng lên với nhau, để thực hiện "sanh tử tức Niết bàn". Thế nhưng điều nầy với Thánh Đạo Môn thì chẳng thể giác ngộ được trí tuệ, mà nơi Hiện Sanh Chánh Định Tụ ấy cũng ở nơi Tam Nguyện chuyển nhập là nương theo đạo lý của Bổn Nguyện với lòng đại bi của Như Lai, thực hiện nơi tín tâm của tha lực để thực hiện "sanh tử tức Niết Bàn".

Cho nên với Ngài Thân Loan Thánh Nhơn đã biểu hiện sự thật cứu độ nương vào tín tâm với quần manh; đây là sự cường điều hầu như là dị chất và là đạo lý có tính cách quan niệm của Thánh Đạo Môn. Điều nầy ở "Chánh Tín kệ" vịnh rằng: "Cảm nhiễm của phàm phu, nếu phát được tín tâm, trở thành sanh tử tức Niết bàn và rõ biết được sự chứng ấy". (Chơn Tông Thánh Điển trang 206). Lại nữa cũng có vịnh ở "Nếu hay có tâm nhứt niệm hỷ ái phát ra, thì phiền não không nối theo, sẽ được Niết Bàn" (Chơn Tông Thánh Điển trang 240). Điều nầy nếu nói thêm một ít về tính cách cụ thể thì sự phiền não của chúng sanh và Bổn Nguyện của Ngài Pháp Tạng Bồ Tát chẳng phải là sự tương tức sao? Phiền não và vừa sự đoạn tuyệt, dẫu sao đi nữa với Bổn Nguyện (nguồn gốc) thì chính là Bổn Nguyện của Pháp Tạng Bồ Tát đã phát nguyện.

Vi Đề Hy và A Xà Thế cùng với Đề Bà Đạt Đa là những người đứng lên làm hưng khởi Tịnh Độ giáo. Nhưng với tất cả họ là những người liên hệ về sự kiện đã làm cho Vua Tần Bà Sa La mất đi. Việc nầy khó thể chấp nhận được; nhưng đúng như trên đỉnh của núi Phú Sĩ có mây bay qua mặt, sự phiền não của chúng sanh, ở trong đời nầy trở thành đột xuất với sự thật của ngũ ác. Ở tận cùng của sự phiền não ấy để dừng ngay lại mà chẳng dừng, nên tìm thấy nơi Bổn Nguyện của Pháp Tạng Bồ Tát khơi động dậy, đó chính là Đức Thích Tôn. Vì sao nói về sinh hoạt của phiền não chúng sanh về tam độc ngũ ác đoạn và lại nói chồng lên, trở thành việc cứu độ Thắng Hạnh đoạn của Bồ Tát Pháp Tạng. Vừa với tâm tàm quý của A Xà Thế là một thủ thuật, bổn nguyện của Như Lai được hướng dẫn "lại nữa điều nầy với ta, tâm nầy trở thành niềm tin vô căn (không gốc rễ)" (Chơn Tông Thánh Điển trang 265) và A Xà Thế đã thốt lên trong "Kinh Niết Bàn".

Lại nữa ở "Quán Kinh" trong bi kịch của Vương Xá Thành ghi "Bạch Thế Tôn! Đời trước đã mắc tội gì mà sanh ra ác tử?". (Chơn Tông Thánh Điển trang 92) Và chung quanh sự say đắm của phàm phu Vy Đề Hy than khóc với tâm tìm cầu cứu độ "nơi không có phiền não", đồng thời có tấm lòng muốn tìm "nơi nghiệp thanh tịnh". Việc nầy ứng với việc nói về Tịnh Độ của Đức A Di Đà Như Lai. Việc nầy Đức Thích Tôn đã thấy nghe rõ đối với sự khổ não tột cùng của Vi Đề Hy với người phàm phu, với người con A Xà Thế và người chồng là Vua Tần Bà Sa La, cùng với tôi (Hoàng hậu) mọi người bị cộng chung và Bổn Nguyện của Như Lai được khơi động. Từ đây Tịnh Độ của Đức A Di Đà chẳng phải được nói đến sao ?

Đương nhiên đối với những kẻ phàm phu, với việc như vậy thật là khó hiểu được. Trong sự kiện nầy kẻ kia (A Xà Thế) đã oán giận và vì thế đã lập nên tâm sát hại người. Thế nhưng giống như gió dữ phiền não trở thành một; một thứ đó là sinh mạng muốn được sống theo Bổn Nguyện của Như Lai (Đức A Di Đà). Đó chính là Đức Thích Tôn (Đức Thích Ca). Với ý nghĩa là với phiền não của chúng sanh không có sự nối kết cột chặt với thế giới trực tiếp của Như Lai (Đức A Di Đà), nên đối với kẻ đã trải qua sự đoạn tuyệt của tuyệt đối về sự phân tế của Tam Nguyện chuyển nhập, thì tương tức nguyên vẹn với sự đoạn tuyệt ấy. Điều nầy Ngài Thân Loan Thánh Nhơn đã ngâm vịnh trong "Cao tăng hòa tán" như sau:

Lợi ích từ Vô Ngại quang
Được lòng tin nơi uy đức quảng đại
Phiền não chắc chắn tan biến
Lại biến thành nước Bồ Đề
Trở thành thể của tội chướng công đức
Nước đá và nước trộn hòa nhau
Nước đá lớn cùng nước đầy tới
Va chạm vào nhau với đức lớn.

Cho đến trở thành tà ma đi nữa vẫn là tội chướng tánh của phiền não, nhưng đó là việc tán thán ngâm vịnh với cái thể của công đức đối với Như Lai. Tuy nhiên phiền não không rời khỏi thân nầy, nhưng thân nầy có thể nghe được Phật pháp, đây là sự chuyển đổi. Cho nên phải cảm ơn nếu có phiền não, với sự giáo huấn của Đức Thế Tôn. Đối với bổn nguyện kia dùng năng lực để dừng lại, Bổn Nguyện của Ngài Bồ Tát Pháp Tạng là nhận lấy khi nghe đến âm thanh nầy, điều nầy chính là sự chuyển đổi vậy.

Phiền não của chúng sanh, không thể tiêu trừ trong cuộc sống, thế nhưng khi khởi lên từng mỗi niệm của phiền não thì nhận lấy được việc nghe âm thanh của Bổn Nguyện, rồi trở về với sự bao dung từ Ta Bà đến cảnh giới của Niết Bàn là sự thật. Khi chúng sanh mất đi vẫn còn tiếp tục với con đường phiền não, không thay đổi gì cả; ý nghĩa chính là sự chuyển đổi đến Đại Bát Niết Bàn đạo. Việc nầy chính Ngài Thân Loan Thánh Nhơn đã kết thích (kết luận và giải thích) là Chơn Phật đệ tử vậy.

Niệm Phật chúng sanh cuối cùng với tâm Kim Cang của Hoành Siêu; màn đêm của lâm chung một niệm thì lên được Đại Bát Niết Bàn để chứng.

(Chơn Tông Thánh Điển trang 250)

Là cách nói và còn gọi là "Tất cả siêu chứng Đại Niết Bàn" với Chơn Phật Đệ Tử Thích. Đây chính là một cách định nghĩa thêm vào cho Phật Đệ Tử của sự chơn thật.

Như vậy khi gặp phiền não thì được lắng nghe suy nghĩ bước dần đến sự thâm sâu của Bổn Nguyện, cho nên không bị thối chuyển đi bất cứ nơi nào cả, phàm phu đạo cũng chẳng biến đổi đi đâu, mà trở thành Phật đạo. Đây có thể nghe và nói là hành nhơn của tâm Kim Cang bước đi một cách vô ngại của một con đường.

12.- SÁCH CỦA VÔ NGÃ "GIÁO HẠNH TÍN CHỨNG"

(1) Tóm lược quyển hạ của "Đại Kinh".

Cho đến đây căn cứ vào quyển hạ của "Đại Kinh" (Kinh Vô Lượng Thọ hay còn gọi là kinh Đại Bản A Di Đà), đối với chúng sanh đã thực hiện tìm kiếm con đường Phật. Nơi đây sẽ tóm lược lại việc nầy.

Đầu tiên là phần mở đầu của quyển hạ, lời nguyện thứ 11 là nguyện thành tựu văn của tất chí diệt độ (chứng); lời nguyện thứ 17 là nguyện thành tựu văn của chư Phật xưng danh (hành), lời nguyện thứ 18, nguyện thành tựu văn của chí tâm tín nhạo (tín) đã được nói đến; phối hợp bối cảnh với nguyện thành tựu văn của lời nguyện thứ 18 cùng lời nguyện thứ 19 của Tam Bối chương; nguyện thành tựu văn của tu chư công đức (phương tiện) đã được nói ra.

Ở đây "Mười phương chúng sanh" là chủ ngữ, nên từ tự lực của lời nguyện thứ 19 đến tha lực của lời nguyện thứ 18 bay bổng; lại nữa cũng nói đến việc hồi tâm. Ngoài ra với Ngài Thân Loan Thánh Nhơn ở "Tịnh Độ Tam Kinh vãng sanh loại" thì nói rằng: "Nương vào nguyên nhơn của niệm Phật vãng sanh, trở thành nguyện quả của tất chí diệt độ". Tín tâm của tha lực là cái nhơn đối với việc nói đến được nguyện quả của diệt độ (Đại Niết Bàn), vì vậy cho đến đây sự rõ biết hoàn toàn về Thánh Đạo Môn lại sai biệt, nhơn quả của chúng sanh vãng sanh ở nơi phần mở đầu của quyển hạ ở "Đại Kinh" đã được hoàn thành.

Điều nầy nói cho cùng thì từ đây trở đi gọi là "Đông Phương Kệ"; từ Tịnh Độ quay về nơi uế độ nói về việc giáo hóa của các Bồ Tát. Ở đây chủ ngữ là: "Nhiều chúng Bồ Tát của Phật độ ở tha phương"; nơi nguyện thứ 22 là nguyện văn thành tựu của hoàn tướng hồi hướng (Chơn Tông Thánh Điển trang 51), đã được nói như vậy.

Đoạn trước của "Đại Kinh" (giáo) đã thực hiện về giáo của vãng tướng hồi hướng, đối với hành, tín, chứng và từ "Đông Phương Kệ" trở đi chủ ngữ thay đổi nói về hoàn tướng hồi hướng; đầu tiên Đức Thế Tôn đã chỉ cho sự giáo hóa của các thiện tri thức. Ngài

Thân Loan Thánh Nhơn thì mở ra 2 loại hồi hướng của Như Lai, đây là ảnh hưởng to lớn của "Tịnh Độ luận chú". Nhưng đây chẳng phải là tất cả của nguyên thủy ở "Đại Kinh" đã căn cứ vào việc nầy để phân chia thành hai, để nói về vãng tướng hồi hướng và hoàn tướng hồi hướng.

Như thế ở phần sau từ tam độc ngũ ác đoạn, hoàn tướng vừa làm cho đầy đủ việc giáo hóa của các thiện tri thức; phiền não của tham, sân, si khởi lên, bắt đầu sinh hoạt của việc niệm Phật vãng sanh. Với Nan Tư Nghì vãng sanh nầy nhơn gian cùng trên nhơn gian gọi là sự thành Phật, với Phật đạo thì đây có ý nghĩa rất quan trọng.

Vấn đề của chúng sanh còn sót lại sau cùng ở việc Tôn Giáo sinh hoạt là việc con người chẳng thể hiểu sự sâu dày của vô minh phiền não (ngu si). Cho nên phần trí huệ đoạn của phần sau cùng đối với việc nầy thì trí huệ từ nơi Đức Phật chiếu ra, thúc giục chúng sanh sám hối, nếu kết quả sự cứu giúp tất cả chúng sanh không toại nguyện thì không được, cho nên ở lời nguyện thứ 20 là nguyện thành tựu văn của thực chư đức bổn (trồng các gốc đức) (Chơn Tông Thánh Điển trang 81) đã được đề cập đến. Ở đây tuy thân đầy phiền não nguyên vẹn, nhưng bao trùm với Bổn Nguyện lực của lời nguyện thứ 18 nói về "Đêm của lâm chung một niệm, siêu chứng Đại Bát Niết Bàn", con đường Phật của quần manh của "Đại Kinh" đã hoàn thành.

(2) Đạo lý của nhơn quả.

Giống như ở quyển sau của "Đại Kinh" về việc thực hiện Phật đạo đối với chúng sanh, nhưng ở lời nguyện thứ 11 (chứng quyển); lời nguyện thứ 17 (hành quyển); lời nguyện thứ 18 (tín quyển); lời nguyện thứ 19 (Phương tiện hóa độ quyển); ngoài ra nguyện thứ 22 (hoàn tướng hồi hướng của trong chứng quyển) và lời nguyện thứ 20 (Phương tiện hóa thân độ quyển) của thành tựu văn đã nói.

Đối với việc nầy Ngài Thân Loan Thánh Nhơn đã lấy đó đưa ra lời nguyện thứ 12 là nguyện của quang minh vô lượng; nguyện thứ 13, nguyện thành tựu văn của Thọ mệnh vô lượng (Chơn Phật độ quyển), là thành tựu của pháp đã được nói ra ở nơi quyển thượng (Chơn Tông Thánh Điển trang 30 – 32). Ở hạ quyển đối với chúng sanh thực hiện sự thành tựu của Phật đạo; nơi quyển thượng thực hiện danh hiệu đối với sự thành tựu của pháp, ở đó với pháp và cơ tương ưng với quần sanh nương vào danh hiệu để thực hiện việc cứu độ.

Như Ngài Thân Loan Thánh Nhơn đã thực hiện từ 48 lời nguyện của "Đại Kinh" với lời nguyện chơn thật thứ 11, nguyện thứ 12, nguyện thứ 13, nguyện thứ 17, nguyện thứ 18, nguyện thứ 22 gồm tất cả 6 lời nguyện; những lời nguyện của phương tiện gồm lời nguyện thứ 19 và lời nguyện thứ 20 là hai lời nguyện, lần lượt đây đó gọi là chân giả 8 nguyện. Nhưng ở đây không những chọn lấy ra chỉ chừng ấy lời nguyện. Ngoài ra còn có nơi lời nguyện thứ 33 về Chơn Phật Đệ Tử Thích của tín quyển là lời nguyện về xúc quang nhu nhuyến và lời nguyện thứ 34 là lời nguyện của Văn danh đắc nhẫn đã trích dẫn câu văn từ 2 lời nguyện nầy. (Chơn Tông Thánh Điển trang 245). Những điều nầy ở lời nguyện thứ 12 là nguyện thành tựu văn của lời nguyện về Quang Minh vô Lượng, cho nên lấy ra từ trong chơn giả 8 nguyện ấy.

Dẫu thế nào đi chăng nữa thì nơi nguyện thành Tựu văn sự thể nghiệm của Ngài Thân Loan Thánh Nhơn, nếu nói ngay thì đó là sự gặp nhau niệm Phật với Ngài Pháp Nhiên Thượng Nhơn (Quang Minh Vô Lượng và năng lực của Thọ Mệnh Vô Lượng), là sự thể nghiệm được cứu độ; cho nên bản thân của Ngài Thân Loan Thánh Nhơn cảm được điều căn bản nầy. Ý nghĩa của nhân nguyện (nguyên nhân của những lời nguyện) của 48 lời nguyện nầy là không cần phân biệt phàm phu, mà tất cả đều được hiểu rằng, đây chính là chính thân của Ngài. Ở đây vì nơi thành tựu văn là cảm được sự cứu độ của thân nầy là căn bản, nên nếu lắng nghe lời dạy thì kẻ phàm phu cũng hiểu rằng sẽ được cứu độ. Cho nên Ngài Thân Loan Thánh Nhơn với Thành Tựu Văn nầy lấy tuyển ra 8 nhơn nguyện "giáo hạnh tín chứng" đưa ra tiêu chuẩn chính. (đúng ra là lời nguyện thứ 22 chẳng phải là tiêu chuẩn ở trong câu văn chính của chứng quyển). Ở đây đứng trên nhơn nguyện đối với thành tựu của Bổn Nguyện để tuyển chọn ra gọi là phương pháp luận của "Giáo hạnh tín chứng", cũng chẳng phải là sự suy nghĩ của Phật giáo, mà đó chính là sự chói sáng về Phật đạo của sự thật tiễn của Ngài Thân Loan Thánh Nhơn.

Ngoài ra nếu nói toàn thể của "Giáo hạnh tín chứng" được thành lập căn cứ vào Bổn Nguyện của Như Lai. Bổn Nguyện nghĩa là: Từ sự giác ngộ Đại Niết Bàn đến việc thúc đẩy lòng đại bi nơi Ngài Bồ Tát Pháp Tạng, đó là sự kiến lập nên lời nguyện để cứu độ tất cả chúng sanh. Sự giác ngộ Đại Bát Niết Bàn là quả xuất hiện, vì nguyện của nhơn là sự kiến lập, cho nên Ngài Bồ Tát Pháp Tạng được gọi là Bồ Tát của từ quả hướng đến nhơn. Về đạo lý của nhơn quả của Như Lai thì với Ngài Thân Loan Thánh Nhơn đã được ảnh hưởng bởi văn chương của Ngài Đàm Loan đưa đến tính cách quyết định nầy. Ở đây sẽ đưa ra một vài việc.

Đề cập đến Bất Hư Tác Trụ Trì, trong 48 lời nguyện của Bổn Pháp Tạng Bồ Tát thì ngày nay trở thành sự nương vào tự tại thần lực của Đức A Di Đà Như Lai. Mang nguyện, lực không thành, mang theo lực ấy nguyện được tựu. Nếu nguyện không theo như vậy, thì lực không thể thành lập. Lực, nguyện hỗ trợ cho nhau đến cứu cánh, không có sự sai biệt. Cho nên nói là sự hướng dẫn thành tựu.

(Chơn Tông Thánh Điển trang 316).

Ý nghĩa như sau đây:

"Ở đây nói về Bất Hư Tác Trụ Trì (tất nhiên được thành Phật) nghĩa là căn bản của Bồ Tát Pháp Tạng của nhơn và nguyện là với thân nầy thực hiện nương vào năng lực giác ngộ của Đức A Di Đà Như Lai; nương vào nguyện lực nầy để thực hiện Phật lực. Phật lực là bối cảnh đối với nguyện lực. Nguyện tức là chẳng phải được kiến lập không mang theo một mục đích nào, Phật lực cũng chẳng có sự hư ngụy. Phật lực là quả, còn nguyện lực là nhơn hỗ tương hòa hợp với nhau để thành tựu Bổn Nguyện".

Như Ngài Thân Loan nói: Sự bảo bọc để giác ngộ Đại Niết Bàn là nương vào Bổn Nguyện lực. Bổn Nguyện của nhơn là thân nầy tín tâm vào sự thành tựu. Đại Niết Bàn của quả là năng lực bao bọc bởi công đức bảo hải của sự nhứt như.

Đúng ra thân nầy vì còn là phàm phu, nên khi mạng chung vừa đấu tranh với phiền não và vừa tiến tới hướng của Đại Niết Bàn. Đây chính là Nan Tư Nghì vãng sanh để kiến lập nên Phật đạo.

(3) Đặc chất của "giáo hạnh tín chứng".

Vì sao mà khai mở sự giác ngộ vào Đại Niết Bàn cho phàm phu? Có phải là để thực hiện Phật đạo mà hướng đến Niết Bàn? Đạo lý nhơn quả của Như Lai là việc công khai về Bổn Nguyện lực hồi hướng nơi sách "Giáo hạnh tín chứng". Thân nầy được cứu độ bởi năng lực nguyện lực của Như Lai và Phật lực, công khai với tâm hư ngụy (hư tâm), cho nên ở đó không có tư tâm (tâm riêng lẻ).

Cho nên với "Giáo hạnh tín chứng" không phải là tư tưởng có tính cách đơn thuần của Ngài Thân Loan Thánh Nhơn. Sách trở lại với "Đại Kinh" được viết là sách vô tư (không có tính cách cá nhân), là sách vô ngã. Với ý nghĩa nầy "Giáo hạnh tín chứng" không bị nhiễm ô bởi tư tưởng nào của thế gian cả, nên còn lưu lại vĩnh viễn vậy. Ở đó thực hiện việc siêu thế (giải thoát khỏi thế gian nầy). Sách nầy có tính chất đặc biệt (đặc chất) như vậy.

Cùng với mọi người cho đến đây đã cùng nhau tìm hiểu về "Giáo hạnh tín chứng" của Ngài Thân Loan Thánh Nhơn, mỗi quyển như vậy đều nương vào Bổn Nguyện của Đức A Di Đà Như Lai để lập thành. Bổn Nguyện của Như Lai là từ giác ngộ về pháp thân (Đại Niết Bàn) của Đức A Di Đà Như Lai, đến việc thúc đẩy đứng trên từ bi và trí tuệ của Bồ Tát Pháp Tạng, là lời nguyện kiến lập cho tất cả chúng sanh đều được giác ngộ Đại Niết Bàn. Quả của Đại Niết Bàn là sự giác ngộ; còn cái nhơn trở thành Bổn Nguyện, nên đối với Bổn Nguyện của nhơn nếu trở về, nương vào Bổn Nguyện lực, tất nhiên thực hiện được cái quả của sự giác ngộ.

Như thế "Giáo hạnh tín chứng" gồm đầy đủ cả Bổn Nguyện của nhơn và sự giác ngộ là quả của Như Lai, cho nên sự phân biệt của chúng ta giống như sức lực của viên đạn bay xa. Lý do nan giải với "Giáo hạnh tín chứng" có ở nơi đây. Thế nhưng ngược lại, tùy theo sự phân biệt, nếu chúng ta bị khốn khổ, chúng ta phá điều kia đi, chỉ còn sót lại nơi trí óc đầy đủ gốc gác, ngoài Bổn Nguyện lực ra, không có gì để dạy nữa.

Như "Giáo hạnh tín chứng" là sách nói về sự tương ưng và sự giác ngộ ở "Đại Kinh", và cũng nói đây là luận đối với Kinh. Luận thì những vị Bồ Tát như Long Thọ và Thế Thân ở Ấn Độ viết, nhưng "Giáo hạnh tín chứng" ở đời mạt pháp ngũ trược ác thế nầy, là sách đầu tiên đối với phàm phu được viết thành luận của "Đại Kinh"; cho nên ý nghĩa thật là thâm sâu đầy đủ. Ở chương sau cùng chúng ta nên tìm hiểu về việc nầy.

CHƯƠNG SAU CÙNG (CHƯƠNG THỨ BẢY): LUẬN VỀ "ĐẠI KINH" ĐỐI VỚI "GIÁO HẠNH TÍN CHỨNG"

1.- LUẬN NGHĨA LÀ GÌ ?

Bấy giờ những gì Đức Thế Tôn giảng nói gọi đó là "Kinh". Trong những kinh điển đó đón nhận qua bản thân, sự giác ngộ của kinh là việc trực tiếp biểu hiện bởi sách; nên gọi là "luận". Những kinh và sách chú thích của luận gọi là "thích". Luận là những sách được viết ra bởi Ngài Long Thọ và Ngài Thế Thân ở Ấn Độ; còn thích (giải thích) từ Ngài Đàm Loan của Trung Quốc trở đi và các vị Tổ Sư của Nhật Bản viết thành. Nếu nhìn theo lối thuận chiều thì "Giáo hạnh tín chứng" có thể nói là sự giải thích của Đệ Tử Phật ở đời sau nầy. Ở đây "Giáo hạnh tín chứng", dẫu nhìn bằng cách nào đi chăng nữa thì chẳng phải là sách chú thích của "Đại Kinh". Toàn thể là sự thành lập Bổn Nguyện của nhơn, còn sự giác ngộ của "Đại Kinh" tương ưng với quả của Đại Niết Bàn, cho nên có thể suy nghĩ rằng sự giác ngộ của "Đại Kinh" được viết thành luận.

"Đại Kinh" đối cáo chúng (đối diện với chúng tuyên bố) có 2 loại, nhưng luận của "Đại Kinh" thì đại biểu cho nhóm của các vị Bồ Tát đã viết như "Tịnh Độ Luận" của Thế Thân. Đối lại việc nầy lần đầu tiên đại biểu của phàm phu viết về luận, còn "Giáo hạnh tín chứng" là của Ngài Thân Loan Thánh Nhơn.

"Giáo hạnh tín chứng" là những văn loại của kinh, luận và thích; những trích dẫn văn kia gặp nhau, của Ngài Thân Loan Thánh Nhơn đã thiết kế con đường. Khi dẫn dụng kinh điển hay sử dụng từ "ngôn"; ở luận thì gọi là "viết"; còn nơi thích, xử dụng chữ "vân". Đúng hơn chỉ có một ngoại lệ là ở "luận chú" của Đàm Loan là chú thích thơ (sách) của "Tịnh Độ Luận" của Ngài Thế Thân, mà nguyên thì gọi là thích. Chỉ có điều nầy khi sử dụng để luận thì gọi là "viết".

Đặc trưng của luận là những kệ tụng. "Dị hành phẩm" của Ngài Long Thọ là trung tâm kệ tụng của Chương Di Đà, đầy ấp những lời ca. "Tịnh Độ Luận" của Ngài Thế Thân cũng chiếm hơn phân nửa là "Nguyện sanh kệ". Sự phân biệt của nhơn gian và lý tánh vượt lên khỏi; chính là sự giác ngộ của Đức Thế Tôn; cho nên để biểu hiện điều nầy dùng lời ca để biểu hiện, chứ ngoài ra không có phương pháp nào khác.

"Giáo hạnh tín chứng" cũng là luận của "Đại Kinh", cho nên trở thành trung tâm kệ tụng của "Chánh Tín kệ". Vị trí ấy là sự biểu hiện việc truyền thừa của "Đại Kinh" về giáo quyển, hạnh quyển và biểu hiện việc tự chứng của Ngài Thân Loan Thánh Nhơn từ tín quyển trở đi và đặt vào vị trí ở giữa. Có thể xem thử điều nầy, cách xưng gọi về câu văn của kệ tiền (kệ phía trước) để thấy.

Ở đây mang theo sự tri ân báo đức, là vì Tổ Sư (Đàm Loan) đã vạch ra, nói về sự giải thích, đó là sự bắt đầu vậy. (Chơn Tông Thánh Điển trang 203).

Nói là ý nghĩa "cho đến bây giờ nương vào quyển về giáo quyển về hành được tường thuật qua truyền thống của "Đại Kinh". Ở đây vì để báo ân cho Như Lai, nên có thể nghĩ rằng muốn dùng sự ngâm vịnh về "chánh tín kệ", nhưng trước đó ý nghĩa của tri ân báo đức nương vào câu văn của "luận chú" để xác định vậy".

Nếu cố gắng chú ý câu văn nầy của Thân Loan Thánh Nhơn để thấy thì có thể vừa nói lột trần được câu văn của "luận chú", nên đã sử dụng chữ "nói". Đây là ngôn ngữ dùng để chỉ cho kinh điển, nên từ đây trở đi việc trích dẫn văn chương của "luận chú", với việc lắng nghe với "Đại Kinh", có thể nói trở thành việc nầy. Đặc biệt từ sự giải thoát của "Tri ân báo đức" cho đến mượn câu văn của "luận chú" và có thể nói trở thành tâm điểm của "Đại Kinh" về "tri ân báo đức". Trên thực tế, nên xem câu văn nầy như sau:

Bồ Tát kia trở về với Phật. Hiếu tử trở về với cha mẹ, trung thần trở về với quân hậu, nếu chẳng có động tỉnh chính mình, do đó tất nhiên sẽ không ra khỏi, để báo đức và rõ ân nghĩa, nhằm tuyên dương đạo lý. Lại nữa nếu sở nguyện không nhẹ, nếu Như Lai, không gia bị thêm uy thần, trôi nổi đây đó, làm sao có thể đạt được. Thần lực thêm vào rồi, ngưỡng vọng cáo tri.

(giống như trước)

Ý nghĩa ở đây như sau:

"Bồ Tát quy y với Chư Phật. Điều nầy đúng với hiếu hạnh của con cái đối với cha mẹ để phụng sự. Trung lương gia thần phụng sự cho Triều Đình, đứng nơi vũ đài ấy không có tâm riêng lẽ. Sự giáo hóa của Bồ Tát cũng như thế, căn cứ vào điều nầy. Vì để báo đền cái đức, rõ biết cái ân của Như Lai, đạo lý chính là điều đầu tiên vậy và vịnh lên rằng: "Hỡi Đức Thế Tôn!". Lại nữa nơi lời nguyện của "Nguyện Sanh kệ, không có sự khinh xuất. Nếu Bổn Nguyện lực của Đức A Di Đà Như Lai chẳng gia hộ cho, thì việc ngâm vịnh cũng không thể được, cho nên vừa cảm tạ Bổn Nguyện lực nầy và ngưỡng cầu cáo bạch "Bạch Thế Tôn!".

Câu văn của "Luận Chú" nguyên thỉ là phần mở đầu của "Nguyện sanh kệ", được chú thích bởi "Thế Tôn" của "Thế Tôn ngã nhứt tâm". "Nguyện sanh kệ" bắt đầu từ "Thế Tôn ngã nhứt tâm" nầy. Ngài Thế Thân trở về quy y với Phật. Cho nên sự giáo hóa của Bồ Tát qua "Nguyện sanh kệ" được ngâm vịnh; nhưng đây chẳng phải là ý riêng của Ngài Thế Thân, mà nương vào "Đại Kinh" được nói bởi Đức Thích Tôn, được xác nhận qua việc ca tụng để tri ân báo đức. Ngoài ra với ý nghĩa kia là cho đến Bổn Nguyện của A Di Đà Như Lai thâm sâu, "Nguyện sanh kệ" dẫu thành lời ca của Ngài Thế Thân đi nữa thì lời ca ngợi của Bổn Nguyện được truy tầm. Cho nên với đạo lý thì đầu tiên là "Thế Tôn ngã nhứt tâm" và vì nói để biểu minh việc quy y nơi hai Tôn Sư là Đức Thích Tôn và Đức A Di Đà Như Lai.

Câu văn của "Luận Chú" được tiếp tục. Nếu quay về Chơn ngôn của Đại Thánh, lịch lãm rõ ràng với sự giải thích của Đại Tổ thì rõ biết niềm tin ấy trở thành sự sâu xa của Phật ân; nên mới viết Chánh Tín Niệm Phật kệ.

(giống như trước)

Và như đã thuật ở "Chánh Tín Kệ" là phần bắt đầu. Câu văn nầy là đón nhận sự chỉ giáo của việc tri ân báo đức. Kế tiếp sẽ đề cập đến sau.

"Cho nên với ta, Thân Loan đã đón nhận từ "Đại Kinh" một lời của chân lý của Đức Đại Thánh Thích Tôn là lấy danh hiệu Bổn Nguyện làm cơ bản, qua việc rõ biết thông suốt của 7 vị Tổ, ân đức của Đức Như Lai cao sâu vời vợi nên rõ tin để ngâm vịnh thành "Chánh Tín Niệm Phật kệ", được viết như sau". Ở đây cũng "nói là làm Chánh Tín Niệm Phật kệ", ngay cả việc chỉ để tự mình ca ngợi, tương đương với luận của Ngài Long Thọ và Thế Thân, nên đã khiến sử dụng chữ "viết". "Chánh Tín kệ" là lời ca tụng về Chương Di Đà của "Dị Hành Phẩm" và lời ca ngợi để ca tụng song song của Bồ Tát thuộc "Nguyện sanh kệ" của Ngài Thế Thân".

2.- TRI ÂN BÁO ĐỨC

Câu văn của những bài kệ phía trước rất quan trọng, nên ở đây tóm lược lại để xem. Đầu tiên sử dụng chữ "ngôn" nơi câu văn của "luận chú" vừa mượn kinh ý của "Đại Kinh" được xác nhận qua "Tri ân tổng báo". Đây là điều xác nhận câu văn biểu hiện của Bồ Tát,nên thường hay nói đến một cách phổ thông của Phật Giáo Đại Thừa là con đường sẽ thành Phật của các vị Bồ Tát; nhưng để cứu vớt quần manh ở "Đại Kinh" nói là Tri ân báo đức (Nan Tư Nghì vãng sanh). Điều chủ yếu là danh hiệu bổn nguyện đối với kẻ với thân phàm phu khi thực hiện, thì gọi đây là chí nguyện đối với người sẽ sống với sự tri ân báo đức (Chơn Phật đệ tử). Điều nầy chính là trọng tâm của "Đại Kinh" vậy.

Kẻ phàm phu với con đường trở thành Phật vượt lên, nương vào Bổn Nguyện lực với tham, sân, si phiền não, mà con người là con người cao cả được vãng sanh thành Phật với Nan Tư Nghì. Điều nầy Đức Đại Thánh Thích Tôn đã nói ở "Đại Kinh" về Bổn Nguyện lực của Đức A Di Đà Như Lai, là con đường để báo đáp ân đức của hai Ngài. Nương vào những câu văn của "luận chú", thì "Tri ân báo đức" là ngôn từ tương đương để nói về hạch tâm (tâm căn bản) của Đại Kinh vãng sanh, mà Ngài Thân Loan Thánh Nhơn đã đón nhận.

Ngoài ra với tự thân về "Chánh Tín kệ" gọi là chữ "viết" ấy đã được sử dụng. Với thân nầy là thân dẫu cho có đầy phiền não đi nữa, thì Ngài Thế Thân cũng đã ca ngợi giống như là Bổn Nguyện, cho nên trong đó không có tư tâm (tâm riêng tư cá nhân). Luận của Ngài Long Thọ và Ngài Thế Thân cũng đều đồng chất (giống nhau về bản chất), nên có thể gọi như vậy. Về sau những luận ấy là những tác phẩm của các Bồ Tát được làm cho lợi lạc rộng khắp của sự giác ngộ qua Kinh Điển. Thế nhưng ở "Đại Kinh" thì kẻ phàm phu ở đời sau nương vào Bổn Nguyện lực để được cứu độ là kinh điển, nên lời ca của Bổn Nguyện nầy nói là việc sánh đôi với

"Nguyện sanh kệ" vậy.

Luận của Bồ Tát là sự hình thành phần giải nghĩa về các giải thuyết đối với lời ca kia. Giống như vậy "Giáo hạnh tín chứng" cũng là trung tâm của "Chánh Tín kệ", giải thích một số bộ phận trong đó. Toàn thể luận thơ của "Đại Kinh" đã được nói đến. Về đời sau dẫu cho còn là thân phàm phu với những Đệ Tử Phật đi nữa, khi nương vào Bổn Nguyện để thành tựu qua "Giáo hạnh tín chứng", thì đây cũng chính là tuyên ngôn giống với luận của Bồ Tát. Ngài Thân Loan Thánh Nhơn tự tin đối với Bổn Nguyện lực của Đức A Di Đà Như Lai, nhưng đối với chúng ta đây chẳng phải là việc to lớn đã gắng sức đón nhận sao?

3.- "CHÁNH TÍN KỆ" MỞ RA HAI VIỆC VẤN ĐÁP

Như vậy thì trung tâm của "Giáo hạnh tín chứng" theo tìm hiểu thì dẫn đến sự hình thành "Chánh Tín kệ". "Chánh Tín kệ" có 60 hàng 120 câu, tán ca của "Đại Kinh". Đặc biệt từ "Danh hiệu Bổn Nguyện trở thành nghiệp của Chánh Định, nguyện của chí tâm tín nhạo là nhơn vậy" cho đến "lại nữa với Hoành thì vượt qua khỏi ngũ ác thú (cõi)"; "Tôn hiệu chơn tượng minh văn" (Chơn Tông Thánh Điển trang 530), nơi đó Ngài Thân Loan Thánh Nhơn đã cố gắng chú thích tỉ mỉ, cho nên ở giữa "Chánh Tín kệ" cũng trở thành bộ phận tối quan trọng làm trung tâm đối với Bổn Nguyện Thành Tựu Văn của "Đại Kinh".

Từ đó trở đi "Chánh Tín kệ" phân chia ra hai loại lớn. Đầu tiên từ "Bổn Nguyện niệm Phật của Di Đà Phật, tà kiến kiêu mạn ác chúng sanh, cùng việc tín nhạo thọ trì thật khó khăn. Cái khó trong cái khó, khó thể vượt qua điều nầy" (Chơn Tông Thánh Điển trang 205) cho đến nửa phía trước nương vào lời dạy của "Đại Kinh" mà Chơn Tông (Tịnh Độ Chơn Tông) đã tán thán, gọi đó là "y kinh phần".

Câu tiếp theo cho đến cuối cùng của "Đại Kinh" "Ấn Độ, luận

gia của Tây Thiên, Trung Hạ (Trung Quốc), Nhựt Vực (Nhật Bản), những vị cao Tăng đã hiển bày chánh ý của Đại Thánh hưng thế, Bổn Thệ của Như Lai ứng với cơ làm cho sáng tỏ". Bổn Nguyện của "Đại Kinh" được truyền qua 7 vị Tổ điều đó có truyền thống tán thán và gọi đây là "y thích phần".

Phần lớn "Chánh Tín Kệ" nội dung giống với "Niệm Phật Chánh Tín kệ" (Văn loại kệ), nhưng "Tịnh Độ Văn Loại tụ sao" đã sao lục lại. Sách vở nầy là gân cốt đối với "Giáo hạnh tín chứng". Xưng danh niệm Phật của Pháp Nhiên là một sự tập hợp gom lại để sửa đổi thành "Giáo Hạnh Tín Chứng" của nhà xuất bản Daijiesuto. Ở đó nơi "Tịnh Độ Văn Loại tụ sao" thì phía sau của Niệm Phật Chính Tín kệ, không hề có sự giải thích nào cả, mà thành "tam tâm nhứt tâm vấn đáp" (tam nhứt vấn đáp) và "Vấn đáp của tam kinh nhất dị". Đây là hai việc của vấn đáp được đặt để.

Việc nầy nội dung của "Chánh Tín kệ" có thể quy kết đối với hai việc vấn đáp nầy, cho thấy, nên một lần nữa ở "Chánh Tín kệ". Hai việc vấn đáp nầy đã khai mở ra, việc nầy là lời dạy của "Giáo hạnh tín chứng" cùng hành, tín, chứng, chơn Phật độ, giải thoát bộ phận của hóa thân độ được triển khai.

Với sách vở của Đại Thừa Phật Giáo, người biên soạn đưa ra việc vấn đáp là bộ phận đặc biệt cần thiết. "Giáo Hạnh Tín Chứng" với Ngài Thân Loan Thánh Nhơn thì việc vấn đáp ở nơi tín quyển về "tam tâm nhứt tâm vấn đáp" và quyển Phương tiện hóa thân độ chỉ ở hai nơi của "tam kinh nhứt dị vấn đáp", cho nên ở nơi hai việc vấn đáp với "Chánh Tín kệ" là hai vấn đáp, nhưng cũng có thể suy nghĩ rằng việc nầy trở thành điểm chính yếu của "Giáo hạnh tín chứng". Sau đây sẽ tìm hiểu thêm về hai loại vấn đáp nầy một cách khái lược vậy.

4.- TAM TÂM NHẤT TÂM VẤN ĐÁP

Ở Tín quyển của "tam tâm nhất tâm vấn đáp" đầu tiên chữ

Huấn Thích (chữ giải nghĩa cho rõ ra) về lời nguyện thứ 18 của A Di Đà Như Lai về "chí tâm tín nhạo muốn sanh về nước của ta" và 3 tâm của "chí tâm, tín nhạo, dục sanh" để mời gọi chúng sanh; Ngài Thế Thân nói: "Thế Tôn ngã nhứt tâm" và tại sao bằng nhứt tâm mà ứng được, đây là câu hỏi.

Hỏi như thế và đáp rằng:

Chúng sanh ngu độn, vì không dễ rõ biết hết, nên Đức Di Đà Như Lai có thể nói rằng Ngài phát ra ba tâm nầy, chơn nhơn (cái nhơn chơn chánh) của Niết Bàn chỉ cần mang theo niềm tin (tín tâm). Cho nên luận chủ hợp lại thành một của ba vậy.

(Chơn Tông Thánh Điển trang 223)

Ý nghĩa như sau đây:

"Để trả lời – Như Lai thệ nguyện với ba tâm, nhưng Đại Niết Bàn khai mở với tín tâm làm nhơn của sự chơn thật; Ngài Thế Thân cũng hiểu rõ sự ngu độn của chúng sanh, nên đáp lại là một tâm".

Có thể hiểu câu trả lời nầy, Ngài Thân Loan Thánh Nhơn, với 3 tâm của Bổn Nguyện trở thành một tâm của chúng sanh; nói đến việc khai mở sự giác ngộ của Đại Niết Bàn; nên nơi Đại Hành cũng sẽ tìm hiểu thêm. Trở về lại với danh hiệu bằng cách thân nầy sám hối "Chơn như nhứt thật của công đức bảo hải (Năng lực của Đại Niết Bàn)", thế nhưng có thể bao bọc được nguyên vẹn tất cả. Vì sao lại nhứt thể? Lý do kia được hỏi đến.

Tam tâm của Như Lai (Nguyện tâm) và tín tâm của chúng sanh (nhứt tâm), nghĩa là sự khác biệt giữa Phật và chúng sanh, xưa nay sai khác ở bản chất. Điều nầy với Ngài Thân Loan Thánh Nhơn có thể thấy được là một đối với sự thành tựu của Bổn Nguyện, ở đó từ Đức Như Lai cho đến nguyên thể của phàm phu minh xác trở thành lý do bảo bọc nơi Đại Niết Bàn.

"Ở tam nhứt vấn đáp" phần sau có soạn ra Phật ý thích (giải thích ý của Phật), nhưng ở đó Ngài Thế Thân đã đáp lại với lý do là nhứt tâm nên đã hiểu, nhưng những điều nầy tại sao Đức A Di Đà Như Lai lại phải lần lượt thệ nguyện cả ba tâm là "chí tâm, tín nhạo và dục sanh"? Chơn ý của Phật đã cải đổi để hỏi.

Ở Phật ý thích thì "chí tâm", "tín nhạo", "dục sanh" của mỗi mỗi là tường thuật lại sự sám hối của thân với phiền não cụ túc (đầy đủ phiền não). Điều nầy ở chí tâm thích có thể thấy như sau:

Phật ý khó đo lường, có thể nói phê phán thế nhưng riêng với tâm nầy được chọn ra, quần sanh hải của tất cả, từ vô thỉ tận đến ngày giờ nầy bị uế ác ô nhiễm, không có tâm thanh tịnh, hư giả xiểm ngụy, không có tâm chơn thật.

(Chơn Tông Thánh Điển trang 225).

Ý nghĩa như sau đây:

"Vì là phàm phu, nên ý của Phật khó thể đo lường được. Thế nhưng chọn ra tín tâm của tha lực để đo lường thử cùng với biển trầm luân của quần manh mê hoặc tất cả, vĩnh viễn từ xưa cho đến ngày nay, mãi đến lúc nầy, tâm không được thanh tịnh để vượt khỏi thế gian bị ô nhiễm bởi phiền não và điều ác; chỉ toàn là sự xiểm nịnh với tâm hư ngụy, còn tâm chơn thật thì chẳng có ở đâu cả". Và tường thuật lại sự sám hối của thân về sự phiền não một cách triệt để.

Ở chí tâm thích nầy trở về với danh hiệu của Bổn Nguyện, nương vào tâm chân thật một cách chí tâm của Như Lai, với chúng ta sự chơn thật ấy ở đâu cũng không có được chiếu sáng đến. Điều cần yếu là phải biết trở về việc niệm Phật; nhưng với tự lực thì khó có thể cứu độ được, từ phía con người phải quyết định thế giới của Như Lai như là một chiếc cầu, nếu không bắc qua được, thì triệt để phải rõ biết về chí tâm thích vậy.

Tiếp đến là Tín nhạo thích là không thể cứu giúp thân đầy phiền não; nên Ngài Bồ Tát Pháp Tạng đã xả thân, cho ta biết rõ trở thành một với thân của đời trước, nhưng phải chỉ riêng có điều nầy, mà không thể cứu giúp được với thân phiền não của chúng sanh, nên nguyện tâm của Ngài Pháp Tạng trở thành sự tin vui của sự chơn thật, cho nên được gọi là cứu độ tất cả chúng sanh. Vì vậy cũng nói là tín tâm của chúng sanh; nguyện tâm của Như Lai có nơi ấy, nên tìm đến gặp nhau.

Ở đây với đề là: "Văn của Nguyện Thành Tựu của Bổn Nguyện tín tâm".

Chư hữu chúng sanh, khi nghe đến danh hiệu kia hoan hỷ cho đến một niệm.

(Chơn Tông Thánh Điển trang 228)

Đây được trích dẫn ở nửa phía trước của Bổn Nguyện thành tựu văn. Ngoài ra chí tâm thích nầy cho đến Tín Nhạo thích với nhứt tâm của Bổn Nguyện thành tựu, thì thân của túc nghiệp (đời trước) được gọi là giải phóng sự khổ não của sự phân biệt tương đối được bảo bọc với Đại Niết Bàn. Cho nên nơi "Chơn Phật Đệ Tử" chúng ta hãy tìm hiểu thêm; đây chính là Chơn Phật Tử thích của sự kết thật về "tất cả siêu chứng Đại Niết Bàn".

Cuối cùng là Dục Sanh thích; nguyện tâm của Dục Sanh được xác nhận bởi tâm hồi hướng của Như Lai. Sau đó với tiêu đề "Văn của dục sanh tâm thành tựu của Bổn Nguyện".

Chí tâm hồi hướng, nếu nguyện sanh về nước kia, lại muốn được vãng sanh, trụ nơi bất thối chuyển; duy chỉ trừ ngũ nghịch và phỉ báng chánh pháp.

(Chơn Tông Thánh Điển trang 233)

Trích dẫn nửa phía sau của Bổn Nguyện thành tựu văn thì hồi hướng tâm về dục sanh của Như Lai trở thành nguyện sanh tâm của chúng sanh, dẫu cho phàm phu chẳng thể bước đi trên đường Phật, nhưng ở đây xác nhận rằng, có thể quán triệt được gọi là Phật đạo hướng đến Nan Tư Nghì vãng sanh để giác ngộ Đại Niết Bàn. Vì nương vào Bổn Nguyện lực hồi hướng nên dẫu cho là phàm phu, nhưng cũng có thể bước theo con đường của Phật. Điều nầy đã được kết thật (kết luận chân thật) "Kim Cang tâm của hành nhân" của Chơn Phật Đệ Tử Thích.

Căn cứ vào "tam tâm vấn đáp" nầy, Ngài Thân Loan Thánh Nhơn cho rằng tín tâm của chúng sanh và nguyện tâm của Như Lai chỗ đứng khác nhau; nên Bồ Tát Pháp Tạng đã khổ tâm quyết định tìm cho ra sự tương ưng, không có sự phân biệt đó. Ở đó điểm chính là: "phải nên chí tâm hồi hướng". Vì đây chính là căn nguyên khai mở Bổn Nguyện lực hồi hướng của Như Lai vậy.

Đây giống như là Phật ý của A Di Đà Như Lai, mà kẻ phàm phu nương vào nhứt tâm Bổn Nguyện thành tựu để được bảo bọc giác ngộ của Đại Niết Bàn. Đối với việc kia hướng đến bước đi Nan Tư Nghì vãng sanh của Phật đạo được thiết lập. Ngài Thân Loan Thánh Nhơn với "chí tâm, tín nhạo, dục sanh" và lần lượt với nguyện tâm, mà phàm phu nguyên vẹn cũng có thể chuyển đổi để hướng đến sự giác ngộ của Đại Niết Bàn, có thể cảm đắc được tấm lòng đại từ đại bi của Đức A Di Đà Như Lai.

5.- VẤN ĐÁP CỦA TAM KINH NHẤT DỊ

Về quyển Phương Tiện Hóa Thân Độ của "Tam Kinh Nhứt Dị của vấn đáp" hãy chuyển đổi con mắt để xem thử ra sao. Điều nầy bắt đầu như sau đây:

Hỏi: Tam tâm của "Đại Bổn" (Đại Kinh); tức kinh Vô Lượng Thọ và tam tâm của "Quán Kinh" (Kinh Quán Vô Lượng Thọ, có một sự sai khác chăng?

Đáp: Nương vào ý của Thích gia (Thiện Đạo), nếu theo hướng

dẫn của "Vô Lượng Thọ Phật Quán Kinh" thì có nghĩa là hiển chương ẩn mật. "Hiển" có nghĩa là hiển bày một lần nữa về Định Tán Chư Thiện, tam bối, mở tam tâm (lược bớt); "Chương" có nghĩa là hoằng nguyện của Như Lai rực rỡ, diễn dương nhứt tâm của sự lợi tha thông nhập (lược bớt) "Đại Kinh" "Quán Kinh" nếu nương vào nghĩa của hiển thì có khác nhau, nếu nương vào nghĩa của chương (sự rực rỡ) thì trở thành một. Nên rõ biết như thế. (Chơn Tông Thánh Điển trang 331 – 333).

Ý nghĩa như sau đây: "Đại Kinh" ba tâm của "Chí tâm, Tín nhạo và Dục sanh" và "Quán Kinh" ba tâm ấy là: "Chí thành tâm, Thâm tâm và Hồi hướng phát nguyện tâm", đó là một hay khác với một?

Đáp rằng: Nương vào ý của Ngài Thiện Đạo, qua sự hướng dẫn của "Quán Kinh" đối với việc hiển (ý nghĩa là biểu tỏ sự hướng đến) và ảnh ổn mật (ý nghĩa là ẩn đi). Hiển có nghĩa rằng Định Tán nhị thiện và tam bối v.v... là cái thiện của tự lực. Ảnh có nghĩa là sự biểu hiện Bổn Nguyện của Như Lai, thông qua tha lực để nói rõ về nhứt tâm. Đồng thời "Đại Kinh" và "Quán Kinh" biểu tỏ hướng đến sự sai biệt; nhưng chữ ổn ở đây có nghĩa là làm sáng tỏ nhứt tâm của tha lực, dẫu cho là phía nào cũng vậy.

Phần sau cũng đặt ra hỏi đáp giống như vậy với "Kinh A Di Đà". Việc vấn đáp nầy ở phía sau cùng như sau:

Đại cương của ba kinh dẫu có thể nói rằng có nghĩa của Hiển Ảnh Ổn Mật, mà tín tâm hay vào nơi ảnh (sự rực rỡ) (lược bớt), bây giờ qua sự hướng dẫn của ba kinh thì tất cả đều mang theo chơn tâm của Kim Cang trở thành tối yếu (tối cần thiết và trọng yếu). (Chơn Tông Thánh Điển trang 345 – 346).

Ý nghĩa như sau đây:

"Ở ba bộ kinh của Tịnh Độ, mỗi mỗi đều có ý nghĩa của Hiển Chương Ổn Mật, làm sáng tỏ việc đi vào Đại Niết Bàn với tín tâm của Bổn Nguyện Thành Tựu; cho nên ba bộ kinh ấy cộng thông với nhau nói rõ về Kim Cang Tâm của tha lực là điều cần thiết tối quan trọng" đã thuật như vậy.

Như thế "Quán Kinh" sự thực tiễn của Định Tán nhị thiện đã cho biết rõ ràng về sự không có hiệu quả của tự lực; còn ở "Đại Kinh" thì hướng dẫn đến nhứt tâm của tha lực. Với việc nầy sự thực tiễn của của tự lực của "Quán Kinh" là điều cần thiết; nhưng đối với sự hoằng nguyện thì "Quán Kinh" có thể nói là Yếu Môn (cửa ngõ cần thiết). Lại nữa sự chơn thật đối với phương tiện, cho nên "Quán Kinh" cũng nói là giả môn.

Lại nữa ở "Kinh A Di Đà" việc xưng danh niệm Phật được khuyên cố gắng với sự "nhứt tâm bất loạn" về Nan Tư Nghì vãng sanh. (Chơn Tông Thánh Điển trang 129). Thế nhưng điều nầy có nghĩa của hiển của phương tiện; nghĩa của Ẩn là với tất cả chúng sanh rộng cứu y nguyên tự lực nếu không thành tựu thì thệ nguyện không toại nguyện ở quả vị Phật. Đây là chơn ý của kinh nầy. Nương vào nhứt tâm của Bổn Nguyện thành tựu việc bao bọc được giác ngộ của Đại Niết Bàn ở "Đại Kinh" cũng giữ nguyên thân phàm phu nói là được vãng sanh đối với việc niệm Phật sinh hoạt; với tự lực nhứt tâm bất loạn chấp trì danh hiệu ấy. Nếu điều kia không cứu được thì thệ nguyện sẽ không thành Phật; đây là lời thệ nguyện với quả toại của "Kinh A Di Đà". Việc thệ nguyện của quả toại nầy có được; cho nên ở "Đại Kinh" đã hoàn thành được việc cứu độ quần manh.

Như thế ở "Tam Kinh Nhứt Dị Vấn Đáp" phàm phu sống với tự lực đã được giới thiệu vào để nói lên việc thiết lập của Đức Thế Tôn. Ở đó "Quán Kinh", "A Di Đà Kinh" phải được nói đến; đó không gì cao hơn là lòng đại bi của Đức Thích Ca Như Lai.

6.- ÂN ĐỨC TÁN

Đến đây hai việc hỏi đáp khải yếu (khái quát và thiết yếu) đã được tìm hiểu. "Tam Nhứt vấn đáp" ở lời nguyện thứ 18 thành lập nguyện thành tựu văn của chí tâm tín nhạo. Đức Như Lai phải thệ nguyện theo thứ tự của "chí tâm, tín nhạo và dục sanh". Vì để hướng dẫn cho những kẻ đang sống là phàm phu nương theo tự lực trở về với tha lực của Phật đạo, nên đó là lòng đại bi sâu xa to lớn của Đức A Di Đà Như Lai. Vì là lòng đại bi của Đức A Di Đà Như Lai là để đối ứng với "y kinh phần" của nửa phía trước; nếu ngược lại với "Chánh Tín kệ".

Về phía "tam kinh nhứt dị của vấn đáp" đó chính là tư tố (yếu tố của tư tưởng) tương đương đã tìm hiểu với lòng đại bi của Thích Ca Chư Phật; cho nên ở "Chánh Tín kệ" nếu ngược lại thì nương vào thích phần ở phía sau để đối ứng lại. Không đầy đủ tư cách của kẻ phàm phu; nhưng tại sao được đứng vào Phật đạo? đó chẳng qua là việc hộ trì dưỡng dục của Thích Ca Chư Phật và ngoài ra không có gì hết cả. Ở "Quán Kinh" và "A Di Đà Kinh" làm hết cả tự lực; còn sống như một Chơn Phật Tử niệm Phật là pháp hồi hướng của "Đại Kinh"; với lòng đại bi của Thích Ca Chư Phật được tán ngưỡng (tán thán và kính ngưỡng) qua những vấn đáp nầy. Cũng như thế, "y kinh phần" của nửa phía trước của "Chánh Tín kệ" là nói về lòng đại bi của A Di Đà Như Lai; Thích nghĩa phần của nửa phía sau là được nói về lòng đại bi của Thích Ca Chư Phật.

Cho nên "Chánh Tín kệ" nầy, tán thán về ân đức của Nhị Tôn (Đức A Di Đà và Đức Thích Ca), đã được thâu nhận một cách nghiêm khắc với "Ân Đức Tán". Lời ca nầy là những điều cần thiết mang theo từ thân mệnh của đời trước; trí tuệ của Nam Mô A Di Đà Phật với việc tuyệt xướng (ca ngợi tuyệt vời) qua cách sống của Thân Loan Thánh Nhơn. Ca ngợi rằng: Thân nầy dầu xả bỏ đi cũng là việc tốt đẹp, nên tán ca về Nam Mô A Di Đà Phật. Ở sau cùng đề cao về "Ân Đức Tán" kia; đây được nghĩ là lời cuối của quyển sách nầy.

Ân đức của Như Lai to lớn
Thân có thành bụi cũng chưa báo đáp được

Ân đức của Sư Chủ tri thức cũng như thế
Phải cảm tạ tận xương cốt cùng hơi thở

(Chơn Tông Thánh Điển trang 505)

Ngâm vịnh rằng:

"Ân đức Bổn Nguyện của A Di Đà Như Lai, không có gì có thể thay thế được. Dẫu cho thân nầy có nghiền thành bột cũng chỉ để báo đáp ân đức kia. Lại nữa đầu tiên là Đức Thích Tôn cũng như ân đức của Thiện Tri Thức, phải nên cảm tạ cho đến tận xương tủy "có thể đập vụn ra".

Nếu xem qua thấy được như thế thì mỗi quyển của "Giáo hạnh tín chứng", có thể suy nghĩ rằng đã được chọn lấy ra đầy đủ việc tán thán đối với ân đức của Nhị Tôn nầy. "Giáo hạnh tín chứng" dẫu cho đọc bất cứ đâu, nếu không đọc được như vậy thì từ chơn ý của Thân Loan Thánh Nhơn đã chẳng phải là bỏ ra ngoài hết sao?

TIỂU SỬ TÁC GIẢ TOMOMICHI NOBUTSUKA (DIÊN TRỦNG TRI ĐẠO)

Sinh năm 1948 tại Huyện Fukuoka (Phước Cương).

Tốt nghiệp Đại Học Otani (Đại Cốc) ngành Văn học bộ,

Giáo thọ Văn học bộ Đại Học Otani.

Trải qua Đặc nhiệm Giáo thọ của Đại học Otani.

Hiện tại Danh dự Giáo thọ Đại Học Otani.

Trụ Trì (chức) Chiêu Quang tự ở Xuyên Tổ, giáo khu Kuyshù (Cửu Châu).

Sách đã xuất bản: "Tịnh Độ Luận Chú" giảng tán

-Hướng dẫn của Tông Tổ Thánh Nhơn –" ("sự cấu tạo của Giáo hạnh tín chứng" "Thuyết pháp của Thân Loan Thánh Nhơn – "Thán Dị Sao" của Thế giới-) Đông Bổn Nguyện tự (Higashihonganji) xuất bản)

"Sống với tha lực - Việc cầu đạo của Thanh Trạch Mãn Chi và Học Thuật tinh thần của Phước Trạch Dụ Kiết -) (Trúc Ma thơ phòng); "Người của đại bi Liên Như" (Đại Học Otani), "Tư tưởng nghiên cứu của Tịnh Độ luận chú - Từ thị điểm của Thân Loan – " "Giảng tán - Tịnh Độ luận chú" quyển 1 đến quyển 6 (Văn Đinh Đường) "Nghe kinh Vô Lượng Thọ quyển hạ" (Giáo dục tân triều xã), “Cao Tăng hòa tán giảng nghĩa” quyển 1, quyển 2 (Phương Trượng đường) v.v...

Những trước tác chủ yếu của Thân Loan

Về thế giới của Giáo hạnh tín chứng

Phát hành lần thứ nhất vào ngày 28 tháng 7 năm Lệnh Hòa thứ 2 (2020)

Tác giả: Diên Trủng Tri Đạo (Nobutsuka Tomomichi)

Người phát hành: Đãn Mã Hoằng

Nơi phát hành: Higashi Honganji (Đông Bổn Nguyện tự) xuất bản (Chơn Tông Đại Cốc Phái, Tông vụ sở, xuất bản bộ)

Địa chỉ: = 600 – 8505 Kyotoshi, Shitakyoku, Torimaruto 7 cho ueru.

Tel. 075 – 371 – 9189 (bán sách)
075 – 371 – 5099 (biên tập)
Fax. 075 – 371 – 9211

Ấn loát, chế bản : Shimano Thơ tịch ấn loát Châu Thức Hội Xã

Desingn = Thiết kế Fujimoto Hiếu Minh + Như Nguyệt Xá

ISBN 978 – 4 – 8341 – 0622 – 0 C0015.

Ấn loát tại Nhật Bản.

LỜI NGƯỜI DỊCH

Với những người tu theo Pháp Môn Tịnh Độ nên nhớ nằm lòng ba bộ kinh chính là: Kinh Vô Lượng Thọ hay còn gọi là "Đại Kinh" hay kinh "Đại Bản A Di Đà", kinh nầy do chính kim khẩu của Đức Phật Thích Ca Mâu Ni nói tại núi Kỳ Xà Quật, thuộc thành Vương Xá, xứ Ấn Độ cho Ngài A Nan và Thánh chúng nghe. Nội dung của kinh chia ra làm hai phần: phần đầu nói về 48 lời nguyện của Đức Phật A Di Đà khi Ngài còn là Pháp Tạng Tỳ Kheo; nửa phần sau nói về trong đời ngũ trược ác thế với phước mỏng nghiệp dày, nhưng nếu chúng sanh muốn vãng sanh về Tây Phương Cực Lạc phải nương vào Bổn Nguyện lực của Đức Phật A Di Đà. Kinh nầy thuộc về niệm Phật tha lực. Cũng còn gọi là Thánh Đạo Môn. "Cũng đồng là cùng ở trong Đại Thừa Phật Giáo; nhưng tại sao lại có hai kinh xuất thế bổn hoài? "Kinh Pháp Hoa là Kinh Đại Thừa Viên Giáo và theo Ngài Thiên Thai Trí Giả Đại Sư thì Kinh Pháp Hoa gồm cả Thánh Đạo Môn và Tịnh Độ Môn"; còn "Đại Kinh" là kinh điển nói về tha lực của Thánh Đạo Môn, là việc thực hành Bồ Tát hạnh của Ngài Bồ Tát Pháp Tạng. Từ bực Thánh xuống cứu độ kẻ phàm phu.

Kinh tiếp theo là Kinh A Di Đà. Kinh nầy Đức Phật giảng cho Ngài Xá Lợi Phất và thính chúng nghe tại Kỳ Viên Tịnh Xá, thuộc nước Xá Vệ, Ấn Độ. Kinh nầy thuộc về niệm Phật tự lực, còn gọi là Kinh Tiểu Bổn A Di Đà.

Kinh thứ ba là Kinh Quán Vô Lượng Thọ hay còn gọi là "Quán

Kinh". Kinh nầy Đức Phật Thích Ca Mâu Ni nói cho Hoàng Hậu Vy Đề Hy nghe tại núi Linh Thứu thuộc Vương Xá Thành, xứ Ma Kiệt Đà, Ấn Độ. Kinh nầy thuộc về niệm Phật Tự Lực.

Hai kinh nầy thuộc về Tịnh Độ Môn, nghĩa là từ phàm phu bước vào bực Thánh với đầy dẫy tham, sân, si, nhưng nếu có tín tâm sẽ được Đức A Di Đà tiếp độ về nghi thành hay còn gọi là thai cung biên địa.

Kinh Vô Lượng Thọ nhờ nương vào tha lực Bổn Nguyện của Đức A Di Đà, quan trọng nhất là lời nguyện thứ 18 của Bồ Tát Pháp Tạng và khi chúng sanh sanh về Cực Lạc liền ở ngôi Chánh Định Tụ, ngang hàng với Bồ Tát Di Lặc, nên đây gọi là Nan Tư Nghì vãng sanh (vãng sanh khó nghĩ bàn).

Kinh Di Đà và Kinh Quán Vô Lượng Thọ thuộc về niệm Phật tự lực; chúng sanh chưa có niềm tin chắc chắn, vì đang mang thân thể phàm phu, muốn vãng sanh cũng được Đức A Di Đà cứu độ, nhưng chỉ sanh về Hạ phẩm; nơi đây còn gọi là Nghi Thành hay Thai Cung biên địa, ở đó trong vòng 500 năm mới được sanh tiếp về Trung hay Thượng Phẩm. Đây còn gọi là Nan Tư vãng sanh (sự vãng sanh khó nghĩ). Bởi vì chỉ do tự lực, nên sự vãng sanh về Cực Lạc còn ở nơi thấp nhất trong cửu phẩm liên hoa. Chỉ có một điều là khi sanh về đó rồi, chúng sanh không còn bị luân hồi sanh tử nữa.

Về luật của Tịnh Độ thì không thấy đề cập đến nhiều. Dĩ nhiên là căn bản của người Phật Tử tại gia và xuất gia không ngoài những giới mà Đức Phật Thích Ca Mâu Ni đã chế như: Ngũ giới, Bát Quan Trai giới, Thập Thiện, Bồ Tát giới, Sa Di, Sa Di Ni, Thức Xoa Ma Ni, Tỳ Kheo và Tỳ Kheo Ni giới.

Riêng về Luận thì căn cứ vào Thập Trụ Tỳ Bà Sa ở phẩm Dị Hành. Phẩm nầy Ngài Long Thọ (Nagarjuna) sinh vào thế kỷ thứ 2 sau Tây lịch ở Ấn Độ dựa vào phẩm Dị Hành để tán dương Đức

Phật A Di Đà. Ngài Thế Thân (Vasubandhu) sinh năm 316 - tịch năm 396 người Ấn Độ, tiếp nối con đường của Ngài Long Thọ soạn ra Tịnh Độ luận và dịch kinh A Di Đà từ tiếng Phạn sang chữ Hán.

Đến khi Phật Giáo Đại Thừa được truyền sang Trung Hoa, Tịnh Độ Tông giữ một vai trò quan trọng trong thời gian nầy. Ngài Đàm Loan được Ngài Bồ Đề Lưu Chi trao cho quyển kinh Quán Vô Lượng Thọ và sau đó có soạn "Tịnh Độ Luận Chú", nương theo "Tịnh Độ Luận" của Ngài Thế Thân để chú giải luận nầy. Ngoài ra Ngài còn trước tác Vãng Sanh luận chú và Tán A Di Đà Phật kệ. Năm Hưng Hòa thứ 4 đời Nhà Ngụy, Ngài tịch ở Chùa Dao Sơn tại Bình Châu, Trung Quốc, hưởng thọ 67 tuổi.

Tư tưởng Tịnh Độ của Ngài Đàm Loan được Ngài Đạo Xước ở đời nhà Đường tiếp nối, năm 14 tuổi xuất gia sau đó giảng Kinh Niết Bàn và chuyên việc niệm Phật, giảng Quán Kinh (Quán Vô Lượng Thọ). Ngài biên soạn An Lạc Tập 2 quyển và viên tịch vào ngày 24.4 năm Trinh Quán thứ 10 (628). Ngài là Tổ thứ 2 của Tịnh Độ Tông Trung Hoa và là Tổ đời thứ 4 của Liên Tông.

Tiếp theo Ngài Đạo Xước là Ngài Thiện Đạo. Ngài ở Chùa Quang Minh đời Nhà Đường, khi nghe Ngài Đạo Xước giảng Kinh Quán Vô Lượng Thọ ở Hà Tây, Ngài liền phát tâm chuyên việc niệm Phật. Những trước tác của Ngài gồm có Quán Kinh Sớ, Vãng Sanh Lễ Tán, Pháp Sự Tán, Quán Niệm Pháp Môn, Ban Chu Tán. Năm Vĩnh Long thứ 2 đời Cao Tông Nhà Đường, Ngài viên tịch.

Đến thế kỷ thứ 12, Ngài Nguyên Không, tức Pháp Nhiên Thượng Nhơn người Nhật Bản, khi biết được Quán Kinh Sớ của Ngài Thiện Đạo thì bỏ những điều đã tu tập trước, chỉ chuyên việc niệm Phật. Ngài là Sơ Tổ Tịnh Độ Tông Nhật Bản. Ngài có soạn sách Trạch Bản Nguyện niệm Phật tập. Ngài sinh năm 1133 và vãng sanh ngày 25.02.1220. Thọ 80 tuổi. (Phần lịch sử bên trên dựa vào Từ Điển Phật Học Hán Việt của Phân Viện Nghiên Cứu

Phật Học).

Đệ tử của Ngài Pháp Nhiên là Ngài Thân Loan. Ngài sinh năm 1173 và năm 1263 Ngài viên tịch tại Kyoto. Ngài trở thành Sơ Tổ của Tịnh Độ Chơn Tông Nhật Bản, chủ trương niệm Phật nương vào Bổn Nguyện tha lực của Đức Phật A Di Đà. Với Ngài Pháp Nhiên, Thầy của mình thì người Nhật gọi bằng Đạo Hiệu cung kính là Pháp Nhiên Thượng Nhơn, nhưng với Ngài Thân Loan thì người Nhật gọi là Thân Loan Thánh Nhơn. Vì đâu có sự sai khác nầy? Xin độc giả có thể vào đọc "Thán Dị Sao" hay quyển "Giáo Hạnh Tín Chứng" nầy để rõ thêm chi tiết và ngọn ngành của Tịnh Độ Chơn Tông Nhật Bản.

Có nơi ghi thêm Ngài Chơn Tín (942-1017) (Genshin Shonin) vào làm Tổ thứ 6 của Tịnh Độ Tông Nhật Bản, nhưng theo dịch giả thì Phật Giáo Nhật Bản định hình 7 vị Tổ của Tịnh Độ Tông Nhật Bản gồm có: Hai vị người Ấn Độ là Ngài Long Thọ và Thế Thân; ba vị kia người Trung Hoa là Ngài Đàm Loan, Ngài Đạo Xước và Ngài Thiện Đạo (không có Ngài Huệ Viễn) và Nhật Bản có 2 là Ngài Pháp Nhiên (Nguyên Không) và Ngài Thân Loan hay còn gọi là Ngu Ngốc Thân Loan.

Ở đây dịch giả không đề cập đến Tịnh Độ Tông Việt Nam, vì quyển nầy chỉ chuyên viết về lối tu Tịnh Độ của người Nhật qua tư tưởng "Nhiếp thủ bất xả" hay "Chí tâm, tín nhạo và dục sanh" cũng như qua giải trình tỉ mỉ của Ngài Tomomichi Nobutsuka qua tác phẩm "Giáo hạnh tín chứng" nầy thì sẽ được rõ ràng hơn. Ngoài ra nếu vị nào muốn tìm hiểu thêm về tư tưởng Tịnh Độ thì xin xem quyển nầy về Tịnh Độ Việt Nam của dịch giả.

Tư tưởng "Nhiếp thủ bất xả" là tư tưởng rất đặc biệt của Ngài Pháp Nhiên Thượng Nhơn và Ngài Thân Loan Thánh Nhơn. Quý Ngài dựa vào kinh Vô Lượng Thọ (Đại Kinh) để xiển dương tư tưởng nầy. Quý Ngài cho rằng: Đức Phật Thích Ca Mâu Ni giống như bậc đại trí của một người cha và Đức Phật A Di Đà như một bậc đại bi của một người mẹ. Khi cha và mẹ nghe tiếng kêu cầu cứu của con cái thì không bao giờ buông bỏ cả. Ở đây chúng sanh trong thế giới Ta Bà nầy đều là những kẻ phàm phu mang đầy phiền não tội lỗi, nhưng quý Ngài đã vì lòng từ bi, nên thệ nguyện không bỏ sót một chúng sanh nào cả, nếu những chúng sanh ấy muốn sanh về nước của Ngài sau khi mạng chung.

Kế đến là tư tưởng "Chí tâm, tín nhạo và dục sanh". Tư tưởng nầy cũng dựa vào Vô Lượng Thọ Kinh (Đại Kinh) để hình thành tư tưởng nầy; ngoài ra Quý Ngài cũng đã nương vào tư tưởng trong Kinh Đại Bát Niết Bàn quyển 2 và Kinh Quán Vô Lượng Thọ (Quán Kinh) để thành tựu Bổn Nguyện nầy. Đó là: Tất cả các pháp đều bất định, nên nhứt xiển đề cũng bất định. Điều nầy gián tiếp xác định là những người phạm tội ngũ nghịch hay nhứt xiển đề cũng có khả năng thành Phật. Bởi lẽ hôm qua là nhứt xiển đề, nhưng hôm nay biết sám hối, ăn năn, thì nghiệp thức trong quá khứ không còn nữa, chỉ cần nương theo Bổn Nguyện tha lực của Đức Phật A Di Đà là có thể vãng sanh về nước đó, nhưng phải kèm theo hai điều kiện như kinh Quán Vô Lượng Thọ (Quán Kinh) đã dạy. Đó là cá nhân người phạm tội phải biết tàm quý, sám hối tội lỗi của mình đã gây ra và phải có thiện hữu trí thức đi cùng, giúp ta khi trung ấm thân không còn có khả năng niệm Phật như khi còn tiền ấm thân nữa.

Cuối cùng phần quan trọng và độc đáo nhất có thể là lời đại nguyện thứ 18 trong 48 lời nguyện của Ngài Bồ Tát Pháp Tạng. Vì chưa thành Phật nên trong 48 câu nguyện, câu nào cũng mở đầu bằng những chữ: giả sử khi ta thành Phật... Bây giờ Ngài Thân Loan Thánh Nhơn phủ định luôn việc nầy. Vì chính lúc nầy đây Ngài Pháp Tạng Bồ Tát đã thành Phật A Di Đà rồi, thì không cần phải giả sử nữa.

Niệm Phật cũng không cần nhất tâm. Vì cha và mẹ bao giờ

cũng hiểu được tiếng khóc của con mình. Ở đây người niệm Phật là con, nhị vị Như Lai là cha mẹ, khi cha mẹ nghe con cầu xin được cứu độ, nỡ nào cha mẹ lại làm ngơ sao? Chắc chắn các Ngài sẽ cứu vớt về nơi thế giới Cực Lạc của Ngài.

Điểm sau cùng của lời nguyện thứ 18 là ngoại trừ những kẻ phạm tội ngũ nghịch và nhứt xiển đề, nhưng Ngài Thân Loan Thánh Nhơn cũng phủ định luôn việc nầy. Có nghĩa là ngay những người nầy cũng sẽ được vãng sanh với những tâm trên và sẽ đi kèm với việc là: chí tâm, tín nhạo và dục sanh. Như vậy lời nguyện thứ 18 nương theo Kinh Vô Lượng Thọ (Đại Kinh) đã hoàn thành đại nguyện của Ngài Thân Loan qua tinh thần của "Giáo hạnh tín chứng".

Kinh Quán Vô Lượng Thọ (Quán Kinh) cũng cho biết là những người được sanh về hạ phẩm phải có hai tâm tàm quý và những thiện hữu trí thức đi kèm và khi sanh về đó do niệm Phật tự lực và chưa có niềm tin vững chắc, còn chút ít nghi ngờ là mình chưa hay không được sanh, nên đây gọi là nghi thành hay thai cung biên địa; có nơi còn gọi là phàm Thánh đồng cư Tịnh Độ.

Là Phật Tử tu pháp môn Tịnh Độ nên cần am hiểu thế nào là niệm Phật tự lực và niệm Phật tha lực cũng như tư tưởng Tịnh Độ qua bảy vị Tổ Sư bên trên; nương theo ba bộ kinh chính và các luận, chú, sớ giải v.v... thì chắc rằng chúng ta không bao giờ lạc vào cảnh giới khác được, ngoài việc khởi tâm niệm Phật và nương vào Bổn Nguyện của Đức Phật A Di Đà.

Phần tôi cho đến nay đã dịch cũng khá nhiều các tác phẩm từ Nhật ngữ sang Việt ngữ ở đủ thể tài, ít nhất cũng là 11 tác phẩm, trong đó có 4 dịch phẩm chuyên về Tịnh Độ. Đây là dịch phẩm (tác phẩm) thứ 74 của tôi kể từ năm 1974 đến nay trong vòng 51 năm biên soạn và dịch thuật trung bình mỗi năm viết hơn 1 quyển, và từ nay đến hết đời, tôi chỉ nguyện chuyển dịch các tác phẩm Nhật ngữ sang Việt ngữ để cống hiến cho những ai muốn tìm hiểu về Phật Giáo tại đất nước nầy.

Tháng 10 năm 2023 Phái Đoàn Hoằng Pháp Âu, Mỹ, Úc chúng tôi có ghé thăm Nhật Bản trong vòng 3 tuần lễ, chúng tôi có đi thăm các chùa ở Kyoto và Nara, Nhật Bản, đã ghé Chùa Đông Bổn Nguyện tự (Higashihonganji) và mua nhiều sách tiếng Nhật về Tịnh Độ Chơn Tông. Khi ở Chùa Đại Nam vùng Himeji thì nghe tin Hòa Thượng Tuệ Sỹ viên tịch (ngày 23.11.2023) chúng tôi cũng rất bàng hoàng, vì người lái con tàu của Giáo Hội Phật Giáo Việt Nam Thống Nhất đã đi vào cõi Tịnh, nhưng khi đọc lại những lời giáo huấn của các vị Tổ, chúng tôi cảm thấy an tâm khi phải kề vai tiếp tục gánh vác trọng trách về việc chủ trì Phiên dịch Đại Tạng Kinh tiếp theo. Tu tức hành, học tức tập, niệm tắc thành... Do vậy Tịnh Độ với tôi là con đường đang đi và mong sẽ đến được.

Trước khi dịch một tác phẩm, tôi có thói quen là phải đọc qua trước, dầu bất cứ là ngôn ngữ gì. Do vậy vào tháng 2 năm 2025 tôi đã bắt đầu đọc tác phẩm "Giáo Hạnh Tín Chứng" nầy của Giáo sư Tomomichi (Tri Đạo) biên soạn. Giáo sư soạn rất công phu và tỉ mỉ, rõ ràng cho từng sự kiện một trong cuộc đời và tư tưởng của Ngài Thân Loan Thánh Nhơn. Với 348 trang tiếng Nhật, tôi phải đọc đến ngày 14.5.2025 mới xong, kể cả đọc trên chuyến bay đi Hoa Kỳ lần nầy hơn cả 2 tháng từ ngày 26.02. đến ngày 06.05.2025. Đi đến đâu, nếu không có những Phật sự và không giảng pháp thì tôi tìm cách để đọc.

Mùa An Cư Kiết Hạ năm 2025 này chùa Viên Giác bắt đầu từ ngày 1.6.2025 và ra hạ vào ngày 7.9.2025. Trong 3 tháng nầy tôi và Đại chúng Tổ Đình Viên Giác Hannover Đức Quốc hằng đêm vào lúc 20 đến 21:30 trì tụng kinh Đại Bát Nhã do Hòa Thượng Thích Trí Nghiêm dịch ra Việt ngữ từ tập thứ 18 đến tập thứ 20. Ngày 2.6.2025 tôi đã bắt đầu phiên dịch tác phẩm thứ 74 nầy cho đến ngày 4 tháng 8 năm 2025 thì xong với 410 trang chép tay, trong vòng gần 70 ngày và xen kẽ vào đó còn có không biết bao nhiêu là Phật sự khác nữa. Ví dụ như tham dự tang lễ của Hòa Thượng Thích Minh Giác, Trụ Trì chùa Vạn Hạnh ở Hòa Lan từ ngày 4.6 đến ngày 10.6.2025. Kế tiếp là Khóa tu Gieo Duyên tại Tổ Đình Viên Giác Hannover từ ngày 10.6 đến 10.7.2025 và việc trọng đại kế tiếp là Khóa Tu học Phật Pháp Âu Châu kỳ thứ 36 được tổ chức tại Neuss, Đức Quốc, từ ngày 21.7 đến ngày 30.7.2025 với hơn 120 Tăng Ni và hơn 700 Phật Tử gồm 20 nước khắp nơi trên thế giới về tham dự trong 10 ngày nầy. Nơi nào cũng bắt buộc tôi phải có mặt, do vậy kinh, sách, tự điển, bút mực v.v... đều phải mang theo cùng để dịch. Cho nên trong đầu tôi lúc nào cũng là bổn phận và trách nhiệm, tự mình giao phó phải chu toàn.

Mỗi ngày tôi thức dậy từ 4:30 sáng, làm vệ sinh cá nhân, đến bàn Phật thay đèn, đốt nhang, lễ lạy. Kế tiếp ngồi vào máy tính xem những tin tức có gì liên quan để phải trả lời liền, kẻo quên. Đến 5:40 có mặt tại Tổ Đường để cùng Đại chúng lên Chánh Điện trì tụng Thần Chú Thủ Lăng Nghiêm và tọa thiền. 7:00 sáng xuống thư phòng, tập thể dục và xem tin tức tiếp; nhiều khi dịch thuật hoặc sửa bài. Đến 8:00 dùng điểm tâm; 8:30 về lại phòng. Từ 9 đến 10:30 đi bộ thăm viếng cảnh quang gần chùa. 10:30 về lại sân chùa cho cá ăn, đảnh lễ Đức Quan Âm, Đức Địa Tạng, thăm vườn chùa và những người cộng sự ở văn phòng, tiếp tục dịch độ 1 tiếng đồng hồ nữa là chuẩn bị đi quá đường. 11:30 đến 12:30 cúng quá đường và kinh hành cùng Đại chúng.

Từ 12:30 đến 14:00 giờ nghỉ ngơi và đọc thư từ các nơi gởi đến. Từ 14:30 đến 17:30 giờ dịch thuật. 18:00 dùng tối và bách bộ; 20:00 – 21:30 giờ trì tụng kinh Đại Bát Nhã và tọa thiền. 22:00 an nghỉ. Mỗi ngày 24 giờ đồng hồ của tôi luôn định kỳ như vậy, chỉ trừ khi đi đâu xa và có Phật sự gì đặc biệt thì thay đổi chút đỉnh giờ giấc, ngoài ra mấy mươi năm nay tôi vẫn hành trì như vậy trong những mùa An Cư Kiết Hạ. Do vậy tôi vẫn thường hay nói rằng: Kinh điển là Thầy của tôi và sách vở là bạn. Nơi Thầy và bạn, tôi tìm tòi học hỏi từ trong kinh và sách nhiều hơn ở ngoài đời. Đây có thể là hạnh phúc riêng của tôi, nhưng tôi rất hài lòng về việc nầy.

Sau khi dịch xong, phải ngồi thêm một vài tuần nữa để sửa lại lỗi chính tả, câu cú và những chỗ tối nghĩa. Đoạn đưa qua khâu đánh máy. Chú Sanh năm nay đã ngoài 90 tuổi, nhưng vẫn miệt mài đánh máy cho báo Viên Giác và những tác phẩm của tôi đã viết tay. Chỉ có Chị Nga (vợ của Chú) và Chú Sanh là đánh máy quen mặt chữ viết tay của tôi, chứ người khác xem vào thì chỉ lắc đầu, vì tôi viết tắt và viết rất nhanh, nên rất khó đọc. Đánh máy xong, thì tôi phải dò lại một lần nữa, trước khi nhờ Cô Thanh Phi ở Úc dò lại dùm lần cuối.

Mọi việc yên ổn xong thì đưa qua khâu Layout để nhờ Anh Nguyên Đạo và Anh Nguyên Minh lo dùm trang bìa và quyển sách. Cuối cùng trước khi thành hình để đưa lên Amazon tôi phải xem qua một lần nữa ở công đoạn sau cùng nầy.

Ngoài ra tôi cũng phải viết thư bằng tiếng Nhật gởi về Nhật để xin phép Tác giả và nhà xuất bản cho phép để dịch phẩm nầy có thể đến được với các độc giả Phật Tử Việt Nam khắp nơi trên thế giới.

Lời cuối tôi xin niệm ân tất cả: Thầy Tổ, Cha mẹ, anh em, tử đệ, học trò và những người quen biết đã cho tôi làm công việc nầy trong mấy chục năm nay và chắc rằng sẽ không tránh khỏi những sự sai sót hay nhầm lẫn trong dịch phẩm thứ 74 nầy, cũng mong những bậc thức giả, cao minh chỉ giáo cho.

Viết xong vào lúc 11:30 trưa ngày 4.8.2025 tại
Phương Trượng Đường Tổ Đình Viên Giác Hannover, Đức Quốc.

Dịch giả: Thích Như Điển

Những Tác phẩm của Hòa Thượng Thích Như Điển đã xuất bản từ năm 1974 đến nay (2025)

1. Truyện cổ Việt Nam 1 & 2, Nhật ngữ, 1974-1975;
2. Giọt mưa đầu hạ, Việt ngữ, 1979;
3. Ngỡ ngàng, Việt ngữ, 1980;
4. Lịch sử Phật Giáo Việt Nam Hải Ngoại trước và sau năm 1975, Việt & Đức ngữ 1982;
5. Cuộc đời người Tăng Sĩ, Việt & Đức ngữ, 1983;
6. Lễ nhạc Phật Giáo, Việt & Đức ngữ, 1984;
7. Tình đời nghĩa đạo, Việt ngữ, 1985;
8. Tìm hiểu giáo lý Phật Giáo, Việt & Đức ngữ, 1985;
9. Đời sống tinh thần của Phật Tử Việt Nam tại hải ngoại, Việt & Đức Ngữ, 1986;
10. Đường không biên giới, Việt & Đức ngữ, 1987;
11. Hình ảnh 10 năm sinh hoạt Phật Giáo Việt Nam tại Tây Đức, Việt & Đức ngữ, 1988;
12. Lòng từ Đức Phật, Việt ngữ, 1989;
13. Nghiên cứu giáo đoàn Phật Giáo thời nguyên thủy I, II, III, dịch từ Nhật ngữ ra Việt & Đức ngữ, 1990, 1991, 1992;
14. Tường thuật về Đại Hội Tăng Già Phật Giáo Thế Giới kỳ 5 khóa I tại Hannover, Đức Quốc, Việt, Anh & Đức ngữ, 1993;
15. Giữa chốn cung vàng, Việt ngữ, 1994;
16. Chùa Viên Giác, Việt ngữ, 1994;
17. Chùa Viên Giác, Đức ngữ, 1995;
18. Vụ Án một người tu, Việt ngữ, 1995;
19. Chùa Quán Âm (Canada), Việt ngữ, 1996;
20. Phật Giáo và Con Người, Việt & Đức ngữ, 1996;
21. Khóa Giáo lý Âu Châu kỳ 9, Việt & Đức ngữ, 1997;
22. Theo dấu chân xưa (Hành hương Trung Quốc I), Việt ngữ, 1998;
23. Sống và chết theo quan niệm của Phật Giáo, Việt & Đức

ngữ, 1998;
24. Tiếp kiến với Đức Đạt Lai Lạt Ma, Việt & Đức ngữ, 1999;
25. Vọng cố nhân lầu (Hành hương Trung Quốc II), Việt ngữ, 1999;
26. Có và Không, Việt & Đức ngữ, 2000;
27. Kinh Đại Bi (dịch từ Hán văn sang Việt văn), Việt & Đức ngữ, 2001;
28. Phật thuyết Bồ Tát hành Phương Tiện Cảnh Giới Thần Thông Biến Hóa Kinh, dịch từ Hán văn sang Việt ngữ, 2001;
29. Bhutan có gì lạ? Việt ngữ, 2001;
30. Kinh Đại Phương Quảng Tổng Trì, dịch từ Hán văn sang Việt ngữ, 2002;
31. Cảm tạ nước Đức, Việt & Đức ngữ, 2002;
32. Thư Tòa Soạn báo Viên Giác trong 25 năm (1979-2004), Việt ngữ, 2003;
33. Bổn Sự Kinh, dịch từ Hán văn sang Việt ngữ, 2003;
34. Những đoản văn viết trong 25 năm qua, Việt & Đức ngữ, 2003;
35. Phát Bồ Đề Tâm Kinh Luận, dịch từ Hán văn sang Việt ngữ, 2004;
36. Đại Đường Tây Vức Ký, dịch từ Hán văn sang Việt ngữ, 2004;
37. Làm thế nào để trở thành một người tốt, Việt ngữ, 2004;
38. Dưới cội Bồ Đề, Việt ngữ, 2005;
39. Đại Thừa Tập Bồ Tát Học Luận, dịch từ Hán văn sang Việt ngữ, 2005;
40. Bồ Đề Tư Lương Luận, dịch từ Hán văn sang Việt ngữ, 2005;
41. Phật nói Luận A Tỳ Đàm về việc thành lập thế giới, dịch từ Hán văn sang Việt ngữ, 2006;
42. Giai nhân & Hòa Thượng, Việt ngữ, 2006;
43. Thiền Lâm Tế Nhật Bản, dịch từ Nhật ngữ sang Việt ngữ, 2006;
44. Luận về con đường giải thoát, dịch từ Hán văn sang Việt ngữ, 2006;
45. Luận về bốn chân lý, dịch từ Hán văn sang Việt ngữ, 2007;
46. Tịnh Độ Tông Nhật Bản, dịch từ Nhật ngữ sang Việt ngữ, 2007;

47. Tào Động Tông Nhật Bản, dịch từ Nhật ngữ sang Việt ngữ, 2008;
48. Pháp ngữ, Việt ngữ, 2008;
49. Những mẩu chuyện linh ứng của Đức Địa Tạng Vương Bồ Tát, dịch từ Nhật ngữ sang Việt ngữ, 2009;
50. Nhật Liên Tông Nhật Bản, dịch từ Nhật ngữ sang Việt ngữ, 2009;
51. Chân Ngôn Tông Nhật Bản, dịch từ Nhật ngữ sang Việt ngữ, 2010;
52. Chết an lạc tái sanh hoan hỷ, dịch từ Anh ngữ sang Việt ngữ, cùng với TT Thích Nguyên Tạng, 2011;
53. Chuyện tình của Liên Hoa Hòa Thượng, Việt ngữ, 2011;
54. Tư Tưởng Tịnh Độ Tông, Việt ngữ 2012;
55. Những bản kinh căn bản của Tịnh Độ Tông Nhật Bản, dịch từ Đức ngữ sang Việt ngữ, 2012;
56. Dưới bóng đa chùa Viên Giác, Việt ngữ, viết chung với Trần Trung Đạo, 2012;
57. Hương lúa chùa quê, Việt ngữ, viết chung với HT Bảo Lạc, 2013;
58. Diệu Pháp Liên Hoa kinh Văn Cú, dịch từ Hán ngữ sang Việt ngữ, 2013;
59. Hiện tượng của tử sinh, Việt ngữ, 2014;
60. Nhật Bản trong lòng tôi, Việt ngữ, 2015;
61. Kinh Ngũ Bách Danh Quán Thế Âm Bồ Tát, Chủ trì dịch và chứng nghĩa Việt văn từ bản Hán văn của Quý Thầy Hạnh Định, Hạnh Tâm và Hạnh Bổn, 2015;
62. Nước Úc trong tâm tôi, Việt ngữ, 2016;
63. Nước Mỹ bao lần đi bao lần đến, Việt ngữ, 2017;
64. Thiền Quán về Sống và Chết - Cẩm nang hướng dẫn thực hành, dịch từ Anh ngữ sang Việt ngữ, chung với TT Thích Nguyên Tạng, 2017;
65. Mối Tơ Vương của Huyền Trân Công Chúa, Việt ngữ, 2018;

66. Vua là Phật & Phật là Vua, Việt ngữ, 2020;
67. Phật Giáo Việt Nam tại Âu Châu, Việt ngữ, 2020;
68. Tư tưởng Phật Giáo trong thi ca Nguyễn Du, Việt ngữ, 2021;
69. Tôi đọc Đại Tạng Kinh, Việt ngữ, 2022;
70. Sống với Thán Dị Sao của Ngài Thân Loan, dịch từ Nhật ngữ sang Việt ngữ, 2023;
71. Bàn về những mối liên hệ giữa Văn Hóa, Giáo dục và Tôn giáo, Việt ngữ, 2023;
72. Thân Loan Thánh Nhân toàn thư, tập 1, dịch từ Nhật ngữ và Cổ văn Hán tự sang Việt ngữ, 2023;
73. Thân Loan Thánh Nhân toàn thư, tập 2, dịch từ Nhật ngữ và Cổ văn Hán tự sang Việt ngữ, 2024
74. Giáo Hạnh Tín Chứng, dịch từ Nhật ngữ sang Việt ngữ, xuất bản năm 2025.

Nếu quý vị nào muốn liên lạc với Hòa Thượng Thích Như Điển hoặc muốn vào Website của chùa Viên Giác, xin truy cập địa chỉ như sau:

CHÙA VIÊN GIÁC
Karlsruher Str. 6
30519 Hannover – GERMANY
Tel. 0511 / 879630 – Fax 0511 / 87941200
Homepage: ***https://www.viengiac.info***
E-mail: todinh@viengiac.info

www.ingramcontent.com/pod-product-compliance
Lightning Source LLC
LaVergne TN
LVHW060219051026
849517LV00005B/1455

* 9 7 9 8 2 9 5 4 6 6 1 7 5 *